கடவுளுக்குப் பிடித்த தொழில்

அடுத்தத் தலைமுறை மருத்துவம்

AF850494

இது ஒரு

மெட்ராஸ் பேப்பர்

தயாரிப்பு

கடவுளுக்குப் பிடித்த தொழில்

அடுத்தத் தலைமுறை மருத்துவம்

ராஜிக் இப்ராஹிம்

மெட்ராஸ் பேப்பர்

Title: Kadavulukku Pididhtha Thozhil
Author's Name: Rajik Ibrahim

Published by MadrasPaper

மெட்ராஸ் பேப்பர்

MadrasPaper

(An imprint of Zero Degree Publishing)
No. 55(7), R Block, 6th Avenue,
Anna Nagar,
Chennai - 600 040

Website: www.madraspaper.com
www.zerodegreepublishing.com
E Mail id: zerodegreepublishing@gmail.com
Phone: 89250 61999

Ezutthu Prachuram First Edition: November 2023
ISBN: 978-93-95511-88-9
TITLE NO MP: 15

Cover Design & Layout: Vijayan, Creative Studio

பொருளடக்கம்

முன்னுரை

எத்தனையோ கண்டுபிடிப்புகள், சாதனைகள் உலகில் தினம் தினம் நிகழ்த்தப்படுகின்றன. சில நமது வாழ்வை இனிமையாக்கும் (Luxury). சில நமது வாழ்வை எளிதாக்கும் (simplify). சிலவற்றினால் ஒரு நன்மையும் இருக்காது. ஆனால் ஒருசில கண்டுபிடிப்புகள் மட்டும் நம் வாழ்க்கையினை மாற்றிப் போட்டுவிடும். காலத்தினை வென்று நிற்கும். இந்த உலகினையே புரட்டிப் போடும் (revolutionary). அவை எம்மாதிரியான கண்டுபிடிப்புகள்?

நாம் எல்லோரும் அவ்வப்போது சில பிரச்சினைகளைச் சந்திப்போம். அது தனிநபர் சம்பந்தப்பட்டதாக இருக்கலாம் அல்லது கோவிட் போல உலகிற்கே ஏற்படும் கேடாக இருக்கலாம். சில பிரச்சினைகளை நாம் கண்டுகொள்ளவே தேவையில்லை. அவை தானாகவே சரியாகிவிடும். இன்னும் சில நமக்கு உண்மையிலேயே சங்கடங்களைத் தந்துவிடும். இருந்தபோதும் அதனுடன் வாழ்ந்துவிடலாம். ஆனால் சில பிரச்சினைகள் நம்மை வாழ்வா சாவா என்ற நிலைக்குக் கொண்டு சென்றுவிடும். நம் வாழ்வின் திசையையே மாற்றும் தன்மை அவற்றுக்கு உண்டு. அத்தகைய பிரச்சினைகளுக்குத் தீர்வு தருகிற, அதுவும் ஒரு சமுதாயத்தையோ அல்லது ஒட்டுமொத்த மனித குலத்தினையோ அழிவிலிருந்தே காக்கக்கூடிய கண்டுபிடிப்புகள் கண்டிப்பாகக் காலத்தினைத் தாண்டி நிற்கும்.

மனிதர்களாகிய நமக்கு அத்தகைய பிரச்சினைகளுக்குப் பஞ்சம் இல்லை. நோய்ப் பெருந்தொற்று, உணவுப் பஞ்சம், காலநிலை மாறுபாடு, குடிநீர்ப் பற்றாக்குறை, ஆண்டிபயாடிக் எதிர்ப்புப் பாக்டீரியாக்கள், தீர்க்க முடியாத மரபணுக் கோளாறுகள் மூலம் எழும் நோய்கள் என அந்தப் பட்டியலின் நீளம் அதிகம். இதற்கெல்லாம் எவ்வாறு தீர்வு காண்பது..? தீர்வு உண்டா அல்லது வருமா, அல்லது நாம் இவற்றையெல்லாம் சகித்துக் கொண்டுதான் வாழ்ந்தாக வேண்டுமா..?

கண்டிப்பாக எல்லாப் பிரச்சினைகளுக்கும் ஒரு தீர்வு இருக்கும். அது மேலே கூறியது போன்ற பிரச்சினைகளுக்கும் பொருந்தும். அவற்றில் சிலவற்றிற்கு ஒரு தீர்வு ஏற்கனவே எட்டப்பட்டிருக்கும் அல்லது அதற்கான முயற்சிகள் நடந்துக் கொண்டிருக்கும். மனிதன் மகத்தானவன். இப்பூமிப் பந்தில் அவன் காலடி வைத்த நாள் முதற்கொண்டு அவனுக்கு வரும் பிரச்சினைகளை ஒவ்வொன்றாக எதிர்கொண்டு வென்று வருவதற்கு வரலாறு நெடுகிலும் சாட்சிகள் உண்டு. ஆய்ந்து பார்த்தால் அதற்கு அவனுக்கு மிகப் பக்கபலமாக இருந்திருப்பது அறிவியல் என்னும் ஆயுதமே. உலகின் பல கொடியப் பிரச்சினைகளுக்குத் தீர்வு காணும் வல்லமை இந்த அறிவியல் என்னும் மாபெரும் ஆயுதத்திற்கு உண்டு.

அத்தகைய அறிவியல் ஆயுதப்படையின் முன்னணியில் நிற்கும் ஓர் அறிவியல் பிரிவைப் பற்றித்தான் இந்தப் புத்தகம் பேசுகின்றது. அது உயிரியல் தொழில்நுட்பம் (Biotechnology).

இத்துறையில் நிகழ்த்தப்பட்டிருக்கும் சாதனைகள் இவையெல்லாம் சாத்தியமா என்று நம்மை மலைக்க வைப்பவை. இதுவெல்லாம் மனிதனால் முடியுமா என்று சந்தேகம் கொள்ளச் செய்பவை. கடவுள் நம்பிக்கை உள்ளவர்களுக்கு, கடவுள் இந்த உலகையும் இதில் உள்ள உயிர்களையும் படைக்கப் பயன்படுத்தும் நுட்பம் இதுதானோ என ஒரு கணம் தோன்ற வைப்பவை.

உயிரியல் தொழில்நுட்பம்

பெயர் சற்று மிரள வைக்கக்கூடியதாக இருந்தாலும் அப்படி ஒன்றும் புரிந்து கொள்ள இயலாத விஷயம் அல்ல. அதே

நேரத்தில் போகிற போக்கில் ஒரு சிறுகதையைப் படிப்பது போலப் படிக்கக்கூடிய விஷயமும் அல்ல. இதைப் படிப்பதற்குமுன் சில அடிப்படை விஷயங்களை விளங்கிக் கொள்வது நல்லது. அந்த அடிப்படையை முதல்சில அத்தியாயங்களில் கற்றுக் கொள்வோம். இப்பொழுது சில முன்னோட்டச் செய்திகளைப் பார்த்து விடுவோம்.

உயிரியல் தொழில்நுட்பம் என்றால் என்ன? OECD எனப்படும் பொருளாதார ஒத்துழைப்பு மற்றும் மேம்பாட்டுக்கான அமைப்பு உயிரியல் தொழில்நுட்பத்தினை "உயிரியல் சார்ந்த பொருட்களைக் கொண்டு, அறிவியல் மற்றும் பொறியியல் தத்துவங்களைப் பயன்படுத்தி ஒரு பொருளைப் பயன்தரக்கூடிய மற்றப் பொருட்களாகவோ அல்லது சேவையாகவோ மறுஉருவாக்கம் செய்வது" என வரையறுத்துள்ளது. குழப்புகிறதா? எளிமையாகக் கூறுவதென்றால், உயிரியல் சார்ந்த பொருட்களைப் பயன்படுத்தி எவ்வாறு நமது வாழ்வினை மேம்படுத்திக் கொள்வது என்பதைப் பற்றிய அறிவியல் துறை எனக் கூறலாம்.

உயிரியல் தொழில்நுட்பம் என்றப் பெயர் மிக நவீனமாகத் தோன்றினாலும் மனித குலம் இந்தத் தொழில்நுட்பத்தினை நாகரீகம் தோன்றியது முதலே பயன்படுத்தி வந்திருக்கிறது. எகிப்தியர்கள் சுமார் 3000 ஆண்டுகளுக்கு முன்பிருந்தே ஈஸ்ட் எனும் நற்கிருமியைப் பயன்படுத்தி பேக்கரிப் பொருட்கள் செய்து வந்திருக்கின்றனர். சீனர்கள் நொதித்தல் முறை மூலம் கி.மு.500களில் சீஸ் தயாரித்து வந்துள்ளனர். சுமேரியர்களும் பாபிலோனியர்களும் கி.மு.6000 ஆண்டுகளில் மதுபானங்கள் தயாரிக்க ஈஸ்ட் பயன்படுத்தி வந்திருந்தனர். இவையெல்லாம் உயிரியல் தொழில்நுட்பத்திலேயே அடங்கும்.

ஆனால் நவீன உயிரியல் தொழில்நுட்பம் இவற்றையெல்லாம் தாண்டி மிகப் பிரமாண்டமானது. இந்த பிரமாண்டத்தினைக் கீழே உள்ள சில உதாரணங்கள் மூலம் எளிதில் புரிந்து கொள்ள முடியும்.

உங்கள் உடலில் ஒரு கொப்புளம். மாதக்கணக்காக அல்லது வருடக்கணக்காக சரியாகாமல் இருந்தால், அதுவும் உடலில் நாம் அதிகம் உபயோகிக்கும் ஒரு இடத்தில் (உ-ம், உட்காரும்

இடம், கைவிரல் உட்பகுதி, கால் பாதம்) இருந்தால், தொடர்ந்து 24 மணி நேரமும் எரிச்சலும் வலியும் தந்து கொண்டிருந்தால், எப்படி உணர்வீர்கள். கொடுமை அல்லவா?

சிரியாவிலிருந்து தப்பி ஜெர்மனியில் தஞ்சம் புகுந்திருந்த ஒரு தம்பதியின் ஏழு வயது சிறுவன். அவனுக்கு ஒரு விசித்திரமான நோய். கிட்டடத்தட்ட அவன் உடலில் 80 சதவீத தோல்கள் கொப்புளங்களாக. அவனுக்குப் பிறப்பிலிருந்தே அவ்வாறுதான். அவனுடைய மரபணுவில் ஒரு சிறு பிறழ்வு. அதன் விளைவாக இந்தத் தோல் பிரச்சினை. அவனால் எதுவும் செய்ய இயலாது. படுக்கை ஒன்றே அவனது வாழ்க்கையாக இருந்து வந்தது. அதுவும் வலியுடனும் எரிச்சலுடனும். ஒரு சிறுவனின் அல்லது ஒரு பெற்றோரின் பார்வையிலிருந்து பார்த்தால் தெரியும், இது எவ்வளவு கொடுமையான விஷயம் என்று. ஜெர்மனி நாட்டு மருத்துவர்கள் அவர்களால் முடிந்த அளவு எவ்வளவோ முயன்றும் அச்சிறுவனுடைய நோயைக் குணமாக்க முடியவில்லை.

கடைசியாக இத்தாலி நாட்டு விஞ்ஞானி ஒருவரது உதவியை அம்மருத்துவர்கள் நாடுகின்றனர். அவ்விஞ்ஞானி Gene therapy எனப்படும் மரபணு சிகிச்சையில் ஆய்வு செய்து வருபவர். அச்சிறுவனின் நன்றாக உள்ள தோலின் ஒரு சிறிய பகுதியினை தனியே எடுத்து அதனுள் பிரச்சினைக்குரிய மரபணுவின் சரியான மாதிரியை ஒரு வைரஸ் மூலம் உட்செலுத்துகிறார். அவ்வாறு மரபணு சரிசெய்யப்பட்ட தோலினை சில மீட்டர் நீளங்களுக்கு துணி போல வளர்த்து அதனை அச்சிறுவனின் மருத்துவர்களிடம் தருகின்றார். அம்மருத்துவர்கள் அதனை தோல் மாற்று அறுவைச் சிகிச்சை மூலம் அச்சிறுவனின் உடலில் பொருத்துகின்றனர். இப்பொழுது அச்சிறுவன் நலமுடன். ஏதோ மாயாஜாலக் கதையைப் போலத் தோன்றுகிறதா..? இது கதையல்ல... நிஜம்! இதை சாத்தியப்படுத்தியது உயிரியல் தொழில்நுட்பம்.

நோபல் பரிசு பெற்ற விஞ்ஞானி டாக்டர் பாபோ பற்றியும் அவரது கண்டுபிடிப்புகள் குறித்தும் நீங்கள் படித்திருக்கக்கூடும். அதன் மூலம் பாபோ அவர்கள் எவ்வாறு பல்லாயிரம் ஆண்டுகளுக்கு முன் வாழ்ந்த ஒரு புதிய மனித இனத்தினைக்

கண்டறிந்தார் என்பதையும், கற்காலத்தில் நமது மனித இனம் நியாண்டர்தால் என்ற மனித இனத்துடன் எவ்வகையான உறவு கொண்டிருந்தனர் என்பதையும் அறிந்திருக்கக்கூடும்.

பாபோ அவர்கள் உயிரியல் தொழில்நுட்பத்தினைப் பயன் படுத்திதான் அந்த மகத்தான சாதனையை நிகழ்த்தியிருந்தார்.

நமக்கு மிகப்பரிச்சயமான ஒரு விஷயத்திற்கு வருவோம். பருவநிலை மாற்றத்தின் காரணமாகவும் பெருகிவரும் மக்கள் தொகைப் பெருக்கத்தின் காரணமாகவும் விவசாயம் எவ்வாறு பாதிக்கப்பட்டுள்ளது என்பதை நாம் நன்கு அறிவோம். முன்பு 10 ஏக்கர் நிலத்தில் ஆயிரம் பேருக்கு விளைவித்த பயிரை இப்போது ஒரு ஏக்கர் நிலத்தில் பத்தாயிரம் பேருக்கு விளைவிக்க வேண்டிய நிர்பந்தத்தில் நாம் இருக்கிறோம். விவசாயத்தில் உயிரியல் தொழில்நுட்பத்தின் உதவி இல்லாமல் இந்தச் சவாலை நாம் கண்டிப்பாக எதிர்கொள்ளவே இயலாது. அது வறட்சியினைத் தாங்கும் பயிர்களை உற்பத்தி செய்வதாக இருக்கட்டும் அல்லது அதிக வெள்ளாமை தரும் இரகங்களை கண்டுபிடிப்பதாக இருக்கட்டும்.

உயிரியல் தொழில்நுட்பத்தின் மகிமையினை இந்த உலகமே அனுபவித்த தருணத்தினை நாம் சில மாதங்களுக்கு முன்புதான் கடந்து வந்தோம். கோவிட்-19 தொற்று நோய்க்கு தடுப்பு மருந்து கண்டுபிடித்து பல இலட்சக்கணக்கான உயிர்களைக் காப்பாற்றிய தருணம்தான் அது. mRNA எனப்படும் ஒருவகையான உயிரி மூலக்கூறினைப் பயன்படுத்தி தயாரிக்கப்பட்ட அந்த புதிய வகை நோய்த் தடுப்பு மருந்து உயிரியல் தொழில்நுட்பத்தின் சாதனைக்கு மற்றுமொரு சான்று.

மேலே கூறியுள்ள நான்கு சான்றுகளும் உயிரியல் தொழில்நுட்பத்தின் வீச்சினையும் அவை என்ன மாதிரியான சவால்களுக்கு அல்லது பிரச்சினைகளுக்குத் தீர்வு காண உதவும் என்பதையும் நமக்கு ஓரளவிற்கேனும் உணர்த்தியிருக்கும்.

பொதுவாக நாம் இந்தத் தொழில்நுட்பத்தினை மருத்துவம் சம்பந்தப்பட்ட சாதனைகளுடனேயே இணைத்துப் பேசி வந்தாலும், இதன் தாக்கம் பரந்துபட்டது. ஆய்வகத்தில் செயற்கையாக இறைச்சியை உற்பத்தி செய்வது தொடங்கி,

பாக்டீரியாக்கள் மூலம் துணிகள் (textile fibres) மற்றும் வண்ண நிறமிகள் (colouring agents) உற்பத்தி செய்வது என இதன் பயன்பாடுகள் மிகப் பன்முகத்தன்மையைக் கொண்டவை.

இந்தப் புத்தகம் எதைப் பற்றிப் பேசுகிறது?

உயிரியல் தொழில்நுட்பம் என்றால் என்ன என்பதில் ஆரம்பித்து, இதனைப் புரிந்துக் கொள்வதற்குத் தேவையான அடிப்படை அறிவியலை சாதாரண மனிதர்களும் புரிந்து கொள்ளும் வகையில் (in layman's terms) கற்றுத் தந்து, இந்தத் துறை மூலம் இதுவரை நாம் அடைந்த நன்மைகள் என்ன என்பதைப் பட்டியலிட்டு, இதில் எதிர்காலத்தில் நடக்கவிருக்கும் சாதனைகளை விளக்குவதுதான் இப்புத்தகத்தின் முக்கிய அம்சமாக இருக்கும்.

ஒவ்வொரு தலைப்பினைப் பற்றியும் ஆழமாகப் பேசப் போகிறோம். மேம்போக்காக சாதனைகளை மட்டும் பட்டியலிட்டுவிட்டுச் செல்லப் போவதல்ல இப்புத்தகம். உதாரணத்திற்கு, உயிர் தொழில் நுட்பத்தில் 'மரபுக்கூறு திருத்துதல்' (genome editing) என்பது ஒரு நுட்பம். இந்த நுட்பம் எப்படி வேலை செய்கிறது என்ற அடிப்படை விஷயத்தில் ஆரம்பித்து நடைமுறையில் இது எவ்வாறு செயலாக்கம் பெறுகின்றது என்பது வழியாக அது எவ்வாறு இவ்வுலகைச் செம்மையாக்கப் பயன்படுகிறது என்பது வரை விரிவாகப் பார்ப்போம். ஆனால் இது ஆர்வம் உள்ள அனைவரும் புரிந்து கொள்ளும் வகையில் எளிமையாகவே இருக்கும்.

சென்ற நூற்றாண்டின் இறுதியில் எவ்வாறு கணிணித் துறை கோலோச்சத் தொடங்கி இன்று நமது வாகனம், கைத்தொலைபேசி என எங்கும் நீக்கமற நிறைந்து உள்ளதோ அதைப் போலத் தற்போது வேகம் எடுக்கத் தொடங்கியுள்ள துறை, உயிரியல் தொழில்நுட்பம். கடந்த 30 ஆண்டுகளாக முயல் வேகத்தில் ஆனால் சமூகத்தில் பல திடமான மாற்றங்களை ஏற்படுத்திய இந்தத் துறை, சமீபத்தியக் கண்டுபிடிப்புகளினாலும் மற்ற இணைத் துறைகளில் ஏற்பட்டுள்ள வளர்ச்சிகளினாலும் புலி வேகத்தில் பாயத் தயாராகிவருகிறது. அடுத்த 20-30 ஆண்டுகளில் இதன் மூலம் நாம் அடையப் போகும் பலன்கள் பிரமிக்க வைக்கக் கூடியவை.

இப்புத்தகத்தின் நோக்கம் இதனைப் படிப்பவர்களுக்கு நாளைய உலகம் பற்றிய நம்பிக்கையை ஊட்டுவதே. தினம் தினம் எதிர்மறைச் செய்திகளையே கேட்டு, படித்து அல்லது பார்த்துப் பழகிப் போன உங்களுக்கு இந்தப் புத்தகம் கண்டிப்பாக நம் எதிர்காலத்தைப் பற்றிய நம்பிக்கையை அளிக்கும்.

மருத்துவத்துறையில் உயிரியல் தொழில்நுட்பம் ஏற்படுத்தியுள்ள தாக்கத்தினைப் பற்றிய ஒரு ஆழமான பார்வையை படிக்கும் அனைவருக்கும் கொடுக்கும்.

உயிரியல் தொழில்நுட்பம் ஓர் அறிமுகம்

நாம் ஏன் உயிரியல் தொழில்நுட்பம் பற்றித் தெரிந்துகொள்ள வேண்டும்?

உயிரியல் தொழில்நுட்பம் மட்டும் அல்ல, எந்த ஒரு விஷயத்தைப் பற்றியும் தெரிந்து கொள்வதற்கு முன் நாம் அதை 'ஏன்' தெரிந்து கொள்ள வேண்டும் என்பதைச் சிந்திக்க வேண்டும். 'ஏன்' என்ற கேள்விக்கு விடை தெரியாமல் எந்த ஒரு பெரும் காரியத்தைச் செய்வதற்கும் நமக்குத் தேவையான உந்துதல் கிடைக்காது என்பது எனது திடமான நம்பிக்கை. அவ்வாறு காரணம் தெரியாமல் ஆரம்பிக்கும் காரியத்தை, ஒன்று மிகவும் சிரமப்பட்டு முடிப்போம் அல்லது பாதியிலேயே ஆர்வம் குறைந்து விட்டுவிடுவோம்.

என்னதான் நான் எளிமையாக உயிரியல் தொழில்நுட்பத்தை விளக்க முற்பட்டாலும் அறிவியல் என்பது சிறிதளவேனும் அர்ப்பணிப்பு தேவைப்படும் ஒரு பாடம். சில நேரங்களில் சிக்கலான சில கருத்துக்களைப் புரிந்து கொள்ள நீங்கள் சிறிது மூளையைக் கசக்கிப் பிழிய வேண்டியிருக்கும். அந்தச் சமயங்களில் அந்தக் கூடுதல் உழைப்பிற்குத் தகுந்த காரணம் இருக்கும் பட்சத்தில் நீங்கள் தயக்கமின்றி அந்த உழைப்பை உங்களையுமறியாமல் தரத் தயாராக இருப்பீர்கள். இல்லையென்றால் பாதி ஆற்றைக் கடந்த கதைதான்.

நாம் விரும்பினாலும் விரும்பாவிட்டாலும் நமது வாழ்வின் மிக முக்கியமான சில பகுதிகளை இந்த உயிரியல் தொழில்நுட்பம் தொட்டுள்ளது. காலை எழுந்திருப்பது முதல் படுக்கச் செல்லும் வரையிலான நாம் செய்யும் பல செயல்களுக்கும், உபயோகப்படுத்தும் பல பொருள்களுக்கும் ஏதோ ஒரு வகையில் இந்தத் தொழில்நுட்பம் நமக்குத் தேவையாக உள்ளது. அவற்றை உணவு, உடை, ஆரோக்கியம், விவசாயம், எரிபொருள், சுற்றுச்சூழல் என வரிசைப்படுத்திக் கொண்டே செல்லலாம். வரும் காலங்களில் இது மிகக் கணிசமாக கூடிக் கொண்டு செல்லுமே தவிர குறையாது. உயிரியல் தொழில்நுட்பம் பற்றிய அடிப்படை அறிவு இல்லாமல் சில முக்கிய முடிவுகளை நம்மால் எடுக்க முடியாது. தனிமனித அளவில் மட்டுமல்ல, சமுதாய அளவிலும்கூட நாம் ஒருசில முக்கிய முடிவுகளை எடுக்க அல்லது நமது அரசாங்கம் எடுக்கும் சில கொள்கைகளை ஆதரிக்க, எதிர்க்க இந்த அறிவு உதவி புரியும்.

இது தொடர்பான மூன்று உதாரணங்களை மட்டும் கீழே சுருக்கமாகப் பார்த்து விடுவோம்.

(அ) மரபணு மாற்றப்பட்ட உணவுப் பயிர்கள். இதுபற்றிப் பல்வேறு விதமான கருத்துகள் நிலவுகின்றன. அது சரியா தவறா என்பதைப் பற்றி இன்னொரு நேரத்தில் விவாதிக்கலாம். மக்கள் தொகை இந்த வேகத்தில் பெருகிக்கொண்டு சென்றால் மரபணுப் பொறியியலின் உதவியின்றி அனைவருக்கும் தேவையான உணவுப் பொருட்களை நம்மால் உற்பத்தி செய்ய முடியாது. அப்படி மரபணு மாற்றப்பட்ட உணவுப் பொருட்களை உட்கொண்டால் அதனால் ஏற்படும் நன்மை தீமை என்ன என்பதைத் தீர்மானிக்க நமக்கு உயிரியல் தொழில்நுட்பம் பற்றித் தெரிந்திருக்க வேண்டும். இல்லையென்றால் அரசியல் இலாபத்திற்காகச் சிலர் எடுக்கும் முடிவுகளுக்கு நாமும் நமது வாரிசுகளும் விலை கொடுக்க வேண்டியிருக்கும்.

(ஆ) மருத்துவத் துறையில் ஏற்பட்டுள்ள மகத்தான முன்னேற்றத்தின் காரணமாக பல்வேறு விதமான மரபு நோய்களை இப்பொழுது கண்டறிய முடிகிறது. அப்படி மரபணுப் பிரச்சினை கொண்டவர்கள் நம் சுற்றத்தில்

இருக்கும்பொழுது அவர்கள் ஏன் அவ்வாறு இருக்கிறார்கள் அல்லது நடந்து கொள்கிறார்கள் என்பதை நாம் புரிந்துகொள்ள வேண்டும். அவர்களுக்கு என்ன பிரச்சினை என்பதை நாம் புரிந்து கொண்டால்தான் அவர்களுக்குத் தேவையான உதவிகளைச் செய்ய முடியும். உதாரணத்திற்கு, சிலவிதமான மரபணுப் பிரச்சினை கொண்ட குழந்தைகளுக்குக் கற்றலில் குறைபாடு இருக்கும். அவர்கள் ஏன் அவ்வாறு நடந்து கொள்கின்றனர் என்பதைப் புரிந்து கொண்டாலொழிய அவர்களைப் பரிவுடன் அணுக மாட்டோம் அல்லது அவர்களுக்கு தகுந்தாற்போல் கற்பிக்கும் முறையை மாற்ற மாட்டோம். மாறாக அவர்களை மக்கு என்று கூறி ஒதுக்கி வைக்கும் வாய்ப்புகளே அதிகம்.

(இ) நீங்கள் சுய தொழிலில் ஆர்வம் கொண்டவராக இருக்கலாம். உயிரியல் தொழில்நுட்பம் சம்பந்தமான ஏராளமான நவீன தொழில் வாய்ப்புகள் உள்ளன. நீங்கள் உயிரியல் தொழில்நுட்பத்தில் வல்லுனராக இல்லாவிட்டாலும், அது சம்பந்தமான அடிப்படை அறிவு இருக்கும் பட்சத்தில் தகுந்த இணை நிறுவனருடன் (Co-founder) இணைந்து புதிய கோணத்தில் தொழில்கள் குறித்துச் சிந்திக்க முடியும், தொழில் தொடங்க முடியும்.

மேலே கூறியுள்ளவை உதாரணங்கள்தான். நீங்கள் இந்தப் புத்தகத்தினைப் படிப்பதற்குப் பல்வேறு காரணங்கள் இருக்கலாம். என்ன காரணத்திற்காக இந்தப் புத்தகத்தினைப் படிக்கப் போகிறீர்கள் என்பதை ஒருமுறை நினைவுகூர்ந்து விட்டு மேலே படிக்கத் தொடங்குங்கள்.

சரி, இப்பொழுது தலைப்பிற்குள் செல்வோம்.

உயிரியல் தொழில்நுட்பத்தின் வரலாறு

உயிருள்ள ஒன்றிலிருந்தோ அல்லது அதிலிருந்து பெறப்பட்ட ஒரு பொருளிலிருந்தோ மனிதனுக்கு அல்லது மனித குலத்திற்குத் தேவையான மற்றொரு பொருளைப் பெற முடிந்தால் அதுதான் உயிரியல் தொழில்நுட்பம். அது என்ன பொருளாக வேண்டுமானாலும் இருக்கலாம்.

உயிரியல் தொழில்நுட்பம் ஒன்றும் புதிய துறை அல்ல. உண்மையைச் சொல்லப்போனால் இந்தப் பெயர்

கண்டுபிடிக்கப்படுவதற்கு முன்பே, சுமார் ஏழாயிரம் ஆண்டுகளுக்கு முன்பிருந்தே இந்தத் தொழில்நுட்பம் பயன்படுத்தப்பட்டு வந்திருக்கிறது. ஆனால் அக்காலக்கட்டத்தில் உயிரியல் தொழில்நுட்பம் என்றால் என்ன என்று தெரியாமலேயே இதை மக்கள் பயன்படுத்தி வந்திருக்கின்றனர். எதிர்பாராதவிதமாக பாக்டீரியா மற்றும் ஈஸ்ட் என்ற நுண்ணுயிரிகளின் பயன்பாட்டினைக் கண்டறிந்ததன் விளைவு அது. இவற்றைக் கற்கால அல்லது பாரம்பரிய உயிரியல் தொழில்நுட்பம் (Ancient or Classical biotechnology) என்று கூறலாம்.

வரலாற்றுத் தரவுகளின்படி முதன்முதலில் இந்த நுட்பத்தைப் பயன்படுத்தி தயாரிக்கப்பட்ட பொருள்களில் ஒன்று பாலாடைக் கட்டி (சீஸ்). ரென்னெட் எனப்படும், கன்றின் வயிற்றிலிருந்து எடுக்கப்பட்ட ஒருவகையான நொதிகளின் கலவையைக் கொண்டு இந்தப் பாலாடைக்கட்டி செய்யப்பட்டது.

சுமார் ஏழாயிரம் ஆண்டுகளுக்கு முன் பாக்டீரியாக்களைப் பயன்படுத்தி மெசபடோமியர்கள் வினிகர் தயாரித்தனர். வினிகர் ஒரு சிறந்த உணவு பதப்படுத்தும் காரணி (ப்ரிஸர்வேட்டிவ்). அதன் அமிலத்தன்மை உணவுப் பொருட்களைக் கெடாமல் நீண்ட நாட்கள் பாதுகாக்கும். எனவே அதனைக் கொண்டு அம்மக்கள் உணவுப் பொருட்களை பதப்படுத்தி வந்தனர். நுண்ணியிர்கள் உதவியுடன் அக்காலத்தில் தயாரிக்கப்பட்ட மற்றுமொரு முக்கிய உணவு பொருள் மதுபானம்.

பெரும்பான்மையாக நொதித்தல் (Fermentation) முறையில் ஈஸ்ட் அல்லது பாக்டீரியாக்களை பயன்படுத்தி மதுபானங்கள் தயாரிக்கப்பட்டன. அஸ்டெக் இன மக்கள் ஸ்பைருலினா எனப்படும் ஒருவகையான பாசியை கேக் செய்யப் பயன்படுத்தினர். அந்த பாசியில் இருக்கும் நொதிகளே அவர்களுடைய கேக் மென்மையாக வருவதற்கு காரணம் என்பது அவர்களுக்குத் தெரிந்திருக்கவில்லை. அதேபோல கிரேக்கர்கள் ஒருவகை பீன்ஸ் (broad beans) பயிரினைப் பயிரிட்டால் மண்ணின் வளம் பலமடங்கு அதிகரிக்கும் என்பதை அறிந்திருந்தனர். அதற்குக் காரணம் சில பயிர்களின் வேரில் வளரும் பாக்டீரியாக்கள் மண்ணில் நைட்ரஜனை

நிலை நிறுத்தும் தன்மை கொண்டவை என்பது அவர்களுக்கு தெரியாது. இவற்றைப்போலப் பல உதாரணங்கள் உண்டு.

நவீன உயிரியல் தொழில்நுட்பம்

நவீன உயிரியல் தொழில்நுட்பம் (Modern Biotechnology) கிபி 1800-க்குப் பிறகே தோன்றியது. பத்தொன்பதாம் நூற்றாண்டின் இறுதிப் பாகத்தை நவீன உயிரியல் தொழில்நுட்பத்தின தொடக்கக் காலம் எனலாம். அப்பொழுதுதான் உயிரியல் தொழில்நுட்பத்திற்கு தேவையான மரபணு, மரபணுவைச் சுமந்து நிற்கும் நியூக்ளியஸ் போன்ற அடிப்படை அறிவியல் கண்டுபிடிப்புகள் கண்டுபிடிக்கப்பட்டன. ராபர்ட் கோச் மற்றும் லூயிஸ் பாஸ்டியூர் போன்ற ஜாம்பவான்கள் நுண்ணியிரிகள் பற்றிய மதிப்புமிக்க பல ஆய்வு முடிவுகளைக் கண்டிருந்தனர்.

கிரிகர் மெண்டல் என்ற விஞ்ஞானி எவ்வாறு மரபுப் பண்புகள் ஒரு தலைமுறையிலிருந்து அடுத்த தலைமுறைக்கு 'மரபு அலகுகள் (units of heredity)' மூலம் கடத்தப்படுகின்றன என்பதைக் கண்டறிந்து கூறினார். மரபியல் எனும் ஒரு புதிய பிரிவு அப்பொழுதுதான் தொடங்கியதாகக் கூறலாம். ஆனால் அவரது ஆய்வு முடிவு 'ஒரு மரபணு ஒரு பண்பிற்குக் காரணம்' என்ற எளிய தத்துவத்தை அடிப்படையாகக் கொண்டிருந்தது. உண்மையில் அது அவ்வாறு கிடையாது என்று பிற்காலத்தில் கண்டறியப்பட்டாலும், மெண்டலின் இந்த கண்டுபிடிப்பு அன்றைய காலக்கட்டத்தில் கலப்பினத் தாவர பெருக்கத்திற்கும் (Plant breeding) அதன் மூலம் வீரியமிகுந்த பயிர்கள் உருவாக்கத்திற்கும் மிகுந்த உதவியாக இருந்தது. பிற்காலத்தில் மரபணுத்துறை மிகப்பெரிய சாதனைகள் புரிவதற்கு அவரது ஆய்வு முடிவுகள் பெரும் காரணியாக இருந்ததை மறுக்க முடியாது.

இருபதாம் நூற்றாண்டின் மத்தியில் இத்துறைக்கு ஒரு புதிய வேகம் கிடைத்தது. அப்பொழுதுதான் டிஎன்ஏ (DNA) எனப்படும் ஒரு உயிரியின் மரபுப் பண்பை சுமந்து, ஒரு தலைமுறையிலிருந்து அடுத்த தலைமுறைக்குக் கடத்தும் மூலக்கூறின் வடிவம் முதன் முதலாகக் கண்டறியப்பட்டது. டிஎன்ஏ வேதியியல் பண்பாடுகள் 1869-ம் ஆண்டிலேயே கண்டறியப்பட்டிருந்தாலும் அதன் கட்டமைப்பு 1951-53-ம்

ஆண்டுகளில்தான் கண்டுபிடிக்கப்பட்டது. இங்கிலாந்தைச் சேர்ந்த புகழ் பெற்ற விஞ்ஞானிகளான ஜேம்ஸ் வாட்சன் மற்றும் ஃப்ரான்சிஸ் கிரிக் ஆகியோர் இந்த மூலக்கூறின் கட்டமைப்பை ரோஸலின் ஃப்ராங்க்ளின் மற்றும் மாஉரிஸ் வில்கின்ஸ் ஆகியோரின் எக்ஸ்-ரே புகைப்படங்களை அடிப்படையாகக் கொண்டு துல்லியமாகக் கண்டறிந்தனர்.

இந்த டிஎன்ஏ மூலக்கூறு நான்கு வகையான DNA bases எனப்படும் அடிப்படை வேதிக்கூறுகளால் ஆக்கப்பட்டிருக்கும். இரண்டு இழைகள் ஒன்றோடு ஒன்று பிணைந்த சுழல் படிக்கட்டுகள் (அல்லது முறுக்கப்பட்ட ஏணி) வடிவில் அமைந்திருக்கும் டிஎன்ஏ-வானது இவ்வுலகில் உள்ள அனைத்து உயிர்களுக்கும் ஒரே மாதிரியான வடிவமைப்பில் அமைந்துள்ளது ஒரு அதிசயம். அது கண்ணுக்குப் புலப்படாத நுண்கிருமியானாலும் சரி அல்லது மிகப்பெரிய உருவமுடைய யானையானாலும் சரி... அவை அனைத்துடைய DNA-வும் இந்த சுழல் வடிவப் படிக்கட்டு வடிவமைப்பினையே கொண்டிருக்கும். ஆனால் அந்த நான்கு வேதிக்கூறுகளின் வரிசையும் எண்ணிக்கையும் உயிரினத்திற்கு உயிரினம் வேறுபடும். ஏன் ஒரே உயிரினத்திற்குள்ளேயே (உ-ம் ஒரு மனிதருக்கும் மற்றொரு மனிதருக்கும்) மிகச் சிறிய அளவில் வேறுபாடு இருக்கும்.

மரபுப் பொறியியல் (Genetic Engineering)

மரபு அலகுகள் (units of heredity) மற்றும் DNA கட்டமைப்பு குறித்த இரு அறிவியல் தத்துவங்களும் உயிரியல் தொழில்நுட்பத்தை அடுத்தக் கட்டத்திற்கு எடுத்துச் சென்றன எனக் கூறலாம். இதை அடிப்படையாகக் கொண்டே மரபணுவை ஒரு உயிரியிலிருந்து மற்றொரு உயிரிக்கு மாற்றம் செய்யும் ரீகாம்பினண்ட் டிஎன்ஏ தொழில்நுட்பம் (Recombinant DNA technology) கண்டுபிடிக்கப்பட்டது. மரபுப் பொறியியலுக்கு இந்த நுட்பம்தான் அச்சாணி. இதனைக் கண்டறிந்தவர்கள் ஸ்டான்லி கோஹன் மற்றும் ஹெர்பெர்ட் போயர் என்னும் விஞ்ஞானிகள். தற்பொழுதைய உயிரியல் விஞ்ஞானிகள் நடத்தும் மாயாஜால வித்தைகளுக்கு இந்த நுட்பம் ஒரு மிக முக்கிய ஆயுதம். இதன் மூலம் ஒரு உயிரியை

அதற்குச் சம்பந்தமே இல்லாத மற்றொரு பொருளை உற்பத்தி செய்ய வைக்க முடியும்.

உதாரணத்திற்கு, சர்க்கரை நோயைக் கட்டுப்படுத்த உதவும் ஒரு மருந்து இன்சுலின் என்பதனை நாமனைவரும் அறிவோம். **1980**-க்கு முன்பு இதனை மருந்து தயாரிக்கும் நிறுவனங்கள் மாடு அல்லது பன்றியின் கணையத்திலிருந்து பிரித்தெடுத்துத் தயார் செய்து வந்தனர். இந்த முறையில் மிகவும் சொற்ப அளவிலேயே இன்சுலின் தயாரிக்க முடிந்தது. நோயாளிகளுக்குத் தேவையான அளவு தயாரிக்க முடியாததுடன், உயிர் வதை, மிகப் பெரும் தயாரிப்புச் செலவு, தயாரிக்க ஆகும் காலத்தில் நீண்ட தொய்வு ஆகிய பிரச்சினைகள் இருந்து வந்தன.

ஆனால் இந்த ரீகாம்பினண்ட் டிஎன்ஏ தொழில்நுட்பத்தின் மூலம் மாடு அல்லது பன்றியின் இன்சுலின் மரபணுவை மட்டும் எடுத்து அதனை பாக்டீரியாவின் மரபணுத் தொகுப்புக்குள் ஒட்டி பாக்டீரியாக்களை இன்சுலின் சுரக்க வைக்க முடிந்தது. இதன் மூலம் மிகஅதிக அளவிலான இன்சுலினை மிக எளிதாக எந்தவித உயிர்வதையும் இன்றி, குறைந்த செலவில், குறைந்த கால அளவில் தயாரிக்கும் வாய்ப்பு உருவானது.

தற்போதைய காலக்கட்டத்தில் இது போன்ற ஏராளமான பொருட்கள் இந்த நுட்பத்தின் மூலம் தயாரிக்கப்பட்டுச் சந்தையில் விற்பனைக்கு வந்துள்ளன. அவற்றை பற்றித் தெரிந்து கொள்வதற்குமுன் உயிரியல் தொழில்நுட்பத்தின் முக்கியமான சில அடிப்படை அறிவியல் கருத்துக்களைப் பற்றி சற்று விளக்கமாக பார்ப்போம்.

அறிவியல் அடிப்படைகள்

தூக்கம் இனிமையான விஷயம். அதுவும் டிசம்பர் மாத அதிகாலையில் அடிக்கும் அலாரத்தை அடித்து அணைத்துவிட்டு இழுத்துப் போர்த்திக் கொண்டு மீண்டும் தூங்குவது, ம்ம்ம்... அது ஒரு தனி சுகம். ஆனால் அளவுக்கு மிஞ்சினால் அமிர்தமும் நஞ்சு என்பதுபோல, ஒரு அளவுக்கு மேலே தூங்கினால் நமது பிழைப்பும் கெட்டுவிடும். நமது உடல் ஆரோக்கியமும் உருக்குலைந்துவிடும். அதுபோலத் தான் உணவும். தூக்கத்தையும், ருசியான உணவுகளையும் அனுபவிக்கும் அதே நேரத்தில் நமது உடலை வருத்தி அவ்வப்போது உடற்பயிற்சியும் செய்து வருவது முக்கியம் இல்லையா?

எதற்கு இது இங்கு? ஒன்றும் இல்லை. இந்த அத்தியாயம் நமக்கு உடற்பயிற்சி அத்தியாயம். இல்லை, மூளைப் பயிற்சி அத்தியாயம். சிறிது மெனக்கெட்டு கீழே உள்ளவற்றை படித்துவிடுங்கள். படிக்கும்போது சற்று கற்பனைக் குதிரையையும் தட்டிவிடுங்கள். ஒரு கட்டிடத்தின் உறுதிக்கு அடித்தளம் முக்கியம் என்பது போல, இந்தப் புத்தகத்தினைப் புரிந்து கொள்வதற்கு உயிரியல் துறை சார்ந்த சில அடிப்படை விஷயங்களைத் தெரிந்து கொள்வது முக்கியம்.

ஜீன் அல்லது மரபணு

மனிதர்களுக்குள் ஏன் இத்தனை வேறுபாடு? ஒருவர் போல இன்னொருவர் இல்லையே ஏன்? நமது நிறத்தில், உயரத்தில், திறமையில், குரலில் ஆரம்பித்து உணவு செரிக்கும் திறன், நோய் தாக்குதலுக்கு உள்ளாகும் தன்மை வரை நாம் ஒவ்வொருவரும் மற்றொருவரிடமிருந்து வெகு நிச்சயமாய் வேறுபடுகிறோம். இந்த வேறுபாடுகளுக்கெல்லாம் மிக முக்கிய காரணம் ஜீன்கள் அல்லது மரபணுக்கள் தாம்.

மனிதர்கள் மட்டுமல்ல... உலகில் உள்ள அனைத்து உயிரிகளின் தன்மைக்கும் இந்த மரபணுக்கள் தாம் காரணம். தக்காளி சிவப்பாக இருப்பதற்கும் இந்த மரபணுதான் காரணம், ஒட்டகச்சிவிங்கி உயரமாக இருப்பதற்கும் இந்த மரபணுதான் காரணம். அப்படியானால் தக்காளியின் சிவப்பு நிறத்திற்குக் காரணமான மரபணுவை நீக்கிவிட்டு வேறு நிறத்திற்கு காரணமான ஒரு புதிய மரபணுவை புகுத்தினால், அந்தப் புதிய நிறத்தில் தக்காளியைக் காய்க்க வைக்க முடியுமா? கண்டிப்பாக முடியும். அது எப்படி என்பதைத் தான் இந்தப் புத்தகம் விளக்கப் போகிறது.

இதற்கிடையே நீங்கள் மனதில் நினைப்பது புரிகிறது. தக்காளியைச் சிவப்பு நிறத்திற்கு பதிலாக வேறு ஒரு நிறத்தில் காய்க்க வைப்பதால் என்ன பலன்? பலன் இருக்கலாம் அல்லது ஒரு பலனும் இல்லாமல் இருக்கலாம். நிறத்தை மாற்றுவது என்பது ஒரு சிறு விஷயம்தான். எளிமையாகப் புரிய வேண்டும் என்பதற்காகக் கூறப்பட்ட உதாரணம். ஆனால், இந்த மரபுப் பொறியியலைப் பயன்படுத்தித் தக்காளியை ஒரு வைரஸின் புரதத்தை உற்பத்தி செய்ய வைத்து அதனை தடுப்பூசியாகக் கூட மாற்ற முடியும். எவ்வாறு இந்த அதிசயங்கள் நடத்தப்படுகின்றன என்பதற்கு முன் அப்படி இந்த மரபணுக்களில் என்னதான் உள்ளது என்பதை நாம் தெரிந்துக் கொள்ள வேண்டும்.

மனிதன் மட்டுமல்ல... இவ்வுலகில் உள்ள அனைத்து உயிரிகளும் அடிப்படையில் 'செல்'லால் ஆனவை. செல் என்றால் என்ன? ஒரு உயிரின் அடிப்படை அலகு. புரியும்படி சொல்லவேண்டுமானல் எந்த ஒரு உயிரியும் ஒன்று அல்லது ஒன்றுக்கு மேற்பட்ட செல்களால் ஆனவை. ஒரு செல்

உயிரியும் உண்டு. பல கோடிக்கணக்கான செல்களால் ஆன உயிரிகளும் உண்டு. ஒரு கட்டிடத்திற்குச் செங்கல் எப்படி அடிப்படையோ, அப்படி வைத்துக் கொள்ளலாம். பல ஆயிரக்கணக்கான செங்கற்களை வைத்து எப்படி ஒரு கட்டிடம் கட்டப்படுகின்றதோ அவ்வாறே ஒன்று அல்லது பல கோடிக்கணக்கான செல்களைக் கொண்டு ஒரு உயிரி படைக்கப்பட்டுள்ளது.

நம் தோலையோ அல்லது ஒரு தாவரத்தின் இலையையோ நுண்ணோக்கி வழியாகக் காணும்போது செல்கள் தெளிவாகத் தெரியும். நமது உடலின் ஒவ்வொரு உறுப்பும் பல செல்களால் ஆனவை என்பதை மட்டும் தற்போது தெரிந்து கொண்டால் போதும்.

எப்படி நமது உடலில் பல உறுப்புகள் உள்ளனவோ அதே போல இந்த செல்லிற்குள்ளும் பல்வேறு உறுப்புகள் (intracellular organelles) உள்ளன. அவை ஒவ்வொன்றிற்கும் பல்வேறு பணிகள் உண்டு. ஆனால் நாம் முக்கியமாக இங்கு தெரிந்து கொள்ள வேண்டியது நியூக்ளியஸ் எனப்படும் ஒரு உறுப்பினைப் பற்றித்தான்.

இந்த நியூக்ளியஸிற்குள்தான் நமது மரபணுத் தொகுப்பு உள்ளது. மரபணுத் தொகுப்பு என்பது ஒரு உயிரியின் மரபு தொடர்பான அனைத்து விதமான குறிப்புகளையும் உள்ளடக்கிய ஒரு தொகுப்பு.

இந்த மரபணுத் தொகுப்பிற்குள் பல ஆயிரக்கணக்கான மரபணுக்கள் (Genes) உள்ளன. ஒன்று அல்லது அதற்கு மேற்பட்ட மரபணுக்கள் சேர்ந்து நமது ஒரு பண்பிற்குக் காரணமாக இருக்கலாம். உதாரணமாக நமது தோல் நிறத்திற்கு, கண் கருவிழியின் நிறத்திற்கு, நமது தலைமுடியின் தன்மைக்கு, உயரத்திற்கு என ஒவ்வொரு குணத்திற்கும், பண்பிற்கும் ஒன்றோ அல்லது ஒன்றிற்கு மேற்பட்ட மரபணுக்களோ காரணமாக இருக்கும்.

மரபணு எவ்வாறு இருக்கும்?

மரபணு என்பது டிஎன்ஏ-வால் ஆனது (ஒரு நாற்காலி மரத்தினால் ஆனது என்பது போல). இந்த டிஎன்ஏ-வைக்

கட்டமைப்பது நான்கு வகையான வேதியியல் மூலக்கூறுகள். அவை அடினைன், சைடோசைன், குயானைன் மற்றும் தைமின். சுருக்கமாக A,G,T,C. இவற்றை ஆங்கிலத்தில் பேஸ் (base or bases) எனக் கூறுவர். சில மரபணுக்கள் சில நூறு பேஸ்-களை கொண்டிருக்கும். வேறு சில மரபணுக்களோ இலட்சக்கணக்கான பேஸ்-களால் உருவாக்கப்பட்டிருக்கும். ஆனால் அவை அனைத்தும் A,G,T,C ஆகிய நான்கு வகை பேஸ்களை மட்டுமே கொண்டிருக்கும். என்ன வித்தியாசம் என்றால் இந்த பேஸ்களின் எண்ணிக்கையும் அவை அமைந்திருக்கும் வரிசையும் ஒவ்வொரு மரபணுவிற்கும் மாறுபடும்.

உதாரணத்திற்குக் கற்பனையான இரண்டு மரபணுக்களை எடுத்துக்கொள்வோம். மரபணு ஒன்று 9 பேஸ்களை கொண்டிருப்பதாகவும் மரபணு இரண்டு 12 பேஸ்களைக் கொண்டிருப்பதாகவும் கொள்வோம். அவை கீழ்க்கண்டவாறு இருக்கலாம்.

மரபணு ஒன்று: ATGTGCTAA

மரபணு இரண்டு: ATGCTCGTATGC

இவை உதாரணங்கள்தான். எளிமையாகப் புரிந்து கொள்வதற்காக 9, 12 என்று கூறியுள்ளேன். உண்மையில் இவ்வளவு சிறிய எண்ணிக்கையில் ஒரு மரபணு இருக்காது.

எடுத்துக்காட்டாக DMD எனப்படும் ஒரு மரபணு. இது டிஸ்ட்ரோஃபின் எனும் ஒரு வகையான புரதத்தை (Protein) உற்பத்தி செய்வதற்கான குறிப்பைக் கொண்டிருக்கும். மனித உடலில் இருக்கும் மரபணுக்களிலேயே இதுதான் மிகப் பெரியது. கிட்டத்தட்ட 22 இலட்சத்திற்கும் மேற்பட்ட பேஸ்களால் ஆனது. இந்த டிஸ்ட்ரோஃபின் புரதம் நமது தசைகளின் வளர்ச்சிக்கும் செயலுக்கும் மிக முக்கியம். இந்தப் புரதம் சரியாக இல்லாவிட்டால் தசைகள் வலுவிழந்துவிடும். எப்பொழுது இந்த புரதம் செயலிழக்கும்? இந்த புரதத்தை குறிக்கும் மரபணுவில் ஏதேனும் பிறழ்வு (mutation) ஏற்பட்டால் இந்த புரதம் சரியாக உற்பத்தி செய்யப்படாது. பிறப்பிலேயே இந்த மரபணுவில் பிழைகளுடன் பிறக்கும் குழந்தைகளுக்கு

ஏற்படுவதுதான் Duchenne Muscular Dystrophy எனப்படும் துச்சேன் தசைச்சிதைவு நோய்.

மனித உடலில் உள்ள ஒவ்வொரு செல்லிலும் உள்ள மரபணுத் தொகுப்பில் 50,000 முதல் 1,00,000 வரையில் மரபணுக்கள் இருக்கும். மனிதர்களைப் பொறுத்தவரை இந்த மரபணுத் தொகுப்பானது 46 கூறுகளாகப் பகுக்கப்பட்டிருக்கும். இவை குரோமோசோம்கள் எனப்படும். இந்த குரோமோசோம்கள் எப்பொழுதும் இணைகளாகவே இருக்கும். அதாவது 23 இணைகள். முதல் 22 இணையில், ஒவ்வொரு இணையிலும் உள்ள குரோமோசோம்கள் இரண்டும் கிட்டதட்ட ஒன்று போலவே இருக்கும். ஆனால் 23 ஆவது இணை குரோமோசோம் ஆண்களுக்கு ஒரு மாதிரியாகவும் பெண்களுக்கு வேறு மாதிரியாகவும் இருக்கும். இந்த 23 ஆவது இணையில் ஆண்களுக்கு ஒன்று x குரோமோசோம் மற்றொன்று y குரோமோசோம். பெண்களுக்கு இரண்டும் x குரோமோசோம்.

சரி... இந்த மரபணு எவ்வாறு ஒரு பண்பிற்கு காரணமாக முடியும் என்பதை இப்பொழுது பார்ப்போம். எந்த ஒரு மரபணுவும் மூன்றின் மடங்கில் வரும் எண்ணிக்கையில் மட்டுமே 'பேஸ்'களைக் கொண்டிருக்கும். மேலே கூறியுள்ள இரண்டு உதாரணங்களைப் போல அவை 9, 12 அல்லது 120. ஏன் மூன்று? மூன்று பேஸ்கள் சேர்ந்து ஒரு கோடான் (codon) எனப்படும். கோடான் என்பது அமினோ அமிலம் (amino acid) எனப்படும் புரதத்தை உற்பத்தி செய்வதற்குத் தேவையான அடிப்படைக் கட்டுமான வேதிப் பொருளுக்கான குறியீடு.

உதாரணமாக, ATG என ஒரு கோடான் இருந்தால் அது மெதியோனின் (Methionine) எனப்படும் ஒரு அமினோ அமிலத்திற்கான குறியீடு. இது போல 20 அமினோ அமிலத்திற்கான கோடான்கள் உள்ளன. இந்த அமினோ அமிலங்களின் வரிசை முறை ஒவ்வொரு புரதத்திற்கும் வேறுபடும். மறுபடியும் மேலே குறிப்பிட்டுள்ள இரண்டு கற்பனை மரபணுக்களையே எடுத்துக் கொள்வோம். அவற்றை மூன்று மூன்றாக கீழே உள்ளவாறு பிரித்து எழுதிக் கொள்வோம் (எளிதில் புரிவதற்காக).

மரபணு ஒன்று: ATG TGC TAA

இதன் அமினோ அமில வரிசை மெதியோனீன் ஸிஸ்டீன் என இருக்கும். அதாவது ATG மெதியோனீனையும் TGC ஸிஸ்டீனையும் குறிக்கும். கடைசியில் உள்ள TAA எந்த அமினோ அமிலத்தையும் குறிக்காது. அதற்கு 'நிறுத்தக் கோடான் (stop codon)' என்று பெயர். TAA போல TAG, TGA என மேலும் இரண்டு நிறுத்தக் கோடான்கள் உண்டு. இந்த நிறுத்தக் கோடான்களின் பணி ஒரு புரதத்தின் நீளத்தை தீர்மானிப்பது என்பதை மட்டும் இப்பொழுது தெரிந்து கொள்வோம்.

மரபணு இரண்டு: ATG CTC GTA TGA

இந்த அமினோ அமில வரிசை மெதியோனீன், லூஸீன், வேலீன் என இருக்கும்.

இவற்றை உற்று நோக்கினால் முதல் அமினோ அமிலம் எப்பொழுதுமே மெதியோனீனாக மட்டுமே இருப்பதைக் காணலாம். இந்த அமினோ அமிலங்களின் வரிசையையும் மற்றும் எண்ணிக்கையையும் பொறுத்து ஒரு புரதத்தின் வடிவமும் (Structure) பண்பும் (function) மாறும். நமது கோடான்களால் 20 அமினோ அமிலங்களைக் குறிக்க முடியும். இந்த அமினோ அமிலங்களை அவற்றின் எண்ணிக்கையையும் வரிசையையும் மாற்றி அமைப்பதன் மூலம் நமது மரபணுத் தொகுப்பால் இலட்சக்கணக்கான புரத வகைகளை உருவாக்க முடியும். ஒவ்வொரு புரதத்திற்கும் ஒரு பணி என்றாலும் கூட நமது மரபணுவினால் எத்தனை சிக்கலான புரதக் குவியல்களை உற்பத்தி செய்ய முடியும் என்பதைக் கற்பனை செய்து பாருங்கள்.

மேலே கூறியுள்ள கருத்துக்களை கிரகித்து கொள்ள கடினமாக இருந்தால், இந்த ஒரு பத்தியை மட்டும் நினைவில் நிறுத்திக் கொள்ளுங்கள். எளிமையாக கூறுவதானால், நம் உடல் செல்களால் ஆனது. ஒவ்வொரு செல்லிற்குள்ளும் மரபணுத் தொகுப்பு உள்ளது. இதனுள் ஆயிரக்கணக்கான மரபணுக்கள் உள்ளன. ஒவ்வொரு மரபணுவும் ஒன்று அல்லது அதற்கும் மேற்பட்ட புரதங்களை உற்பத்தி செய்வதற்கான குறிப்புகளைக்

(instructions) கொண்டிருக்கும். ஒவ்வொரு புரதமும் நமது உடலில் உள்ள ஏதோவொரு பண்பிற்குக் காரணமாக உள்ளது. எனது கண்ணின் கருவிழி கருமையாக இருக்க காரணம் ஒரு புரதம் எனில், எனது நண்பனின் கண்ணின் கருவிழி நீல நிறத்தில் இருக்க அவனிடம் இருக்கும் அதே புரதத்தில் உள்ள மிகச்சிறிய வேறுபாடு காரணமாக இருக்கும்.

ஒரு கொசுறுச் செய்தி: டிஎன்ஏ (DNA)-விற்கும் புரதத்திற்கும் இடையில் ஆர்என்ஏ (RNA) என்னும் ஒரு இடைத்தரகர் ஒருவர் உண்டு. அவரைப் பற்றி இங்கு பேசினால், குழப்பமாகிவிடும் என்பதால் இன்னொரு சமயத்தில் அவரைப் பார்த்துக் கொள்வோம்.

மற்றுமொரு முக்கியமான விஷயம். புரதம் என்றால் ஹார்லிக்ஸ் அல்லது காம்ப்ளான் விளம்பரத்தில் குறிப்பிடப்படும் புரதத்தை நினைத்துக் கொண்டு விடாதீர்கள். அதுவும் புரதம்தான். ஆனால் புரதத்திற்கு அதையும் தாண்டிப் பல்வேறு பணிகள், பயன்கள் உண்டு. அடுத்த அத்தியாயத்தில் இந்தப் புரதங்களைக் குறித்தும் அவற்றின் பயன் குறித்தும் அவை எவ்வாறு ஒரு உயிரியின் செயல்பாடுகளுக்கு முக்கியக் காரணியாக இருக்கின்றன என்பது குறித்தும் சற்று விரிவாகப் பார்த்துவிடுவோம்.

மரபணுக்கள் புரதங்கள் உற்பத்திக்கு மூலகாரணமாக இருக்கின்றன என்பது சரி. ஏன் மரபணுக்கள் புரதங்களை உற்பத்தி செய்வதற்கான குறிப்புகளை மட்டும் கொண்டிருக்க வேண்டும்? ஏன் கார்போஹைட்ரேட் எனப்படும் சர்க்கரையையோ அல்லது கொழுப்பினையோ உற்பத்தி செய்வதற்கான குறிப்புகளைக் கொண்டிருக்கவில்லை? புரதத்திற்கு மட்டும் அப்படி என்ன முக்கியத்துவம்? இந்தக் கேள்விகளுக்கு விடை அறிய நாம் முதலில் புரதங்களின் செயல்பாடுகளைப் (Functions) பற்றியும் அதன் கட்டமைப்பைப் (Structure) பற்றியும் அறிந்து கொள்ள வேண்டும்.

நமது உடலில் நடைபெறும் அனைத்து உயிரியல் இயக்கங்களும் புரதங்களைச் சார்ந்தே உள்ளன. இது நமக்கு மட்டுமல்ல, இப்புவியில் வாழும் அனைத்து உயிரினங்களுக்கும் பொருந்தும். எனவேதான் புரதங்களை உயிரினங்களின் 'வேலைக் குதிரை' (workhorse of all living organisms) என்று கூறுகின்றனர். நாம்

உண்ணும் உணவை வயிற்றிலிருந்து கல்லீரலுக்கு எடுத்துச் செல்வது, செரிக்க வைப்பது (digestion), உணவை ஆற்றலாக (energy) மாற்றுவது, ஒரு பொருளை ஒரு செல்லிலிருந்து மற்றொரு செல்லிற்கு எடுத்துச் செல்வது, ஹார்மோன்கள் கட்டமைப்பு, ஆண்டிபாடீஸ் எனப்படும் நோய் எதிர்ப்பு அணுக்களின் கட்டமைப்பு மற்றும் உற்பத்தி, நாம் சுவாசிக்கும் ஆக்ஸிஜனை உடலின் அனைத்து செல்களுக்கும் எடுத்துச் செல்வது, உடலுக்குத் தேவையான எலும்பு போன்ற கட்டமைப்புகளை உருவாக்குவது, உடலிலிருந்து கழிவுகளை அகற்றுவது எனப் பல தேவைகளுக்கும் நமது உடல் புரதங்களையேச் சார்ந்துள்ளது.

அமினோ அமிலங்கள் ஒன்று சேர்ந்து ஒரு புரதத்தை உருவாக்குகின்றன என்றும் இந்த அமினோ அமிலங்களின் வரிசை ஒவ்வொரு புரதத்திற்கும் வேறுபடும் என்பதையும் நாம் அறிவோம். இதில் மற்றுமொரு முக்கியமான, கவனத்தில் கொள்ளவேண்டிய விஷயம் புரதங்களின் முப்பரிமாணக் கட்டமைப்பு. இந்த முப்பரிமாணக் கட்டமைப்புதான் ஒரு புரதத்தின் வேலையைத் தீர்மானிக்கின்றது. ஒவ்வொரு புரதமும் வெவ்வேறு அமினோ அமில வரிசையைக் கொண்டிருப்பதால் அதன் முப்பரிமாணக் கட்டமைப்பும் புரதத்திற்குப் புரதம் மாறுபடும்.

இந்த முப்பரிமாணக கட்டமைப்பு எவ்வாறு ஒரு புரதத்திற்கு உறுதுணையாக இருக்கின்றது என்பதைப் புரிந்து கொள்ள உதாரணம் ஒன்றினைப் பார்த்து விடுவோம்.

கடிகாரத்தில் நிறையப் பற்கள் உடைய சக்கரம் போன்ற கியர் (பற்சக்கரம்) எனப்படும் பகுதியினை நாம் பார்த்திருப்போம். அந்த பற்களின் அமைப்பினைப் பொருத்து ஒரு கியர் மற்றொரு கியருடன் பொருந்தி ஒன்று மற்றொன்றினை சுழல அல்லது இயங்க வைக்கும். இது ஒரு சங்கிலித் தொடர் போலத் தொடர்ந்து முடிவில் கடிகார முற்கள் நகரும். நகர்வது மட்டுமல்ல, நொடி முள், நிமிட முள் மற்றும் மணி முள், நாள் கிழமையைக் குறிக்கும் அம்சங்கள் என அனைத்தும் ஒரு ஒத்திசைவோடு செல்லும். கிட்டத்திட்ட அதுபோல ஒரு செயல் அம்சம் இந்தப் புரதங்களுக்கும் உண்டு. என்ன ஒரு

வித்தியாசம்… புரதங்களுக்கு நிறையப் பற்கள் இருக்காது. ஒன்றிரண்டுதான். அதனை ஆக்டிவ் சைட் அல்லது பைண்டிங் சைட் எனக் கூறுவர்.

ஒரு புரதத்தின் முப்பரிமாண அமைப்பு அந்த புரதத்தின் ஆக்டிவ் சைட் அல்லது பைண்டிங் சைட் எவ்வாறு இருக்கும் என்பதினைத் தீர்மானிக்கும். முப்பரிமாண அமைப்பு என்றவுடன் பயந்துவிட வேண்டாம். ஒரு காபி குடிக்கும் கோப்பையை ஒரு தாளில் ஓவியமாக வரைந்து பார்த்தால் அது இரு பரிமாணம். அதே காபி கோப்பை நம் கையில் அல்லது மேஜையில் நேரடியாகப் பார்த்தால் அது முப்பரிமாணமாகத் தெரியுமில்லையா? அது போல உண்மையில் புரதம் முப்பரிமாண அமைப்பினைக் கொண்டிருக்கும். நாம் செங்கற்களை எவ்வாறு அடுக்குகின்றோம் என்பதைப் பொறுத்து ஒவ்வொரு கட்டிடத்தின் வடிவமைப்பும் மாறுபடுவதில்லையா? அதுபோலத் தான் இந்த புரதங்களும். இந்த அமினோ அமிலங்களின் வரிசையைப் பொறுத்து இந்தப் புரதங்களின் கட்டமைப்பு மாறுபடும். இந்த கட்டமைப்பு அதன் ஆக்டிவ் சைட் அல்லது பைண்டிங் சைட் எந்த இடத்தில் எந்த வடிவத்தில் இருக்கும் என்பதைத் தீர்மானிக்கும். இந்த சைட்-கள் மிகுந்த தனித்துவமிக்கவை. ஒரு புரதத்திற்கு உள்ளதைப் போன்று மற்றொரு புரதத்திற்கு இருக்காது. மேலே கூறிய கடிகாரத்தின் கியர்களைப் போன்று ஒரு புரதத்தின் 'சைட்' ஒருசில குறிப்பிட்ட மூலக்கூறுகளோடு மட்டுமே சேரும். அவ்வாறு புரதங்கள் சேரும் மூலக்கூறு லிகண்ட் (ligand) என அழைக்கப்படும். இந்த புரதம்-லிகண்ட் இணை ஒரு புதிய வேலையைச் செய்யும் அல்லது ஒரு புதியப் பொருளை உருவாக்கும் அல்லது ஒன்று மற்றொன்றினை இயக்கும்.

நிற்க. இந்த உயிரியல் தொழில்நுட்ப விஞ்ஞானிகளின் வேலையே மரபணுக்களை மாற்றி வைப்பதன் மூலம் சரியான இடத்தில் சரியான நேரத்தில் சரியான புரதத்தினை உற்பத்தி செய்ய வைப்பதுதான். இவ்வாறு புதிய புரதங்களைத் தேவையான இடத்தில் உற்பத்தி செய்ய வைப்பதன் மூலம் நமக்குத் தேவையான உயிரியல் தேவைகளைப் பூர்த்தி செய்து கொள்ள முடியும்.

இதை ஓர் உதாரணத்துடன் பார்த்தால் எளிமையாகப் புரியும். ஒருவருக்கு சர்க்கரை நோய். அதாவது அவரது செல்களால் (கணையம் எனப்படும் உறுப்புகளில் உள்ள செல்களால்) இன்சுலின் எனப்படும் இரத்தத்தில் சர்க்கரையின் அளவினை கட்டுப்படுத்தும் நொதியைச் (நொதிகளும் - enzymes - ஒரு வகையான புரதமே) சரிவர சுரக்க இயலாது. எனவே இவர்களுக்கு இன்சுலினைத் தனியாகத் தயாரித்துத்தான் கொடுக்க வேண்டும். எங்கிருந்து நாம் இந்த இன்சுலினைப் பெறுவது? இன்சுலின் என்ற புரதத்தின் உற்பத்தி செய்வதற்குத் தேவையான குறிப்புகளைக் கொண்டுள்ள மரபணுவை பாக்டீரியாவினுள் செலுத்தி, அந்த பாக்டீரியாவை இன்சுலினைச் சுரக்க செய்து அந்த இன்சுலினை நோயாளிக்குச் செலுத்தி நோயாளியின் இரத்தத்தில் உள்ள சர்க்கரையின் அளவினை கட்டுப்படுத்த முடியும். இப்பொழுது புரிகிறதா, உயிரியல் தொழில்நுட்பம் மூலம் நமக்குத் தேவையான புரதங்களைத் தேவையான இடத்தில் உற்பத்தி செய்வது என்றால் என்ன என்பது?

உயிரியல் தொழில்நுட்பத்தில் பாக்டீரியாக்களின் முக்கியத்துவம்

அது சரி, ஏன் பாக்டீரியா? ஏன் ஒரு விலங்கினையோ அல்லது தாவரத்தையோ பயன்படுத்தித் தயாரிக்கக்கூடாது? அல்லது நேரடியாக பாதிக்கப்பட்ட நோயாளிக்கே இந்த மரபணுவை செலுத்தி அவர்களையே இந்த இன்சுலினை சுரக்கச் செய்யக்கூடாது?

அறிவியல் ஆராய்ச்சியில் சில குறிப்பிட்ட உயிரினங்கள் மட்டும் பெரும்பான்மையாகப் பயன்படுத்தப்படுவதற்கு சில காரணங்கள் உண்டு. மருந்துகள் பற்றிய ஆராய்ச்சியின்போது சில வகையான எலிகளுக்கும், குரங்குகளுக்கும் மருந்துகளைக் கொடுத்து ஆய்வு செய்வதற்கும், உயிரியல் தொழில்நுட்பத்துறையில் பாக்டீரியாக்களைப் பயன்படுத்தி புரதங்களை உற்பத்தி செய்வதற்கும் அப்படியான காரணங்கள் உண்டு. உதாரணத்திற்கு, மேலே குறிப்பிட்ட இன்சுலினையே எடுத்துக் கொள்வோம். நமது நாட்டில் இந்த இன்சுலின் தேவைப்படுவோர்களின் எண்ணிக்கை கோடிகளில் இருக்கும். எனவே நோயாளிகள் அனைவருக்கும் பயன்படும் வகையில்

நாம் இன்சுலினை போதுமான அளவிற்கு உற்பத்தி செய்ய வேண்டும்.

பாக்டீரியாக்கள் அளவில் சிறியவையாக இருந்தாலும் அவை மிக வேகமாக பல்கிப் பெருகும் தன்மை கொண்டவை. பொதுவாக ஒரு பாக்டீரியா இரண்டு பாக்டீரியாவாக மாறுவதற்கு இருபது முதல் முப்பது நிமிடங்களே போதுமானது. அதாவது சில மணி நேரங்களில் ஒரு சின்ன கண்ணாடிக் குடுவையில் கோடிக்கணக்கான பாக்டீரியாக்களை நாம் வளர்த்துவிட முடியும். ஒவ்வொரு பாக்டீரியாவும் ஒரு நாளைக்கு ஒருசில துளிகள் இன்சுலினை உற்பத்தி செய்வதாக வைத்துக் கொண்டாலும் கூட ஒரே ஒரு அறைக்குள் பல பெரிய கலன்களைக் கொண்டு (Fermentation containers) பல ஆயிரக்கணக்கான லிட்டர் இன்சுலினை உற்பத்தி செய்து இலட்சக்கணக்கானோர் பலன் பெறும்படி செய்துவிட முடியும்.

இதையே வேறு ஒரு உயிரியைக் கொண்டு உற்பத்தி செய்வதைக் கற்பனை செய்து பாருங்கள். உதாரணத்திற்கு ஒரு வாழை மரத்தில் வாழைப்பழத்தில் இன்சுலினை உற்பத்தி செய்ய வைப்பதாக கற்பனை செய்துக்கொள்வோம். ஒரு வாழை மரம் வளர்ந்து காய்த்து, அறுவடை செய்ய எவ்வளவு நாட்கள் ஆகும்? வாழைப்பழத்திலிருந்து இன்சுலினைப் பிரித்தெடுக்க எவ்வளவு சிரமங்கள் உள்ளன? மேலும் பல இலட்சக்கணக்கான மக்களுக்குத் தேவைப்படும் அளவுக்கு வாழையை வளர்க்க எவ்வளவு ஏக்கர் நிலம் தேவைப்படும்? அவ்வாறு வாழையை வளர்த்தாலும் அது ஒரு உணவுப் பயிர். வளர்க்கும் வாழைகள் அனைத்தையும் அல்லது ஒரு பெரும் பகுதியை இன்சுலின் உற்பத்தி செய்வதற்கே பயன்படுத்திக் கொண்டால், வாழை விவசாயத்தைச் சார்ந்திருக்கும் மற்ற தொழில்கள் பாதிக்கப்படுமா இல்லையா? இதுபோன்ற சிக்கல்கள் பாக்டீரியாக்களைப் பயன்படுத்தும் போது இல்லை.

இதைத்தவிர வேறு சில காரணங்களும் உண்டு. பாக்டீரியாக்களைக் கையாளுவது மிக எளிது. அவை வேற்று உயிரியின் மரபணுக்களை இலகுவாக ஏற்றுக்கொள்ளும். ஆனால் வாழையிலோ அல்லது வேறு தாவரங்களிலோ வேற்று உயிரியின் மரபணுக்களைப் புகுத்துவது (cloning) அவ்வளவு

எளிதான காரியமல்ல. மேலும், ஒரு சில பாக்டீரியாக்கள் சுரக்கும் புரதங்களைச் செல்லிலிருந்து வெளியேற்றும் தன்மை கொண்டவை. அவ்வாறு வெளியேற்றப்பட்ட புரதங்களை மற்ற இதர மாசுக்களிலிருந்து பிரித்தெடுப்பது மிக எளிது. இது போன்ற காரணங்களினால்தான் பாக்டீரியாக்கள் க்ளோனிங் முறைக்கு அதிகம் பயன்படுத்தப்படுகின்றன.

இவ்வாறு நமக்குத் தேவையான இன்சுலினை மற்ற உயிரிகளை சுரக்க வைத்து நம் தேவைக்குப் பயன்படுத்துவதில் உள்ள முக்கிய அனுகூலம், நமக்குத் தேவையான பொருள் உடனடியாக கிடைத்துவிடும். உதாரணத்திற்கு, உங்களுக்கு இன்சுலின் தேவை என மருத்துவர் தீர்மானித்தால் அவர் உடனடியாக ஏற்கனவே தயாரித்து குப்பியில் அடைக்கப்பட்டிருக்கும் மருந்தினை ஒரு ஊசி மூலம் உங்களுக்குச் செலுத்திவிட முடியும்.

ஆனால் இந்த முறையில் ஒரு சிக்கல் உண்டு. இதன் மூலம் நோயைக் கட்டுப்படுத்தலாமே ஒழிய குணப்படுத்த முடியாது. உங்களுக்குத் தேவைப்படும் பொழுதெல்லாம் இன்சுலினை ஊசி மூலம் செலுத்த வேண்டி இருக்கும். இவ்வாறு காலம் முழுக்க இன்சுலின் எடுத்துக் கொள்ள வேண்டி இருக்கும். இதற்குப் பெயர் நோய் மேலாண்மை. இந்த முறை நோயினால் உண்டாகும் பாதிப்பிலிருந்து தற்காலிகமாக உடலைப் பாதுகாக்குமே தவிர நோயைக் குணப்படுத்தாது.

ஜீனோம் எடிட்டிங் (Genome Editing)

அப்படியென்றால் நோயை முழுமையாகக் குணப்படுத்த என்ன செய்ய வேண்டும்? நோயாளியின் உடலே அதனை உற்பத்தி செய்ய வைக்க வேண்டும். இது உயிரியல் தொழில்நுட்பத்தின் அடுத்த கட்டம் எனலாம். இதற்கு மரபணுத் தொகுப்பு திருத்தம் அல்லது ஜீனோம் எடிட்டிங் (Genome editing) என்று பெயர். மனித உடல்களில் உள்ள செல்களில் புதிய மரபணுவைப் புகுத்துவது என்பது பாக்டீரியாவில் ஒரு புதிய மரபணுவைப் புகுத்துவது போல அவ்வளவு எளிதான காரியம் அல்ல. கரணம் தப்பினால் மரணம் என்பது போலானது.

இதற்கு முதல் காரணம், நமது உடலில் கோடிக்கணக்கான செல்கள் உள்ளன. சரியான செல்களில் மட்டுமே இந்த

இன்சுலின் சுரப்பிற்குக் காரணமான மரபணுவைப் புகுத்த வேண்டும். இரண்டாவது, மனித மரபணுத் தொகுப்பானது பாக்டீரியாவினுடையது போல எளிமையானது அல்ல. மிகச் சிக்கலானது. எனவே ஒரு புதிய மரபணுவை மனித மரபணுத் தொகுப்பில் ஒரு சரியான இடத்தில் பொருத்தி அதைச் சரியான நேரத்தில் வேலை செய்ய வைப்பது என்பது மிகச் சவாலானது. தவறான இடத்தில் பொருத்திவிட்டால் புற்றுநோய் போன்ற பிரச்சினைகள் வருவதற்கான வாய்ப்புகள் உண்டு.

இந்த அணுகுமுறையில் உள்ள மற்றுமொரு சிக்கல் நோயாளி ஒவ்வொருவருக்கும் தனித்தனியே இந்த மரபணுத் திருத்தம் செய்ய வேண்டும். அதற்கு ஆகும் நேரமும் செலவும் மிகமிக அதிகமாக இருக்கும். உதாரணத்திற்கு ஸ்பைனல் மஸ்குலர் அட்ரோஃபி (spinal muscular atrophy) என்ற நோய்க்குத் தேவையான மரபணு சிகிச்சைக்கு (gene therapy) கிட்டத்திட்ட **16** கோடி இந்திய ரூபாய் தேவைப்படும்.

பல மரபணு சம்பந்தமான நோய்கள் (genetic or hereditory diseases) மிகத் தனித்துவமானவை. அதாவது நோய் ஒன்றாக இருக்கும். ஆனால் அதற்குக் காரணமாகப் பல நூறு வகையான மரபணுப் பிறழ்வுகள் (mutations) இருக்கக்கூடும். உதாரணத்திற்குப் புற்று நோய். ஒருவருக்கு இருக்கும் மரபணுப் பிறழ்வு போலவே மற்றவருக்கும் இருக்கும் எனக் கூற முடியாது. எனவே ஒரே வகையான மரபணு மாற்றுச் சிகிச்சையினை அனைவருக்கும் கொடுக்க முடியாது. அவ்வாறு கொடுத்தாலும் அது நோயைக் குணப்படுத்தாது. மாறாக நோயின் அறிகுறிகளைத் தீவிரப்படுத்தவோ அல்லது வேறு ஒரு நோயினை வரவழைத்துவிடவோ செய்துவிடும். எனவே ஒவ்வொரு வகையான நோயாளிகளுக்கும் அவரது மரபணுத் தொகுப்பில் ஏற்பட்டுள்ள பிறழ்வுகளுக்கு ஏற்றாற்போலத் தனித்தனியாக மருந்துகளைத் (personalised medicines) தயாரிக்க வேண்டும். ஏற்கனவே குப்பியில் அடைக்கப்பட்ட இன்சுலின் மருந்தினைச் செலுத்துவதுபோல பலருக்கும் ஒரே மருந்தினை செலுத்த முடியாது. எனவேதான் இப்போதைக்கு பாக்டீரியாவினையே நாம் சார்ந்திருக்கின்றோம்.

மரபணுப் பிறழ்வு (Genetic Mutations)

இந்தப் புத்தகத்தில் இதுவரை பல இடங்களில் மரபணுப் பிறழ்வு பற்றி ஆங்காங்கே பேசியிருக்கின்றோம். மரபணுப் பிறழ்வு என்றால் என்ன, மரபணுப் பிறழ்வு எவ்வாறு நோய்க்கு அல்லது ஒரு சிறந்த பண்பிற்குக் காரணமாகின்றது?

ஏற்கனவே ஒரு மரபணு எப்படி இருக்கும் என இரு உதாரணங்கள் பார்த்தோம் அல்லவா..? அதைப் போல ஒரு உதாரணத்தை மீண்டும் எடுத்துக் கொள்வோம்.

மரபணுக்கள் கோடான்களாக, அதாவது மூன்று மூன்று பேஸ்களாகப் பிரிக்கப்பட்டிருக்கும் மற்றும் ஒவ்வொரு கோடானும் ஒரு அமினோ அமிலத்தைக் குறிக்கும் அல்லவா..? நாம் கருவில் உருவான அந்த நிமிடத்திலிருந்தே கருவில் / உடலில் உள்ள செல்கள் ஒன்று இரண்டாக, இரண்டு நான்காக என ஒரு குறிப்பிட்ட கட்டம் வரை பிரிந்து கொண்டே இருக்கும். அவ்வாறு செல்கள் பிரியும் பொழுது அவற்றிலுள்ள டிஎன்ஏ (DNA) உள்ளிட்ட அனைத்து உறுப்புகளும் பிரதியெடுக்கப்பட்டு (replication) பிரியும் இரண்டு செல்களுக்கும் சமமாகப் பகிர்ந்தளிக்கப்படும். அவ்வாறு பிரதியெடுக்கப்படும் பொழுது ஒரு மரபணுவின் ஏதாவதொரு பேஸ் தவறாகப் பிரதியெடுக்கப்பட வாய்ப்புள்ளது. எடுத்துக்காட்டாக நாம் எழுதும்பொழுது வரும் எழுத்துப் பிழைகள் போல. கீழே உள்ள உதாரணத்தைப் பாருங்கள்.

ATG CTC GTA TGA

இந்த மரபணு குறிக்கும் புரதத்தின் அமினோ அமில வரிசை மெதியோனீன், லூஸீன், வேலீன் என இருக்கும். ஒரு வேளை இந்த மரபணு பிரதியெடுக்கப்படும்பொழுது ஐந்தாவதாக உள்ள பேஸ் ‘T’ ஆனது, ‘A’ எனப் பிரதியெடுக்கப்பட்டு விட்டதாக வைத்துக் கொள்வோம். இப்பொழுது இந்த மரபணு கீழ்க்கண்டவாறு மாறிவிடும்.

ATG CAC GTA TGA

இப்பொழுது இந்தப் புதிய மரபணு வரிசை ஒரு புதிய அமினோ அமில வரிசையைக் குறிக்கும். அதாவது மெதியோனீன், லூஸீன்,

வேலீன் என்பதற்குப் பதிலாக மெதியோனீன், ஹிஸ்டடீன், வேலீன் என மாறிவிடும். நாம் மேலே, ஒரு புரதத்தின் கட்டுமானம் (structure) அதன் வேலையைத் தீர்மானிக்கின்றது என்று பார்த்தோம். அந்த கட்டுமானமானது அதன் அமினோ அமில வரிசையைப் பொறுத்து உள்ளது என்றும் பார்த்தோம். எனவே புரதத்தின் அமினோ அமில வரிசை மாறும்பொழுது அந்தப் புரதத்தின் தன்மையும் அது செய்யும் வேலையும் (function) மாறிவிடும்.

ஒவ்வொரு அமினோ அமிலத்தையும் விதவிதமான வடிவத்தில் உள்ள செங்கற்களாக எண்ணிக் கொள்ளுங்கள். முக்கோணம், சதுரம், செவ்வகம், நாற்கரம் என ஒவ்வொரு அமினோ அமிலமும் ஒரு வடிவத்தைக் கொண்டிருப்பதாகக் கற்பனை செய்து கொள்ளுங்கள். இந்த செங்கற்களைக் கொண்டு ஒரு சிறிய மாடல் (model) ஒன்றைக் கற்பனையில் கட்டுங்கள். ஒரு செங்கல்லின் வடிவம் மாறினால் அதன் மூலம் கட்டப்படும் model வடிவமைப்பு மாறிவிடும் அல்லவா..? அது போலத்தான். ஒரு புரதத்தில் உள்ள ஒரு அமினோ அமிலம் மாறினால் அந்த புரதத்தின் வடிவமைப்பு மாறுவதற்கான வாய்ப்புகளும் அதிகம். சில நேரங்களில் மாறாமலும் போகலாம். ஆனால் அந்தக் குறிப்பிட்ட அமினோ அமிலம் அந்தப் புரதத்திற்கு மிக முக்கியமானதாக இருக்கும் பட்சத்தில் (ஆக்டிவ் சைட் அல்லது பைண்டிங் சைட்), அந்த அமினோ அமிலம் இல்லாமல் போகும்பொழுது புரதத்தினால் அதன் வேலையைச் செய்ய முடியாமல் போகும். அது முக்கியமான அமினோ அமிலமாக இல்லாவிட்டாலும் கூட, அந்த பிறழ்வு புரதத்தின் கட்டமைப்பில் பாதிப்பை ஏற்படுத்தினாலும், அந்த புரதத்தின் வேலை பாதிக்கப்பட வாய்ப்புண்டு.

மேலே கூறியுள்ள உதாரணம் ஒரு எளிய பிறழ்வுதான். இதைவிடச் சிக்கலான பிறழ்வுகளும் நடைபெற வாய்ப்புள்ளது. மேலே ஒரு பேஸ் மற்றொரு பேஸாக மாறியுள்ளவாறு காட்டியுள்ளோம். மாறாக ஒரு புதிய பேஸ் செருகப்படலாம். அவ்வாறு நடந்தால் என்ன ஆகும்.?

ATG GTC GTA TGA என்பது ATG GGTC GTA TGA என மாறுவதாக வைத்துக் கொள்வோம். இதனை கோடான்களாகப்

பிரித்து எழுதினால் ATG GGT CGT ATG A… என வரும். இந்த கோடான்கள் மெதியோனீன், கிளைஸீன், ஆர்ஜினீன், மெதியோனீன் என்ற அமினோ அமிலங்களின் வரிசையைக் கொண்ட புதிய புரதத்தினைக் குறிக்கும். இங்கு ஒரு விஷயத்தைக் கூர்ந்து கவனிக்க வேண்டும். இந்தப் புதிய பிறழ்வு ஏற்பட்ட மரபணுத்தொடரில் stop codon எனப்படும் புரதத்தின் அமினோ அமில வரிசைத்தொடரை நிறுத்தும் கோடான்கள் எதுவும் (TAA, TAG, TGA) இல்லை. எனவே அந்த முற்றுக் கோடான் வரும்வரை இந்த அமினோ அமிலங்களின் சேர்க்கை தொடர்ந்து ஒரு பெரிய புதிய வகையான புரதம் உற்பத்தி செய்யப்படும்.

இதனால் இரண்டு விஷயங்கள் நடக்க வாய்ப்புள்ளது. முதலாவதாக, தேவையான பழைய புரதம் நமது உடலுக்குக் கிடைக்காமல் போவதினால், அந்த புரதத்திற்குரிய வேலை நடைபெறாமல் போகும். இரண்டாவதாகப் புதிய புரதம் நம் உடலுக்கு என்னவிதமான மாற்றங்களைக் கொண்டுவரும் என யாருக்கும் தெரியாது. அதனால் நன்மையும் நடக்கலாம், தீமையும் நடக்கலாம். தீமைக்கே வாய்ப்புகள் அதிகம்.

தீமை என்றும் தீமை அல்ல. நன்மை என்றும் நன்மை அல்ல.

ஆனால் மரபணுப் பிறழ்வை முழுமையாகக் கெட்ட விஷயமாக நினைக்கத் தேவையில்லை. இன்னும் சொல்லப்போனால் இந்த பிறழ்வினால்தான் இந்த உலகில் இத்தனை வகையான உயிரினங்கள் இருக்கின்றன. பரிணாம வளர்ச்சியில் பல்வேறு வகையான உயிரினங்கள் இப்புவியில் உருவாவதற்கு இந்த பிறழ்வுகள் மிக முக்கியக் காரணமாக இருந்திருக்கின்றன. இன்னும் இந்த உலகில் பலவிதமான புதிய உயிரினங்கள் தோன்றுவதற்கும், ஏற்கனவே இருக்கும் உயிரினங்கள் புதிய பண்புகளைப் பெறுவதற்கும் இந்தப் பிறழ்வுகள் ஒரு முக்கிய காரணமாகத் தொடர்ந்து இருக்கப் போகின்றன. இன்னும் சொல்லப்போனால் மனிதர்கள் ஒருவர் மற்றொருவரிடமிருந்து மாறுபட்டு இருப்பதற்கும் இந்த பிறழ்வுகள்தாம் காரணம்.

உதாரணத்திற்கு ‘பூ’ ஒன்றின் நிறத்தினை எடுத்துக் கொள்வோம். ஒரே வகையான பூ-வில் பல்வேறு நிறங்கள் (மஞ்சள் ரோஜா, சிகப்பு ரோஜா) இருக்கலாம். இந்த நிறவேறுபாடுகளுக்கு

அந்தப் பூவில் உள்ள நிறத்திற்குக் காரணமான மரபணுவில் உள்ள பிறழ்வுகளே. ஆரம்பக் காலகட்டத்தில் இந்த பூ ஒரே நிறத்திலேயே இருந்திருக்கக்கூடும். காலப்போக்கில் அந்த நிறமியைக் குறிக்கும் மரபணுவில் ஏற்பட்ட மாற்றங்களின் விளைவாக அந்தப் பூவிற்குப் பல்வேறு விதமான நிறங்கள் கிடைத்திருக்கும். இந்த மாற்றங்கள் அந்தப் பூவிற்கோ அல்லது அந்த பூவினைத் தாங்கி நிற்கும் செடிக்கோ எந்த விதமான பாதிப்பினையும் தராத வரையில் அந்த மாற்றங்களை ஏற்றுக்கொண்டு அந்த செடி தழைத்தோங்கும்.

மற்றுமொரு உதாரணத்தினை எடுத்துக்கொள்வோம். நம் கண்களின் ஒளியை உள்வாங்குவதற்கென்று தனியே புரதம் உண்டு. அந்தப் புரதத்திற்கு ஒரு குறிப்பிட்ட அளவிலான ஒளியை மட்டுமே உள்வாங்கும் சக்தி இருக்கும். ஒருவேளை அந்தப் புரதத்தைக் குறிக்கும் மரபணுவில் ஏதேனும் பிறழ்வு ஏற்பட்டால் அது அந்தப் புரதத்தின் ஒளி உள்வாங்கும் சக்தியை அதிகரிக்கவோ அல்லது குறைக்கவோ செய்யலாம். அதன் விளைவாகப் பாதிக்கப்பட்டவரின் பார்வைத் திறன் முற்றிலும் குறையவோ அல்லது சராசரி மனிதனின் பார்வைத்திறனைவிட பலமடங்கு கூடுதலாகவோ மாற வாய்ப்புண்டு.

மேலுமொரு உதாரணம்... பீட்டா தாலசீமியா என்றவொரு மரபணு சம்பந்தப்பட்ட நோய் உள்ளது. இந்த நோய்த் தாக்குதலுக்குள்ளானவர்களுக்கு அவர்களின் இரத்தத்தில் உள்ள ஹீமோகுளோபின் எனப்படும் புரதத்தின் அளவு பாதிக்கப்பட்டிருக்கும். இந்த ஹீமோகுளோபினின் முக்கியப் பணி நாம் சுவாசிக்கும் ஆக்ஸிஜனை உடலில் உள்ள அனைத்து செல்களுக்கும் கொண்டு செல்வது. இந்த புரதத்தைக் குறிக்கும் மரபணுவில் பிறழ்வு ஏற்படும் பொழுது அந்த ஹீமோகுளோபின் புரதத்தினால் சரியாக ஆக்ஸிஜனைக் கடத்த முடியாமல் போய்விடும். ஆக்ஸிஜன் இல்லாவிட்டால் எந்தச் செல்களும் இயங்க முடியாது. எனவே இந்நோய் தாக்கப்பட்டவர்கள் அந்த நோயின் தீவிரத்தன்மையைப் பொறுத்து இறக்கக்கூட நேரிடலாம்.

எனவேதான் மரபணுப் பிறழ்வு என்பது நன்மையைத் தரக்கூடியதாகவும் இருக்கலாம் அல்லது தீமையைத்

தரக்கூடியதாகவும் இருக்கலாம் என்று கூறப்படுகிறது. நன்மை இருக்கும் பட்சத்தில் எந்தப் பிரச்சினையும் இல்லை. அந்த உயிரி அந்தப் பிறழ்வைச் சாதகமாக்கித் தழைத்து வாழும். ஆனால் தீமை இருக்கும் பட்சத்தில் அந்தக் குறிப்பிட்ட தீய பண்பு கொண்ட உயிரி மடிந்துவிடும் வாய்ப்பு உண்டு. எனவே அனைத்து உயிரிகளும் இயற்கையிலேயே இந்தப் பிறழ்வினை எந்த அளவிற்குத் தவிர்க்க முடியுமோ அந்த அளவிற்குத் தவிர்க்கவே முயற்சிக்கும்.

நமது உடலில் உள்ள ஒவ்வொரு செல்லிலும் 310 கோடி (3.1 பில்லியன்) இணை பேஸ்கள் (base pairs) உள்ளன. செல் பிரிதலின்போது இவையும் மிகச் சரியான முறையில், இந்த 310 கோடி இணை பேஸ்களும் துல்லியமாகப் பிரதியெடுக்கப்பட வேண்டும். நினைத்துப் பாருங்கள். நமது உடலில் கோடிக்கணக்கான செல்கள் உள்ளன. அவை ஒவ்வொன்றிலும் 310 கோடி பேஸ்கள் உள்ளன. ஏதாவதொரு சிறு பிழை ஏற்பட்டாலும் நமது உடலுக்கு மிகக் கொடிய நோய் ஏற்படலாம். நல்வாய்ப்பாக நமது செல்கள் மிகத் துல்லியமாக இயங்குகின்றன. தவறுகள் மிகமிக அரிதாகவே நடக்கின்றன. அதாவது 1000 கோடி பேஸ்களில் ஒரு பேஸ்-இல் மட்டுமே ஏதாவது தவறு நடக்க வாய்ப்புண்டு.

புற்றுநோய்க்கும் மரபணுப் பிறழ்விற்கும் உள்ள தொடர்பு

ஆனால் மேலே கூறியுள்ள புள்ளிவிவரம் தானாக நடக்கும் பிறழ்வுகளுக்கு (spontaneous mutations) மட்டுமே பொருந்தும். நமது வாழ்க்கை முறையைப் பொறுத்து இந்தப் பிறழ்வுகளின் எண்ணிக்கை கணிசமாக அதிகரிக்க வாய்ப்புண்டு. உதாரணத்திற்கு, கார்சினோஜன் எனப்படும் சில காரணிகள் இந்த பிறழ்வுகளின் எண்ணிக்கையை அதிகப்படுத்தும் தன்மை கொண்டவை. புகையிலையில் உள்ள நிகோடின், சூரிய வெளிச்சத்தில் உள்ள புற ஊதாக் கதிர்கள், பதப்படுத்தப்பட்ட இறைச்சி வகைகள், எண்ணெயில் நன்கு பொரித்த உணவு வகைகள், வாகனத்திலிருந்து வெளியேறும் புகை, மதுபான வகைகள் மற்றும் சிலவகை வைரஸ்கள் ஆகியவை கார்சினோஜன்களுக்கு சில உதாரணங்கள். இந்த கார்சினோஜன்கள் நமது டிஎன்ஏ-க்களில் பிறழ்வுகளை

ஏற்படுத்தும் தன்மை கொண்டவை. இந்த பிறழ்வுகள் நமது செல்களின் வளர்ச்சி (growth) மற்றும் பெருக்கத்தைக் (division) கட்டுக்குள் வைத்திருக்கும் புரோட்டோ-ஆன்கோஜீன்ஸ் (proto-oncogenes) எனப்படும் மரபணுக்களில் ஏற்படும்பொழுது செல்கள் கட்டுக்கடங்காமல் பிரிய ஆரம்பித்து விடும். அதையே புற்றுநோய் என்கிறோம். எனவேதான் மேற்கூறிய பொருட்களை அளவிற்கு மிஞ்சி உட்கொள்பவர்களுக்கு அல்லது எதிர்கொள்பவர்களுக்குப் புற்றுநோய் வருவதற்கான சாத்தியங்கள் அதிகமாகின்றன.

இந்தப் புற்றுநோயை ஏற்படுத்தக்கூடிய மரபணுப் பிறழ்வுகளில் பல நூற்றுக்கணக்கான வகைகள் உண்டு. ஒரு புற்றுநோயாளிக்கு ஏற்பட்டுள்ள பிறழ்வு வேறொரு புற்றுநோயாளிக்கு ஏற்பட்டிருக்கும் எனக் கூற முடியாது. எனவேதான் புற்றுநோய்க்கு அளிக்கப்படும் சிகிச்சைகள் சிலருக்குப் பயன் அளிக்கின்றன, சிலருக்குப் பயன் அளிப்பதில்லை. இதே காரணம் தான் புற்றுநோய்களைக் குணப்படுத்துவதற்குத் தேவையான ஒரு பொதுவான மருந்தினைக் கண்டுபிடிப்பதற்கும் மிகப்பெரியத் தடையாக இருக்கின்றது. இருந்தபோதிலும் சமீப காலமாக இந்தத் துறையில் இமாலயச் சாதனைகள் பலவற்றை விஞ்ஞானிகள் சாதித்து வருகின்றனர்.

தரவுத் தளம் (Database)

மனித உடலில் உள்ள மரபணுக்களைப் பற்றிப் பேசும்பொழுது அவை அமைந்துள்ள மரபணுத் தொகுப்பினைப் பற்றி விரிவாகத் தெரிந்து கொள்ள வேண்டுமல்லவா..? அப்படி என்னதான் இந்த மரபணுத் தொகுப்பில் உள்ளது..? வெறும் மரபணுக்கள் மட்டும்தானா அல்லது வேறு ஏதேனும் விஷயங்கள் உள்ளதா..? இந்த மரபணுத் தொகுப்பினை அறிந்து கொள்வதால் நமக்கு நேரிடையான பயன்கள் ஏதேனும் உண்டா..? இவற்றைப் பற்றித்தான் தற்பொழுது தெரிந்து கொள்ளப் போகிறோம்.

மரபணுத் தொகுப்பு என்பது ஒரு உயிரியினை உருவாக்க மட்டுமல்ல, அதனைப் பராமரிக்கத் தேவையான அனைத்துக் குறிப்புகளையும் உள்ளடக்கிய தரவுத்தளம் (database). நமது நிகழ்காலமும் எதிர்காலமும் மட்டுமல்ல... நமது கடந்த காலமும் இந்த மரபணுத் தொகுப்பில் புதைந்துள்ளது.

இந்தக் கூற்று இப்புவியில் வாழும் ஒவ்வொரு உயிரிக்கும் பொருந்தும். அது தாவரமானாலும் சரி அல்லது ஒரு செல் உயிரியான பாக்டீரியாவானாலும் சரி அல்லது செல்லே இல்லாத வைரஸானாலும் சரி. ஒரு உயிரியின் மரபணுத் தொகுப்பினைத் தெரிந்து கொண்டால் அந்த உயிரியைப் பற்றி முழுமையாகத் தெரிந்து கொண்டது போலாகும். எனவேதான் சென்ற நூற்றாண்டின் இறுதியில் மனிதன் உட்பட பல்வேறு உயிரிகளின் மரபணுத் தொகுப்பினை வரிசைப்படுத்தும் திட்டங்கள் (genome sequencing projects) பல தொடங்கப்பட்டு வெற்றிகரமாக முடிக்கப்பட்டன. இன்னும் இது போன்ற பல திட்டங்கள் நடைபெற்று வருகின்றன.

20-ம் நூற்றாண்டில் நடந்த மிகச் சிறந்த அறிவியல் புரட்சிகளைக் குறிப்பிடும்போது நாம் அனைவரும் மனிதன் நிலவில் காலடி எடுத்து வைத்ததைத்தான் கூறுவோம். அதற்கு இணையான மற்றொரு புரட்சி சத்தமேயில்லாமல் உயிரியல் துறையிலும் நடந்து முடிந்தது. அதுதான் மனித மரபணுத் தொகுப்பு திட்டம் (human genome project) எனப்படும் மனித டிஎன்ஏ-விலுள்ள அனைத்து பேஸ்களையும் வரிசைப்படுத்தும் திட்டம். டிஎன்ஏ என்றால் வேறொன்றுமில்லை. மனித மரபணுத் தொகுப்பினை உருவாக்க இயற்கை பயன்படுத்தியுள்ள ஒரு வகையான வேதியியல் மூலக்கூறு.

மனித செல்களில் உள்ள மரபணுக்களைப் பற்றி அவ்வப்போது விஞ்ஞானிகள் தனித்தனியாக ஆய்வுகள் நடத்தி வந்திருந்தாலும் மனித மரபணுத் தொகுப்பினைப் பற்றி முழுமையான ஒருங்கிணைந்த ஆய்வுத் திட்டம் ஒன்று 1990-ம் ஆண்டு வரை நடந்ததில்லை. 1990-ம் ஆண்டு உலகிலுள்ள விஞ் ஞானிகளும் பல்வேறு ஆய்வு நிறுவனங்களும் ஒன்றிணைந்து மனித உடலில் உள்ள அனைத்துவிதமான மரபணுக்களின் வரிசைத் தொடரினை (genome sequence) அறிய இந்த மனித மரபணுத் தொகுப்புத் திட்டத்தினைத் தொடங்கினர். 1990-ம் ஆண்டு ஆரம்பிக்கப்பட்ட இத்திட்டம் 2003-ம் ஆண்டு நிறைவடைந்தது.

உண்மையில் இந்தத் திட்டத்தின் நோக்கம் மரபணுத் தொகுப்பில் உள்ள மரபணுக்களை மட்டும் வரிசைப்படுத்துவது

அல்ல. மரபணுக்கள் சரியானபடி, சரியான நேரத்தில், சரியான அளவில், சரியான இடத்தில் வேலை செய்ய ஒழுங்குமுறை டிஎன்ஏ-க்கள் எனப்படும் மற்றவகையான DNA-க்களின் துணையும் (regulatory sequences) தேவைப்படும். இந்த துணை டிஎன்ஏக்களையும் சேர்த்து அறிவதே இந்த மனித மரபணுத் தொகுப்பு திட்டத்தின் நோக்கமாக இருந்தது.

மரபணுத் தொகுப்பில் குப்பை

மனிதர்களின் மரபணுத் தொகுப்பில் சுமார் 50 ஆயிரம் முதல் ஒரு லட்சம் மரபணுக்கள் உள்ளன என்று பார்த்தோம். ஆனால் இந்த மரபணுக்கள், நமது மரபணுத் தொகுப்பில் சுமார் ஒன்றிலிருந்து ஐந்து சதம் வரையிலான இடத்தைத்தான் ஆக்கிரமித்துள்ளன. மீதமுள்ள சுமார் 95 % டிஎன்ஏ-க்கள் 'குப்பை (junk)' என்றே பல காலம் வரை நம்பப்பட்டு வந்தன. அவற்றிற்கென்று எந்த விதமான வேலையும் கிடையாது என்றும் பரிணாம வளர்ச்சியின்போது அவை தேவையில்லாமல் வந்து சேர்ந்து கொண்டதாகவும் பலகாலம் நம்பப்பட்டு வந்தது.

ஆனால் சமீபகால ஆய்வு முடிவுகள் மரபணுக்களுக்கிடையே உள்ள இந்த 'குப்பை' உண்மையிலேயே குப்பை அல்ல, அவற்றின் முக்கியப் பணிகளுள் ஒன்று மரபணுக்களைச் சரியான முறையில் வழிநடத்துவது என்று கண்டறிந்து கூறின. இந்த 'குப்பை' டிஎன்ஏ-விற்கு மேலும் பல பணிகள் இருக்கலாம். ஆனால் இப்போதைக்கு அதன் பணிகள் குறித்த ஒரு தெளிவான, முழுமையான பார்வை நமக்கு இல்லை. ஆச்சரியமாக இருக்கிறதல்லவா..? நமது செல்களில் உள்ள மரபணுத் தொகுப்பில் பெரும்பான்மையான, அதாவது கிட்டத்தட்ட 95% டிஎன்ஏ-க்களின் உபயோகம் என்ன என்றே நமக்குத் தெரியாது.

இப்பொழுது இந்த 'குப்பை' டிஎன்ஏ என்ற சொல்லாக்கம் குறைந்து இதனைக் குறிப்பதற்கு 'நான்கோடிங் டிஎன்ஏ' (noncoding dna) என்ற சொல் பயன்படுத்தப்படுகிறது. இந்த நான்கோடிங் டிஎன்ஏ-வில் உள்ள ஒரு விந்தையான அம்சம் 'குதிக்கும் மரபணுக்கள் (jumping genes).' (இதில் உள்ள மரபணுக்கள் என்னும் சொல்லை உண்மையான மரபணுக்களுடன் சேர்த்துக் குழப்பிக்கொள்ள வேண்டாம்).

பெயரே வித்தியாசமாக உள்ளது அல்லவா? உண்மையில் அவை குதிக்கும் மரபணுக்கள்தான். அவை ஒரே இடத்தில் இருக்காது. தன்னைப் போலப் பல மரபணுக்களைத் தன்னிச்சையாகவே உற்பத்தி செய்யும் தன்மை கொண்டவை. மேலும் அவ்வாறு உற்பத்தி செய்த மரபணுக்களை மரபணுத் தொகுப்பு முழுவதும் தன்னைத்தானே தான் விரும்பிய இடத்தில் செருகிக் கொள்ளும் தன்மையும் அவற்றிற்கு உண்டு. மனித மரபணுத் தொகுப்பில் கிட்டத்தட்ட ஐம்பது சதவீதம் இந்த குதிக்கும் மரபணுக்கள் வகையறாக்கள் தான். இவற்றினைப் பற்றி நமக்கு சில விஷயங்கள் தெரிந்திருந்தாலும், தெரியாத விஷயங்கள் பல மடங்கு அதிகம். விஞ்ஞானிகள் வழக்கம்போல மண்டையை உடைத்துக் கொண்டு ஆய்வு செய்து வருகின்றனர்.

குதிக்கும் மரபணுக்கள் தவிர இன்ட்ரான்ஸ் (introns), சூடோஜீன்கள் (pseudogenes) எனப்படும் உடைந்த அல்லது தேய்ந்த மரபணுக்கள், டெலோமியர்ஸ் (telomeres) எனப்படும் மீள் வரிசைத் தொடர்கள் (repeated sequences) எனப் பலவிதமான நான்கோடிங் டிஎன்ஏ-க்கள் இந்த மரபணுத்தொகுப்பில் உள்ளன.

மரபணுத் தொகுப்பு வரிசைப்படுத்தும் திட்டத்தினால் நமக்கு என்ன நன்மைகள்?

மிக முக்கியமான நன்மை மரபணுப் பிறழ்வுகளைப் பற்றி அறிந்து கொள்வதாகும். நாம் ஏற்கனவே பார்த்ததுபோல மனிதர்கள் அனைவருக்கும் ஒரே மாதிரியான மரபணுக்களே உள்ளன. ஆனால் சிலருக்குச் சில மரபணுக்களில் பிழைகள் இருக்கலாம். அத்தகைய பிழைகளை அறிந்து கொள்வதற்கும் அந்தப் பிழைகளினால் நன்மையா, தீமையா என்பதை அறிந்து கொள்வதற்கும் இந்த மரபணுத் தொகுப்பு வரிசைப்படுத்தும் திட்டம் உதவும்.

உதாரணம் ஒன்றினைப் பார்ப்போம். இதுவோர் உண்மைச் சம்பவம். அமெரிக்காவில் மாத்திவ் என்ற 13 வயதுச் சிறுவனுக்கு திடீரென்று ஒரு நாள் இருமல் மற்றும் கடும் காய்ச்சல். அவனைப் பரிசோதித்த மருத்துவர் சாதாரண சளிக் காய்ச்சலாக இருக்கும் என்று நினைத்து மருந்துகள் தருகிறார். ஆனால் நாளாக நாளாக அவனது இருமல் கடுமையாக

அதிகரித்துக்கொண்டே சென்றது. இதுபோல் தொடர் இருமல் இதயம் சம்பந்தப்பட்ட நோயின் அறிகுறியாக இருக்கலாம் என்பதால் மேலும் சில சோதனைகளைச் செய்தபொழுது அவனது இதயம் செயலிழந்து கொண்டு வருவது தெரிய வந்தது.

13 வயதுடைய ஒருவருக்கு இது போன்ற இதயப் பிரச்சினை வருவதற்கு இரு காரணங்கள் இருக்கக்கூடும். ஒன்று மயோகார்டிடிஸ் (myocarditis) எனப்படும் இதயத் தசைகளில் ஏற்படும் ஒருவகையான அழற்சி (inflammation). இது பொதுவாக வெளிக்காரணிகளால் ஏற்படுவது. அதாவது வைரஸ் போன்ற ஒரு 'புற'க் காரணியால் இதயம் தாக்கப்படுவது. மற்றொன்று மரபுப் பிரச்சினை. முதல் வகை இதயப் பிரச்சினை பொதுவாகச் சரி செய்யப்படக் கூடியது. ஆனால் மரபுப் பிரச்சினையைச் சரி செய்ய முடியாது (தற்போதைய நிலவரப்படி). மாத்திவிற்கு வந்திருப்பது மயோகார்டிடிஸா அல்லது மரபுப் பிரச்சினையா என்பதினை எவ்வாறு கண்டறிவது..? இங்குதான் இந்த மரபணு வரிசைப்படுத்தும் தொழில்நுட்பம் உதவுகிறது.

இந்த மனித மரபணுத் தொகுப்பு திட்டத்தின் மூலம் விஞ்ஞானிகள் ஒவ்வொரு மரபணுவும் எவ்வாறு இருக்கும் என்பதை ஒரு வரைபடம் போலத் தயாரித்து வைத்துள்ளனர். இப்பொழுது இந்த வரைபடத்துடன் மாத்திவின் மரபணுவினை ஒப்பிட்டுப் பார்க்கும் பொழுது, மாத்திவின் ஒரு குறிப்பிட்ட மரபணுவானது பொதுவாக இருக்கவேண்டிய அமைப்பிலிருந்து சிறிது பிறழ்ந்திருப்பது தெரிய வருகிறது. எனவே மாத்திவிற்கு வந்திருப்பது மரபணுப் பிறழ்வினால் ஏற்பட்டிருக்கும் இதய செயலிழப்பு எனக் கண்டறிந்து அதற்கேற்ற சிகிச்சையினைத் தேர்வு செய்கின்றனர். இதற்குத் தற்போதிருக்கும் ஒரே தீர்வு மாற்று இதயம் பொருத்துவதே ஆகும். இந்தச் சோதனை முடிவிற்குப் பிறகு அந்த சிறுவனுக்கு அடுத்த 21 நாட்களில் மாற்று இதயம் பொருத்தப்பட்டு மிகச் சிறப்பாக வாழ்ந்து வருகிறான்.

இந்த மரபணு வரிசைப்படுத்தும் தொழில்நுட்பமோ அல்லது மனித மரபணுத் தொகுப்பு வரைபடமோ இல்லையென்றால் மாத்திவிற்கு என்ன காரணத்தினால் இந்த நோய் ஏற்பட்டது

என்பதை அறியவே பல மாதங்கள், ஏன் பல வருடங்கள் கூட ஆகியிருக்கலாம். அதற்குள் அவன் இதயம் செயலிழந்திருக்கலாம். நல்வாய்ப்பாக நவீன உயிர்தொழில்நுட்பம் அவனுக்குரிய பிரச்சினையை மிகச் சுலபமாகக் கோடிட்டுக் காட்டி சரியான சிகிச்சையினைச் சரியான நேரத்தில் மேற்கொள்ள உதவியது.

இந்த மனித மரபணுத் தொகுப்பு வரிசைப்படுத்தும் திட்டத்தின் மூலம் இதுபோன்று நிறையப் பயன்கள் உண்டு. மற்றுமொரு உதாரணம், ஒரு குழந்தை பிறந்தவுடன் அதன் முழு மரபணுத் தொகுப்பினையும் அறிந்து எதிர்காலத்தில் அதற்கு என்ன மாதிரியான நோய்கள் வர வாய்ப்புள்ளது என்பதையும் நாம் முன்கூட்டியே அறிந்து கொள்ள முடியும். ஏதேனும் நோய்கள் வர வாய்ப்பிருப்பின் அதற்குத் தக்க முன்னேற்பாடுகளைச் செய்து கொள்ள முடியும். அது மருந்து உட்கொள்வதாகவோ அல்லது அறுவை சிகிச்சை மூலமாகவோ அல்லது வெறும் வாழ்வியல் முறைமைகளை மாற்றி அமைப்பதன் மூலமாகவோ இருக்கலாம்.

பல்வேறு தனியார் நிறுவனங்கள் நம்முடைய மரபணுத் தொகுப்பினை அறிய உதவும் சேவைகளை அளித்து வருகின்றனர். பணவசதி படைத்தோர் இச்சேவைகளைப் பயன்படுத்தி தங்களைப் பற்றி அறிந்து கொள்ள முடியும்.

இத்தகைய விஞ்ஞான வளர்ச்சியினைச் சிலர் தவறாகப் பயன்படுத்தவும் வாய்ப்புண்டு. உதாரணத்திற்கு, எதிர்காலத்தில் காப்பீட்டு நிறுவனங்கள் தங்களின் மருத்துவக் காப்பீடு அல்லது உயிர் காப்பீட்டு திட்டங்களில் இணைத்துக் கொள்வதற்குமுன் இத்தகைய தனி நபரின் மரபணுத் தொகுப்பு விவரத்தினைக் கேட்கலாம். அப்படிக் கேட்கும்பட்சத்தில், அந்த மரபணுத் தொகுப்பில் உள்ள விவரங்களின் அடிப்படையில் காப்பீடு செய்யப்பட வேண்டிய நபருக்கு ஏதாவது நோய் ஏற்படுவதற்கான சாத்தியக் கூறுகள் இருப்பின், காப்பீடு தருவதை அந்த நிறுவனம் தவிர்க்கும் வாய்ப்பும் உண்டு. மேலை நாடுகளில் இதைக் கண்காணிக்க பல்வேறு சட்டங்கள் வகுக்கப்பட்டுச் செயலில் உள்ளன. நம் அரசும் இது போன்ற முன் முயற்சிகளை இப்பொழுதே எடுக்கத் துவங்கினால் மிகுந்த பயனுள்ளதாக இருக்கும்.

மற்ற உயிரினங்களின் மரபணுத் தொகுப்புகள்

மனித மரபணுத் தொகுப்பினை வரிசைப்படுத்தியது போன்று மற்ற சில உயிரினங்களின் மரபணுத் தொகுப்பும் வரிசைப்படுத்தப்பட்டிருக்கின்றன. இருந்தபோதிலும் இவ்வுலகில் வாழும் உயிரினங்களின் எண்ணிக்கையைக் கணக்கில் கொள்ளும்பொழுது நாம் ஆய்வு செய்து வந்த உயிரிகளின் எண்ணிக்கை மிகமிகச் சொற்பம்.

இக்குறையைச் சரி செய்யும் வகையில் 2018-ம் ஆண்டு பல இலட்சக்கணக்கான உயிரினங்களின் மரபணுத் தொகுப்பினை வரிசைப்படுத்தும் மிகப்பெரிய திட்டம் (The Earth BioGenome Project) ஒன்று தொடங்கப்பட்டு வெற்றிகரமாக நடத்தப்பட்டு வருகிறது. பாக்டீரியா, வைரஸ் தவிர்த்து இவ்வுலகில் சுமார் இருபது இலட்சம் வகையான உயிரினங்கள் (யூகேரியோட்ஸ்) உள்ளன.

இந்த இருபது இலட்சம் உயிரினங்களின் மரபணுத் தொகுப்பு நம்மிடம் இருந்தால், எந்த சூழ்நிலையில் வாழும் உயிரிக்கு எத்தகைய மரபணுக்கள் தேவைப்படும், காலப்போக்கில் ஒரு மரபணு எவ்வாறு மற்றொரு மரபணுவாக மாறுகிறது, பரிணாம வளர்ச்சியில் தற்போதிருக்கும் ஒரு உயிரி எவ்வாறு பரிணமிக்கும் என்பது போன்ற பல கேள்விகளுக்கு நம்மால் விடை காண முடியும். மேலும் நாம் விரும்பியவாறு ஒரு புதிய உயிரியை வடிவமைக்கும் தொழில்நுட்பத்திற்கும் இது உதவும்.

நாம் விரும்பினாலும் விரும்பாவிட்டாலும் நம் அனைவரின் வாழ்வும் இந்தப் புவியில் வாழும் அனைத்து உயிரினங்களோடும் பின்னிப் பிணைந்து உள்ளது. இப்புவியில் ஏதோவொரு மூலையில் வாழும் ஓர் உயிரினம் அழிந்தாலோ அல்லது அதன் வாழ்வியல் பாதிக்கப்பட்டாலோ அதன் வீச்சு நேரிடையாகவோ அல்லது மறைமுகமாகவோ கண்டிப்பாக நம்மையும் தாக்கும். எனவே அனைத்து உயிரினங்களின் மரபணுத் தொகுப்பினைக் கொண்டு அந்தந்த உயிரினங்களின் வாழ்வியல் முறைகளை அறிந்து கொள்வது மிக அவசியமாகிறது.

ஸ்டெம் செல்கள்

இதுவரை மரபணு, மரபணுத் தொகுப்பு என்று டிஎன்ஏ-க்கள் பற்றியே பேசி வந்தோம். இது உயிரியல் தொழில்நுட்பத்தின் ஒரு பக்கம் மட்டுமே. இந்தத் திசையில் மேலும் பயணிக்கும்முன் ஒருவகையான முக்கியமான செல்கள் பற்றியும் அவற்றின் மருத்துவத்துறைப் பலன்கள் பற்றியும் தெரிந்து கொண்டுவிடுவோம்.

பொதுவாக மனிதனுக்கு மூன்று விதமான காரணங்களால் நோய்கள் ஏற்படுவதுண்டு. முதலாவது கிருமிகளால் ஏற்படுவது. இதற்கு உதாரணம் சளிக் காய்ச்சல், கோவிட், டைபாய்டு என அடுக்கிக் கொண்டே போகலாம். இவற்றுள் பெரும்பாலானவற்றை மருந்துகள் கொண்டு குணப்படுத்த முடியும். இரண்டாவது மரபுப் பிரச்சினைகள். இதற்கு முழுத் தீர்வு இப்பொழுது இல்லாவிட்டாலும் இதற்கான ஆய்வுகள் மிகச் சிறந்த முறையில் நடைபெற்று வருகின்றன. அடுத்த 10 முதல் 15 ஆண்டுகளில் இதில் மிகப் பெரிய முன்னேற்றத்தினை நாம் கண்டிருப்போம். மூன்றாவது விபத்தினாலோ அல்லது வேறு நோய்கள் காரணமாகவோ ஏற்படும் உறுப்பு இழப்புகள். இந்த வகையான பிரச்சினைகளுக்குத் தற்பொழுது அறுவை சிகிச்சை மூலமோ அல்லது உறுப்பு மாற்றுச் சிகிச்சை மூலமோ

நாம் ஓரளவிற்குச் சிகிச்சைகள் தரமுடியும் என்றாலும் இழந்த உறுப்புகளை மீட்க முடியாது. இழந்த உறுப்புகள் இழந்ததுதான்.

நம் அனைவருக்கும் 'பல்லி' தெரியும். சிறுவயதில் நாம் அதனுடன் விளையாடியும் இருப்போம். ஏதாவதொரு காரணத்தினால் அதன் வால் பகுதி துண்டிக்கப்பட்டுவிட்டால் மிக எளிமையாக அதன் வால் பகுதி மீண்டும் வளர்ந்து விடும். பல்லி மட்டுமல்ல, வேறு சில விலங்குகளும் அப்படித்தான். நண்டு பார்த்திருப்பீர்கள்தானே? அதன் கால்களில் ஒன்று உடைந்துவிட்டால் அவை மீண்டும் வளர்ந்துவிடும் என்பது சிலருக்குத் தெரிந்திருக்கலாம். இதே குணம் சாலமண்டர் எனும் ஒருவகையான 'ஊர்வன' வகையைச் சார்ந்த உயிரிக்கும் உண்டு. இது போன்ற சிதையுண்ட அல்லது பாதிக்கப்பட்ட உடல் பாகத்தை மீளுருவாக்கம் செய்யும் திறன் சில உயிர்களுக்கு மட்டுமே உண்டு. ஏன் இத்திறன் ஒரு சில உயிரிகளுக்கு மட்டும் உள்ளது? ஏன் நம்மைப் போன்ற மனிதர்கள் இதுபோல இழந்த உறுப்புகளை மீண்டும் மீளுருவாக்கம் செய்ய முடிவதில்லை?

முதலில் மீளுருவாக்கம் என்றால் என்ன என்று பார்ப்போம். பாதிக்கப்பட்ட அல்லது இழந்த ஒரு உடல் உறுப்பினை மீண்டும் வளரச் செய்வதை மீளுருவாக்கம் (Regeneration) எனலாம்.

ஒவ்வொரு விலங்கிற்கும் வெவ்வேறு வகையான மீளுருவாக்கத் திறன் உண்டு. சில விலங்குகள் முழுமையான மீளுருவாக்கத் திறனைக் கொண்டுள்ளன. அதாவது அவை தனது உடலில் எந்த ஒரு பாகத்தை இழந்தாலும், இழந்த பாகத்தை முழுமையாக மீளுருவாக்கம் செய்து கொள்ளமுடியும். உதாரணம் நட்சத்திர மீன் எனப்படும் star fish. இதன் உடலின் எந்த பாகம் சிதையுண்டாலும் மீண்டும் சில வாரங்களில் அல்லது மாதங்களில் பாதிக்கப்பட்ட பாகம் முழுமையாக வளர்ந்துவிடும். சில விலங்குகள் தனது உடலின் ஏதாவதொரு பாகத்தை மட்டும் மீளுருவாக்கும் திறன் கொண்டவையாக இருக்கும். ஆனால் சில விலங்குகளுக்கு அத்தகைய திறன் மிகமிகக் குறைவாகவே இருக்கும். உதாரணத்திற்கு மனிதர்களை எடுத்துக் கொள்வோம். நமது கைவிரலிலோ காலிலோ சிறு காயம் பட்டுவிட்டால் அந்தக் காயத்தைச் சுற்றியுள்ள தோல்

செல்கள் மிக அழகாகச் செயல்பட்டு எளிதாக எந்தவிதமான தழும்புமின்றி அந்தக் காயத்தைச் சரிசெய்து கொள்ளும். இது ஒருவகையான மீளுருவாக்கம்தான். இந்த காயம் சற்று பலமாக அல்லது ஆழமாக இருப்பின் நமது உடல் பாதிக்கப்பட்ட அல்லது இழந்த உறுப்பினை மீளுருவாக்கம் செய்வதற்குப் பதிலாகத் தழும்பினை உருவாக்கும் திசுக்களைக் கொண்டு மூடிவிடுகிறது.

மனித உடலில் உள்ள உறுப்புகளிலேயே மிக அதிகமான மீளுருவாக்கச் சக்தியினைக் கொண்டுள்ள ஒரே உறுப்பு கல்லீரல் மட்டுமே. கிட்டத்திட்ட 50% பகுதி நீக்கப்பட்டாலும் கூட, கல்லீரல் மீண்டும் வளர்ந்துவிடும். மீண்டும் வளரும்பொழுது அதன் பழைய வடிவத்திற்கே (shape) வளராவிட்டாலும்கூட, கிட்டத்தட்டப் பழைய அளவிற்கு (size) வளர்ந்துவிடும். ஆனால் மனிதனின் மற்ற உறுப்புகளுக்கு இத்தகைய சக்தி இல்லை. எனவேதான் ஒரு விபத்திலோ அல்லது நோய் காரணமாகவோ கை, கால் அல்லது மற்ற உள்ளுறுப்புகள் பாதிக்கப்பட்டால் அல்லது இழக்கப்பட்டால் அந்த உறுப்புகள் மீண்டும் வளர்வதில்லை. இதற்கு முக்கியமான காரணம் நமது உடலில் ஸ்டெம் செல்கள் எனப்படும் ஒருவகையான மூலச் செல்களின் பற்றாக்குறை. இவ்வகையான செல்கள் நமது உடலில் வெகுசிலவே உள்ளதால், பாதிக்கப்பட்ட பகுதிகளுக்குச் சென்று பிரச்சினைகளைச் சரிசெய்ய முடிவதில்லை.

ஆனால் மீளுருவாக்கத் திறன் பெற்ற நட்சத்திர மீன்கள் போன்ற விலங்குகளில் வேறு விதமான வளர்சிதை மாற்றங்கள் நடைபெறுகின்றன. இவ்வகை விலங்குகளில் தேவையான அல்லது அதிகமான அளவில் இத்தகைய ஸ்டெம் செல்கள் உள்ளன. அந்த ஸ்டெம் செல்கள் காயம்பட்ட இடத்திற்கு விரைவாகச் சென்று பாதிக்கப்பட்ட உறுப்புகளை மிக எளிதாக மீளுருவாக்கம் செய்துவிடுகின்றன.

ஸ்டெம் செல்கள் என்றால் என்ன?

நமது உடலில் உள்ள பெரும்பான்மையான செல்கள் differentiated cells எனப்படும் வேறுபடுத்தப்பட்ட செல்கள். அதாவது அவை தனக்கான பக்குவ நிலையை அடைந்துவிட்டன எனப்பொருள். அதற்கு மேல் அது வேறு எந்த நிலைக்கும் செல்லாது என்றும்

பொருள். உதாரணத்திற்கு நமது தோல், கல்லீரல், சிறுநீரகம் ஆகியவற்றில் உள்ள செல்கள். ஒரு தோல் செல் அது காலம் முடியும் வரையில் ஒரு தோல் செல்லாகவே இருந்து மடிந்து விடும். ஒரு தோல் செல் கல்லீரலை உருவாக்காது. அது போல ஒரு சிறுநீரகச் செல் கல்லீரலையோ அல்லது கணையத்தையோ உருவாக்காது.

நமது உடலில் வேறொரு வகையான செல்களும் உண்டு. அதற்குப் பெயர் ஸ்டெம் செல்கள். இந்த ஸ்டெம் செல்கள் undifferentiated cells எனப்படும் வேறுபடுத்தப்படாத செல்கள் வகையைச் சார்ந்தவை. அவை நமது உடலில் எந்த வகையான செல்களாகவும் மாறும் சக்தி படைத்தவை. எளிமையாகக் கூறுவதென்றால், ஸ்டெம் செல்களால் நமது உடலின் எந்த ஒரு பாகத்தையும் உற்பத்தி செய்ய முடியும். அவை தசைகளாகவோ, தோல்களாகவோ, இதயமாகவோ, நரம்பு மண்டலமாக என எந்த ஒரு உறுப்பாகவும் உருமாற்றம் பெறமுடியும். சுருக்கமாகச் சொல்வதென்றால் இவை நமது உடலின் மூலச் செல்கள் (source cells). ஆச்சரியமாக உள்ளதா? இதில் ஆச்சரியப்படுவதற்கு ஒன்றுமில்லை. நாம் அனைவரும் கருவிலிருந்து தான் உருவானோம் இல்லையா? அந்த கரு என்பது ஸ்டெம் செல்களால் ஆனது. எந்த உறுப்புமே இல்லாத ஒரு சிறு பந்து போல இருக்கும் அந்த கருதான் நமது உடலின் அனைத்துவகையான உறுப்புகளையும் உருவாக்கியது. இதற்கு காரணம் இந்த கருவில் உள்ள ஸ்டெம் செல்களின் எந்த உறுப்பாகவும் மாறக்கூடியத் தன்மை.

ஆனால் கரு வளர்ந்து முழு மனிதனாக ஆன பிறகு இந்த ஸ்டெம் செல்களின் எண்ணிக்கை மிகக் கணிசமாகக் குறையத் தொடங்கிவிடுகிறது. அதனால்தான் ஏதாவது ஒரு உறுப்பு, அளவிற்கு அதிகமாகப் பாதிப்படைந்துவிட்டால் அதனை மீளுருவாக்கம் செய்யத் தேவையான ஸ்டெம் செல்கள் கிடைக்காமல் பாதிப்படைந்த உறுப்பு திரும்ப வளர்வதில்லை. மனிதனுக்கு மட்டுமல்ல, பெரும்பான்மையான மற்ற உயிரினங்களுக்கும் இதே நிலைதான். மேலே குறிப்பிட்டுள்ளதைப் போன்று சில வகையான உயிரினங்களுக்கு மட்டும் இத்தகைய ஸ்டெம் செல்கள் எளிதாகக் கிடைத்துவிடுவதால் அவற்றால் இழந்த உறுப்பினை மீளுருவாக்கம் செய்ய முடிகிறது. இதுதவிர

மேலும் சில உயிரினங்களுக்கு வேறுபட்ட செல்களை ஸ்டெம் செல்களாக மாற்றும் தன்மையும் உண்டு. அதாவது தோல் அல்லது தசைச் செல்கள் ஸ்டெம் செல்களாக உருமாறும் தன்மையைக் கொண்டுள்ளன. அதனால் தேவையான நேரத்தில் தனது தோல் செல்களையோ அல்லது வேறு ஏதேனும் உறுப்புகளின் செல்களையோ ஸ்டெம் செல்களாக மாற்றிப் பிறகு தமக்குத் தேவையான உறுப்பினை உருவாக்கிக் கொள்ளமுடியும்.

மேலே குறிப்பிட்டுள்ள சில விலங்குகளைப் போல மனிதனால் உறுப்புகளை மீளுருவாக்கம் செய்ய முடியாது எனத் தெரியும். அந்த விலங்குகளிலிருந்து பாடம் கற்றுக் கொண்டு, மனித உறுப்புகளை மீளுருவாக்கம் செய்ய வைக்க முடியுமா? இதற்கான பதில் சற்று சிக்கலானது. இதுவரை நம்மால் எந்தவொரு பெரிய உறுப்பினையும் முழுமையாக வளரச் செய்ய முடியவில்லை. ஆனால் சின்ன சின்ன உறுப்பின் பாகங்களை வளரச் செய்துள்ளோம். நாம் இன்னும் செல்லவேண்டிய தூரம் மிக அதிகம் என்றாலும் நாம் இதுவரை கடந்து வந்துள்ள பாதையும் அடைந்துள்ள வெற்றிகளும் சாதாரணமானவையல்ல.

தற்போதைய நிலவரப்படி, ஆய்வகத்தில் சரியான சூழ்நிலையில் வளர்ப்பதன் மூலம் ஒரு ஸ்டெம் செல்லை வேறொரு வகையான செல்லாகவோ அல்லது நமது உடலில் ஏற்கனவே உள்ள ஒரு வேறுபடுத்தப்பட்ட செல்லை ஒரு ஸ்டெம் செல்லாகவோ நம்மால் மாற்ற முடியும். இதன் மூலம் நமக்கு மூன்று முக்கியமான நன்மைகள் கிடைக்கும் வாய்ப்புகள் உண்டு.

முதல் நன்மை: மனித உறுப்பு உருவாக்கத்தின் அடிப்படை அறிவியலை அறிந்து கொள்வது. ஒரு ஸ்டெம் செல் எவ்வாறு தனது நிலையிலிருந்து ஒரு வேறுபடுத்தப்பட்ட செல்லாக மாறுகிறது என்பதை உற்று நோக்குவதன் மூலம் நம்மால் ஒரு உறுப்பு சம்பந்தப்பட்ட நோய் எவ்வாறு உருவாகிறது என்று அறிந்து கொள்ள முடியும்.

இரண்டாவது நன்மை: ஒரு புதிய மருந்து கண்டுபிடிக்கப் படும்போது அதன் நன்மை, தீமைகள் குறித்தும் நமது உடலின் பல்வேறு உறுப்புகளுக்கு அது ஏதேனும் பாதிப்பு ஏற்படுத்துமா என்பது குறித்தும் பல்வேறு விதமான சோதனைகள் நடைபெறும்.

இத்தகைய பரிசோதனைகளுக்குத் தற்போதுள்ள முக்கிய வழி அந்த மருந்தினை விலங்குகளுக்குக் கொடுத்து, அந்த விலங்குகளின் உறுப்புகளுக்கு அந்தப் புதிய மருந்து எத்தகைய தாக்கத்தினை ஏற்படுத்துகின்றது என்பதினை அறிவதாகும். இதில் இரண்டு விதமான பிரச்சினைகள் உண்டு. முதலாவது விலங்குகள் நலம் பற்றியது. இத்தகைய சோதனைகளின்பொழுது அவைச் சொல்லொண்ணா வேதனைகளை அனுபவிக்கின்றன. நமக்காக அவை ஏன் வேதனைகளை அனுபவிக்க வேண்டும்? இரண்டாவது அறிவியல் ரீதியிலானது. என்னதான் விலங்குகளுக்குக் கொடுத்துச் சோதனை செய்தாலும் அந்தச் சோதனை முடிவுகள் எந்த அளவிற்கு மனிதர்களுக்குப் பொருத்தமானது என்பது பற்றியது. ஏனென்றால் மனிதனின் உடலமைப்பும், வளர்சிதை மாற்றங்களும் சோதனைச் சாலை விலங்குகளிடமிருந்து நிறைய வேறுபடுகின்றன.

இந்தப் பிரச்சினைகளுக்குத் தீர்வாக தற்பொழுது இந்த ஸ்டெம் செல்கள் மருந்து ஆராய்ச்சியில் பயன்படுத்தப்படுகின்றன. ஸ்டெம் செல்களை வேறெந்த செல்களாகவும் மாற்ற முடியும் என்பதினைப் பார்த்தோம் அல்லவா? ஸ்டெம் செல்களைப் பிரித்தெடுத்து அதனைச் சிறுநீரக அல்லது கல்லீரல் செல்லாகவோ அல்லது திசுக்களாக வளர்த்தெடுத்து, அவ்வாறு உருவாக்கிய உறுப்புகளை மருந்துகளின் நச்சுத்தன்மையை அறியப் பயன்படுத்தி வருகின்றனர்.

மூன்றாவது நன்மை: உடல் உறுப்புகளில் ஏதேனும் பாதிப்புகள் ஏற்பட்டால் அந்தப் பாதிப்புகளைச் சரிசெய்ய உதவுவது. ஸ்டெம் செல்கள் மருத்துவச் சிகிச்சைக்கு இருவகையில் உதவ முடியும். முதலாவது செல் தெரபி எனப்படும் பாதிக்கப்பட்ட உறுப்புகளில் உள்ள செல்களைப் புதுப்பிப்பது. சில வகையான நோய்களினால் நமது உடல் உறுப்பின் குறிப்பிட்ட பகுதி மட்டும் பாதிக்கப்பட்டிருக்கும். ஆனால் அந்த உறுப்பிற்கு முழுமையான பாதிப்பு இருக்காது. இதற்கு எடுத்துக்காட்டாக நீரிழிவு நோய், தண்டுவட பாதிப்பு, அல்ஸைமர் போன்ற நரம்பு மண்டல பாதிப்பு, குறிப்பிட்ட வகையான இதயநோய்கள், பக்கவாதம், தீக்காயங்கள் முதலியவற்றைக் கூறலாம். உதாரணமாக, பக்கவாதப் பாதிப்பு உள்ளவர்களுக்கு மூளையில் உள்ள ஒரு குறிப்பிட்ட பகுதி மட்டும் பாதிக்கப்பட்டிருக்கும்

(ஒரு குறிப்பிட்ட இரத்தக் குழாய் மட்டும்). இத்தகைய பிரச்சினைகளுக்குப் பாதிக்கப்பட்ட பகுதியினை மட்டும் சரிசெய்தால் போதுமானது. ஒரு முழு மூளையையே உருவாக்க வேண்டியதில்லை. ஸ்டெம் செல்களைக் கொண்டு மூளையின் அந்த பகுதிச் செல்களை மட்டும் மீளுருவாக்கம் செய்யமுடிந்தால் நாம் பக்கவாதத்தினைக் குணப்படுத்திவிடமுடியும்.

இந்த ஆய்வுகளின் இரண்டாம் கட்டம் முழு உடல் உறுப்புகளை மீளுருவாக்கம் செய்வது. அதாவது சிறுநீரகம், இதயம், கல்லீரல், பற்கள், கை, கால் எனப் பாதிக்கப்பட்ட உறுப்புகளையே மீளுருவாக்கம் செய்வது. இதில் நாம் இன்னும் நிறையத் தூரம் செல்ல வேண்டியுள்ளது.

கருவில் திரு

ஏதாவதொரு காரணத்தினால் மனித உடலின் உடல் உறுப்புகளோ அல்லது உறுப்பின் ஒரு பகுதியோ பாதிக்கப்படுமாயின், பாதிக்கப்பட்ட அந்த உறுப்பினை மீட்க இந்த மீளுருவாக்க மருத்துவம் (regenerative medicine) ஒரு மிகச் சிறந்த தீர்வாக அமையும். இந்த மீளுருவாக்க மருத்துவத்திற்கு மிக முக்கியமான தேவை ஸ்டெம் செல்களே. மனித உடலில் பொதுவாக இரண்டு வகையான ஸ்டெம் செல்கள் காணக் கிடைக்கின்றன.

முதலாவது கரு ஸ்டெம் செல்கள் (Embryonic stem cells) எனப்படுபவை. இந்த வகையான ஸ்டெம் செல்கள் 3 முதல் 5 நாட்கள் வரையிலான கருவில் காணப்படும். இந்த நிலையில் அந்தக் கருவில் சுமார் 150 செல்கள் வரையில் இருக்கும். இதற்கு ஆங்கிலத்தில் ப்லாஸ்டோஸிஸ்ட் (blastocyst) என்று பெயர். பெயருக்கேற்றார்போல கருவில் மட்டுமே இந்த வகைச் செல்கள் இருக்கும். வளர்ந்த சிசுவிடமோ அல்லது பிறந்த அல்லது முழு வளர்ச்சியடைந்த மனிதர்களிடத்தோ இந்தச் செல்கள் இருப்பதில்லை. குறிப்பாகச் சொல்லப்போனால் கருவின் ஏழாவது நாளில் இந்த ஸ்டெம் செல்கள் வேறுபடுத்தப்பட்ட செல்களாக உருமாறிவிடும். அதன்பிறகு அவை ஸ்டெம் செல்லிற்கான பண்புகளையும் இழந்துவிடும்.

இந்த ப்ளாஸ்டோஸிஸ்டிலிருந்து கிடைக்கும் ஸ்டெம் செல்கள் பன்முகத்தன்மை வாய்ந்த ஸ்டெம் செல்கள் (pluripotent stem cells) என அழைக்கப்படுகின்றன. இதற்குக் காரணம் இந்த ஸ்டெம் செல்களால் உடலின் எந்தப் பாகத்திற்கான செல்களாகவும் மாற முடியும். எனவே இதனை உடலின் எந்தவகையான பாதிக்கப்பட்ட உடல் உறுப்புகளையோ அல்லது திசுக்களையோ மீளுருவாக்கம் செய்வதற்காகவோ அல்லது பழுது நீக்குவதற்காகவோ நாம் பயன்படுத்திக் கொள்ள முடியும்.

கருவானது blastocyst நிலையில் இருக்கும்பொழுது அதில் உள்ள ஸ்டெம் செல்களைப் பிரித்தெடுத்துச் சரியான முறையில் ஆய்வகத்தில் வளர்ப்பதன் மூலம் அச்செல்களை ஸ்டெம் செல்களாகவே பல ஆண்டுகளுக்குப் பாதுகாத்து வரமுடியும். பிறகு இவ்வாறு பாதுகாத்து வரப்படும் ஸ்டெம் செல்களை நமக்குத் தேவையானபொழுது தேவையான உறுப்புகளைப் பழுது நீக்குவதற்கோ அல்லது மீளுருவாக்கம் செய்வதற்கோ பயன்படுத்திக் கொள்ளலாம்.

ஆனால் இம்முறையில் பெறப்படும் ஸ்டெம் செல்களைப் பயன்படுத்திக் கொள்வதில் சிக்கல் ஒன்று உள்ளது. அறிவியல் சிக்கல் அல்ல, அறச் சிக்கல். ஸ்டெம் செல்களை ப்லாஸ்டோஸிஸ்ட் நிலையிலுள்ள கருவிலிருந்து பெறும்பொழுது அந்தக் கருவை அழித்துத்தான் அந்த செல்களைப் பெற முடியும். இது ஒரு உயிரைக் கொன்று மற்றொரு உயிரைக் காப்பது போலுள்ளது அல்லவா.? அதனால் சமூகத்தின் பல்வேறு மட்டங்களிலிருந்து இந்த வகையான ஸ்டெம் செல்களைப் பயன்படுத்தி ஆய்வுகள் செய்வதற்கு எதிர்ப்புகள் உள்ளன.

இரண்டாவது வகையான செல்கள் Adult stem cells எனப்படும் முதிர்ந்த ஸ்டெம் செல்கள். இந்தச் செல்கள் குழந்தைகள் முதல் முதியவர்கள் வரை அனைவரிடத்தும் இருக்கும். ஆனால் இவை நமது உடலில் மிகக் குறைந்த எண்ணிக்கையிலேயே இருக்கும். பெரும்பான்மையாக bone marrow எனப்படும் எலும்பு மஜ்ஜையிலும் சில வகையான கொழுப்பு திசுக்களிலும் இந்தச் செல்கள் காணப்படும். இந்தச் செல்களுக்கு மீளுருவாக்கத் திறன் இருந்தாலும் மேலே கூறியுள்ள கரு ஸ்டெம் செல்களைப் போல பன்முகத்தன்மை (pluripotency) கொண்டவை அல்ல. அதாவது இவற்றால் உடலின் எல்லாவிதமான செல்களாகவும்

மாற முடியாது. ஒரு குறிப்பிட்ட சில வகையான செல்களை மட்டுமே இவற்றால் உற்பத்தி செய்ய முடியும்.

இந்த இடத்தில் நாம் ஒரு முக்கியமான கருத்தைத் தெரிந்து கொள்வது உபயோகமாக இருக்கும். நமது உடலில் உள்ள எல்லாச் செல்களும் ஒரே விதமான மரபணுக்களையே கொண்டுள்ளன. அதாவது ஒரு தோல் செல்லின் மரபணுத் தொகுப்பில் உள்ள மரபணுக்களும் ஒரு சிறுநீரகச் செல்லின் மரபணுத் தொகுப்பில் உள்ள மரபணுக்களும் ஒரு இதயச் செல்லின் மரபணுத் தொகுப்பில் உள்ள மரபணுக்களும் ஒன்றே. ஆனால் ஒவ்வொரு செல்லிலும் உள்ள மரபணுக்களின் தொகுப்பில் வேலை செய்யும் மரபணுக்கள் மட்டும் மாறுபடும். உதாரணமாக ஒரு இதயச் செல்லில் உள்ள எல்லா மரபணுக்களும் வேலை செய்வதில்லை (not expressed). மாறாக இதயத்தின் செயல்பாட்டிற்குத் தேவையான ஒரு குறிப்பிட்ட மரபணுக்கள் மட்டுமே வேலை செய்யும். மற்ற மரபணுக்கள் வேலை செய்யாது. அணைத்து வைக்கப்பட்டிருக்கும் (turned off).

உதாரணத்திற்கு நமது வீட்டில் நான்கு விதமான வாகனங்கள் இருப்பதாக வைத்துக் கொள்வோம். மிதிவண்டி, மகிழுந்து, tractor எனப்படும் இழுவை இயந்திரம். எல்லாவற்றையும் எல்லாத் தேவைகளுக்கும் பயன்படுத்த முடியாதல்லவா? விவசாயப் பணிக்கு இழுவை இயந்திரத்தைப் பயன்படுத்துவோம். சற்றுத் தொலைவில் உள்ள இடத்திற்குச் சென்று வர மிதிவண்டியைப் பயன்படுத்துவோம். நீண்டதூரப் பயணங்களுக்கு மகிழுந்தினைப் பயன்படுத்துவோம் அல்லவா. அதுபோலத்தான் ஒவ்வொரு செல்லிலும் கிட்டத்தட்ட 50,000 - 100,000 மரபணுக்கள் இருந்தாலும் எல்லா மரபணுக்களும் எல்லாச் செல்களிலும் பயன்படுத்தப்படுவதில்லை. மேலே குறிப்பிட்டுள்ளதைப் போல ஒரு இதயச் செல்லில் ஒரு இதயத்தின் செயல்பாட்டிற்கும் கட்டுமானத்திற்கும் தேவையான மரபணுக்கள் மட்டுமே வேலை செய்யும். அதே இதய செல்லில் அந்த இதயத்திற்குத் தேவையான மரபணுக்களின் வேலையை நிறுத்திவிட்டு ஒரு சிறுநீரகத்திற்குத் தேவையான வேலைகளைச் செய்யும் மரபணுக்களை வேலை செய்ய வைக்க முடியுமாயின் அந்தச் செல்கள் சிறுநீரகச் செல்களாக மாறிவிடும். இதுபோல நமது

உடலில் ஏதாவது ஒரு செல்லினை எடுத்துக்கொண்டு அதிலுள்ள வேலை செய்யும் மரபணுக்களை ஸ்டெம் செல்லில் உள்ள வேலை செய்யும் மரபணுக்களைப் போல மாற்றி அமைக்க முடிந்தால் அவை ஸ்டெம் செல்களாக மாறி விடுமா..? கண்டிப்பாக. பின்வரும் பத்தி அதனைத் தான் விளக்குகின்றது.

தூண்டப்பட்ட ஸ்டெம் செல்கள்

மேலே கூறப்பட்டுள்ள, இயற்கையாக நமது உடலில் உள்ள இருவகையான ஸ்டெம் செல்கள் தவிர, செயற்கையாகவும் நம்மால் ஸ்டெம் செல்களை உற்பத்தி செய்ய முடியும். இதனைத் தூண்டப்பட்ட ஸ்டெம் செல்கள் எனலாம். ஆங்கிலத்தில் இதனை induced pluripotent stem cells அல்லது சுருக்கமாக iPSCs என்பர். மேலே விளக்கியுள்ளதைப் போல நமது உடலில் உள்ள ஏதாவதொரு செல்லை எடுத்துக் கொண்டு அதிலுள்ள வேலை செய்யும் மரபணுக்களை மாற்றி அமைப்பதன் மூலம் அதனை ஸ்டெம் செல்களாக மாற்ற முடியும். இந்தச் செயல்முறை மறுநிரலாக்கம் (reprogramming) எனப்படும். இவ்வாறு உருவாக்கப்பட்ட ஸ்டெம் செல்கள், கரு ஸ்டெம் செல்கள் போலச் செயல்படக்கூடியவை. அதாவது, இந்த தூண்டப்பட்ட ஸ்டெம் செல்களை உடலின் வேறு எந்த பாகத்திற்கான செல்களாகவும் மாற்ற முடியும்.

இந்த ஸ்டெம் செல்களைப் பயன்படுத்தி மருத்துவம் செய்யும் பொழுது ஒரு மிக முக்கியமான விஷயத்தினைக் கவனத்தில் கொள்ள வேண்டும். அது நமது உடலின் நோயெதிர்ப்புச் சக்தி. நமது உடலில் இயற்கையாகவே அமைந்திருக்கும் நோயெதிர்ப்புச் சக்திக்குச் சில குணங்கள் உண்டு. அதில் முக்கியமானது நமது உடலுக்கு வெளியிலிருந்து வரும் எந்தவொரு பொருளையும் நிராகரிப்பது. வெளியிலிருந்து வரும் அந்தப் பொருள் நமது உடலுக்குத் தீங்கிழைக்கும் நுண்ணுயிரியானாலும் சரி அல்லது நமது உடலுக்கு நன்மை செய்யும் வேறு எந்தப் பொருளாக இருந்தாலும் சரி, நமது உடல் அதனை நிராகரிக்கவே செய்யும். உதாரணத்திற்கு உறுப்பு மாற்று அறுவை சிகிச்சை செய்யும் பொழுது, ஒரு உறுப்பினைத் தானம் பெற்றவரின் உடலிலுள்ள நோயெதிர்ப்புச் சக்தி புதிதாகப் பொருத்தப்பட்ட உறுப்பினை நிராகரித்துச் செயலிழக்கச் செய்வதினைக் கூறலாம்.

மேற்கூறிய காரணத்தினால் வேறொருவரின் உடலிலிருந்து எடுக்கப்பட்ட ஸ்டெம் செல்களைப் பயன்படுத்தி ஒரு நோயாளிக்குச் சிகிச்சை அளிக்கும்பொழுது, அந்த நோயாளியின் உடல் அந்தப் புதிய செல்களை ஏற்றுக்கொள்ளாமல் போவதற்கான வாய்ப்புகள் அதிகம் உண்டு.

ஒருவருக்கு இதயத்தில் ஒரு பகுதி செயலிழந்துவிட்டதாகவும் அவருக்கு ஸ்டெம் செல்லினைப் பயன்படுத்தி மருத்துவம் செய்வதாகவும் கொள்வோம். அவருக்கு நாம் இங்கு விளக்கியுள்ள மூன்று வகையான ஸ்டெம் செல்களில் எந்த வகையான ஸ்டெம் செல்லினையும் கொண்டு மருத்துவம் செய்யலாம். ஆனால் பாதிக்கப்பட்ட மனிதருக்கு வேறொருவரின் உடலிலிருந்தோ அல்லது கருவிலிருந்தோ எடுக்கப்பட்ட ஸ்டெம் செல்களைக் கொண்டு மருத்துவம் செய்யும்பொழுது பாதிக்கப்பட்டவரின் உடல் அதனை நிராகரிக்கும் என்பதால், இதனைத் தவிர்ப்பதற்காகச் சிகிச்சை அளிக்கப்படுபவருக்கு அவரது உடலின் எதிர்ப்புச் சக்தியினை குறைக்கும் மருந்துகளை (immunosuppresants) கொடுக்க வேண்டியிருக்கும். இந்த மருந்துகள் நீண்டகாலம் எடுத்துக் கொள்ளும்போது அதற்கான பக்கவிளைவுகளையும் சந்திக்க வேண்டியிருக்கும். இதனைத் தவிர்க்கப் பாதிக்கப்பட்டவரின் உடலிலிருந்தே ஸ்டெம் செல்களை எடுத்து சிகிச்சை அளிக்கலாம்.

என்னதான் நோயாளியின் உடலிலிருந்தே ஸ்டெம் செல்களை எடுத்து சிகிச்சைக்குப் பயன்படுத்துவதில் சில அனுகூலங்கள் இருந்தாலும் இதிலும் சில நடைமுறைச் சிக்கல்கள் உள்ளன. முதலாவது ஏற்கனவே கூறியதைப் போல நாம் வளர்ந்த பிறகு நமது உடலில் இருக்கும் ஸ்டெம் செல்களின் எண்ணிக்கை குறைந்து விடும். அப்படியே நமக்குத் தேவையான ஸ்டெம் செல்கள் கிடைத்தாலும் கரு ஸ்டெம் செல்களைப்போல அல்லாமல் முதிர்ச்சியடைந்த ஸ்டெம் செல்களைக் கொண்டு நமக்குத் தேவையான எல்லாவிதமான செல்களையும் உற்பத்தி செய்ய முடியாது. இருக்கும் ஒரே வழி தூண்டப்பட்ட ஸ்டெம் செல்களைக் கொண்டு நமக்குத் தேவையான செல்களை உற்பத்தி செய்துக் கொள்வதே. ஆனால் இதற்கு ஆகும் நேரமும் செலவும் மிக அதிகமானதாக இருக்கும். ஏனென்றால் ஒருவருக்கு என்ன பிரச்சினை என்று தெரிந்த பிறகு அவருடைய உடல்

செல்களில் ஒன்றினை எடுத்து அதனை ஸ்டெம் செல்களாக மாற்றிப் பிறகு பாதிக்கப்பட்ட செல்களுக்கு மாற்றான செல்களாகவோ அல்லது திசுக்களாகவோ மாற்றி அதனை அவரது உடலில் பாதிக்கப்பட்ட அங்கத்தில் பொருத்துவதற்கு பல ஆண்டுகள் ஆகலாம். சாதாரணப் பிரச்சினையாக இருப்பின் பரவாயில்லை. நோயின் தீவிரம் மிகுதியாக இருக்குமாயின் அச்சிகிச்சை கிடைக்கும் வரை நோயாளி பிழைத்து இருக்க வேண்டுமல்லவா?

இது எல்லாம் சரி. ஸ்டெம் செல்கள் என்றால் என்ன என்று தெரிகிறது. இந்த ஸ்டெம் செல்களினால் நிறையப் பயன்கள் உண்டு என்பதும் புரிகிறது. இந்த செல்கள் மூலம் நடைமுறை வாழ்க்கையில் என்ன விதமான மருத்துவச் சிகிச்சைகள் கிடைக்கின்றன? ஏதாவது உறுப்புகள் இதுவரை மீளுருவாக்கம் செய்யப்பட்டு யாருக்காவது பொருத்தப்பட்டிருக்கின்றனவா? இல்லை அனைத்தும் ஆய்வு நிலையில்தான் உள்ளனவா?

நரம்புச் சிதைவு

ஸ்டெம் செல்களைக் கொண்டு பாதிக்கப்பட்ட உடலுறுப்புகளை மீளுருவாக்கம் செய்யும் மருத்துவ முறைகள், அதுவும் அரசினால் அனுமதிக்கப்பட்ட ஒரு சில சிகிச்சை முறைகள் மட்டுமே தற்போது நடைமுறையில் உள்ளன. பெரும்பான்மையானவை ஆய்வு நிலையிலேயே உள்ளன. clinical trials எனப்படும் இத்தகைய சுமார் 5000 ஆய்வுகள் உலகம் முழுவதும் நடைபெற்று வருகின்றன. பெரும்பான்மையான ஆய்வு முடிவுகள் மிகுந்த நம்பிக்கை அளிக்கக்கூடியதாகவே உள்ளன.

இந்தப் புத்தகத்தின் முன்னுரையில் 7 வயது சிறுவன் ஒருவனுக்கு ஏற்பட்டிருந்த ஒரு கொடிய தோல் வியாதிக்குத் தீர்வாக ஒரு புதிய தோலையே உற்பத்தி செய்ததைப் பற்றிப் பார்த்தோம் அல்லவா..? அது இந்த ஸ்டெம் செல்களால்தான் சாத்தியமாயிற்று. இவை தவிர மற்ற வெற்றிகரமான ஆய்வு முடிவுகளும் உண்டு.

இத்தகைய ஆய்வுகளில் பெரும்பான்மையானவை மூன்று விதமான நோய்களைச் சுற்றியே உள்ளன. முதலாவது நரம்பு மண்டலத்தில் ஏற்படும் நோய்களைப் பற்றியது. இதற்கு

முக்கியக் காரணம் மூளையிலோ அல்லது தண்டுவடத்திலோ ஏற்படும் பல நோய்களுக்கு எந்தவிதமான மருத்துவ சிகிச்சை முறைகளும் தற்போது இல்லை. உதாரணத்திற்கு ஒருவருக்குச் சிறுநீரகச் செயலிழப்பு ஏற்பட்டால் மாற்றுச் சிறுநீரகம் பொருத்தலாம் அல்லது டயலிசிஸ் செய்து கொள்ளலாம். ஆனால் அல்சைமர் (Alzheimer), பார்கின்ஸன் (Parkinsons), தண்டுவட பாதிப்பு (Acute Spinal cord injury) போன்ற நரம்பு மண்டல வியாதிகளுக்குத் தற்போது தீர்வு தரக்கூடிய சிகிச்சை முறைகள் கிடையாது. மாற்று மூளையையும் பொருத்த முடியாது.

இரண்டாவது கண்கள் சம்பந்தமான நோய்களைக் குறித்தது. இதற்கு ஒரு சுவாரசியமான காரணம் உண்டு. சிகிச்சை அளிக்கப் பயன்படுத்தப்படும் ஸ்டெம் செல்கள் எங்கிருந்து பெறப்படுகின்றன என்பதைப் பொறுத்து இந்த ஸ்டெம் செல்களை ஆடொலொகஸ் (autologous) மற்றும் அல்லொஜெனிக் (allogenic) என இரண்டு வகையாகப் பிரிக்கலாம். ஆடொலொகஸ் என்பது பாதிக்கப்பட்ட நோயாளியின் உடலிலிருந்தே ஸ்டெம் செல்களை எடுத்து அவருக்கே சிகிச்சை அளிப்பது. அல்லொஜெனிக் என்பது மற்றொரு நபருடைய ஸ்டெம் செல்களைக் கொண்டு ஒரு நோயாளிக்குச் சிகிச்சை அளிப்பது.

இரண்டு முறைகளிலும் சாதக பாதகங்கள் உண்டு. நோயாளியின் ஸ்டெம் செல்களைக் கொண்டு சிகிச்சை அளிப்பதில் ஒரு பெரிய நன்மை என்னவெனில் அந்த புதிய செல்களிலிருந்து உருவாகும் பாகத்தினை நோயாளியின் உடல் முழுமையாக ஏற்றுக்கொள்ளும். நிராகரிக்காது. ஆனால் இந்த செல்கள் எல்லா நேரங்களிலும் எல்லாவிதமான சிகிச்சைகளுக்கும் அவ்வளவு எளிதில் கிடைத்துவிடுவதில்லை. எனவே அத்தகைய சமயங்களில் இந்த அல்லொஜெனிக் ஸ்டெம் செல்களே கை கொடுக்கின்றன.

நமது உடலில் உள்ள உறுப்புகளில் கண்களுக்கு ஒரு தனிச் சிறப்பு உண்டு. அவை immune preveleged sites எனப்படக்கூடிய நோயெதிர்ப்பு மண்டலத்தின் கண்காணிப்பிற்கு அப்பால் உள்ள பகுதியாகும். அதாவது வேறொருவரின் விழித்திரையை

மற்றொருவரின் உடல் ஏற்றுக் கொள்ளும். நிராகரிக்காது. எனவேதான் அல்லொஜெனிக் ஸ்டெம் செல்களைக் கொண்டு நடத்தப்படும் பெரும்பான்மையான மருத்துவ ஆய்வுகள் கண்களில் ஏற்படும் நோய்களுக்கானதாக உள்ளன.

மூன்றாவது இரத்த மற்றும் நோயெதிர்ப்பு மண்டலத்தில் ஏற்படும் நோய்கள் தொடர்பானவை. ஏனெனில் இந்த வகையான நோய்களைக் குணப்படுத்தக் குறிப்பிட்ட வகைச் செல்களை மட்டும் உற்பத்தி செய்தால் போதுமானது. ஒரு வடிவம் கொண்ட ஒரு முழு உறுப்பினை உற்பத்தி செய்யத் தேவையில்லை.

முழு உறுப்பினை மீளுருவாக்கம் செய்வது என்பது இரண்டு முக்கியச் செயல்களை உள்ளடக்கியது. முதலாவது உறுப்புகளுக்குத் தேவையான செல்களை உருவாக்குவது. இரண்டாவது அந்த முழு உறுப்பின் கட்டமைப்பினை உருவாக்குவது. உதாரணத்திற்கு ஒரு இதயத்தை உருவாக்குவதற்கு scaffold எனப்படும் ஒரு இதயம் போன்ற கட்டுமானம் தேவைப்படும். இந்த ஸ்காஃபோல்ட் மீதுதான் இதயச் செல்கள் படர்ந்து இதயம் என்ற ஒரு முழு உறுப்பினை உருவாக்க முடியும்.

சில உறுப்புகள் மிகச் சிக்கலான பல உட்கூறுகளைக் கொண்டிருக்கும். உதாரணங்கள் நுரையீரல் மற்றும் சிறுநீரகம். நுரையீரலை உற்று நோக்கினால் அதில் பல்வேறு நுணுக்கமான கிளைகளும் காற்றுப் பைகளும் இருப்பதைக் காண முடியும். இந்த நுணுக்கமான அமைப்பினைச் செயற்கையாக உருவாக்குவது மிகக் கடினமான காரியம். வேறு சில உறுப்புகளோ சற்று எளிமையான வடிவமைப்பினைக் கொண்டிருக்கும். உதாரணம், தைராய்டு சுரப்பி அல்லது இரைப்பை. இருந்தாலும் இவற்றிற்கான ஸ்காஃபொல்டினை உருவாக்குவதும் அவ்வளவு எளிதல்ல. இந்த ஸ்காஃபோல்டின் மீது அந்த உறுப்பிற்கான செல்கள் முழுவதுமாக படர்ந்து அந்த உறுப்பு முழுமையாக மீளுருவாக்கம் செய்யப்பட வேண்டும். அவ்வாறு அந்த மீளுருவாக்கம் முழுமையடைந்தபின் அந்த ஸ்காஃபோல்ட் கரைந்துவிட வேண்டும். இவை அனைத்துமே மிகச் சவாலான காரியங்கள். இந்தக் காரணங்களினால் முழு

உறுப்பினை மீளுருவாக்கம் செய்யும் ஆய்வுகள் பின்னடைவைச் சந்தித்து வருகின்றன.

சுருக்கமாகக் கூறுவதென்றால் முழு உறுப்பினையே மீளுருவாக்கம் செய்யும் நிலைமையை அடைய நாம் இன்னும் அதிக தூரம் பயணம் செய்ய வேண்டியதுள்ளது. ஆனால் செல் தெரபி எனப்படும் முறை மூலம் பழுதடைந்த உறுப்பின் பாகங்களை மட்டும் ஸ்டெம் செல்கள் கொண்டு சரி செய்யும் முறை மிகுந்த வெற்றிகரமாக ஆய்வகத்திலும் மருத்துவத் துறையிலும் நடைபெற்று வருகிறது. இந்த வகையில் சில நம்பிக்கையூட்டும் ஆய்வு முடிவுகளை மட்டும் இங்கு பார்ப்போம்.

முதலில் நரம்பு மண்டலத்தில் ஏற்படும் பிரச்சினைகளைச் சரிசெய்ய முயற்சிக்கும் ஆய்வுகளைக் காண்போம்.

நரம்பு மண்டலத்தில் ஏற்படும் பாதிப்புகளில் முக்கியமானவை Neurodegenerative disorders எனப்படும் நரம்புச் சிதைவு நோய்கள்.

இந்த நரம்புச் சிதைவு நோய்களில் முக்கியமானவை பார்கின்ஸன் (Parkinson), அல்சைமர் (Alzheimer), ஹண்டிங்க்டன் (Huntington), அமையோட்ரோஃபிக் லேடரல் ஸ்கிளிரோஸிஸ் (Amyotrophic lateral sclerosis), டிமென்சியா (dementia), தண்டுவடப் பாதிப்பு (spinal cord injury) எனப்படும் பிரச்சினைகள். துரதிர்ஷ்டவசமாக இந்தப் பிரச்சினைகளுக்குப் போதுமான மருத்துவச் சிகிச்சை முறைகள் தற்பொழுது இல்லை.

ஒரு நோய்க்கான காரணி தெரிந்தால்தானே அதற்கான மருந்து கண்டுபிடிக்கமுடியும்.? இங்கு சிக்கல் என்னவென்றால் மேலே கூறியுள்ளவற்றில் பெரும்பாலான நோய்களுக்கு இன்ன இன்ன காரணங்களினால்தான் (causative agents) நோய்கள் ஏற்படுகின்றன என்று ஒரு தெளிவான காரணம் இதுவரை கண்டுபிடிக்கப்படவில்லை. மேலும் நமது நரம்பு மண்டலத்திற்கு இரு பிரத்தியேக குணங்கள் உண்டு. முதலாவது நரம்பு மண்டலத்தில் உள்ள திசுக்களின் மீளுருவாக்கத் திறன் மற்ற உடல் உறுப்புகளைவிட மிகமிகக் குறைவு. ஏதாவது ஒரு பாதிப்பு ஏற்பட்டால், அந்தப் பாதிப்பு சிறிய பாதிப்பாக இருந்தாலும் அந்தப் பாதிப்பினை நமது நரம்பு மண்டலமே

பல நேரங்களில் சரி செய்து கொள்ளாது. இரண்டாவது blood-brain barrier (BBB) எனப்படும் மூளைப்பகுதியினைப் பாதுகாக்கும் ஒரு சவ்வு போன்ற அமைப்பு. இந்த அமைப்பானது மூளைப் பகுதிக்குள் எந்த விதமான தீங்கு தரும் பொருள்களும் சென்று விடாமல் பார்த்துக்கொள்ள இயற்கையே நமக்குத் தந்த கொடை. ஆனால் இதுவே நமக்கு எதிராகவும் செயல்படுகின்றது. இந்த அமைப்பு இருப்பதினால் நம்மால் மூளையில் ஏற்படும் எந்தவொரு பிரச்சினைக்கும் எளிதில் மருந்துகள் செலுத்த முடிவதில்லை. பிரச்சினைக்குரிய இடத்தினை மருந்து சென்றடையாவிட்டால் பிரச்சினையைச் சரி செய்ய முடியாது. இந்தக் காரணங்களினால் மேலே கூறியுள்ள பிரச்சினைகளுக்கு ஸ்டெம் செல் தெரபியே மிகச் சிறந்த மற்றும் ஒரே தீர்வாக உள்ளது.

நம்மில் பலருக்கும் முதுகுத்தண்டுவடப் பாதிப்பு பற்றித் தெரிந்திருக்கும். பாதிக்கப்பட்டவரின் இயக்கத்தினையும் தொடு உணர்ச்சியினையும் முற்றிலும் முடக்கிவிடும் தன்மை இந்த நோய்க்கு உண்டு. நமது முதுகுத் தண்டுவடம் என்பது ஒருவகை நரம்புக் கற்றை (bundle of nerves). இதன் பணி மூளையிலிருந்து உணர்ச்சி மற்றும் இயக்கத்திற்குத் தேவையான செய்திகளை உடலின் மற்றப் பகுதிகளுக்கு எடுத்துச் செல்வது. விபத்தினாலோ அல்லது வேறு காரணங்களினாலோ இந்தத் தண்டுவடத்தில் காயம் ஏற்படும்பொழுது பாதிக்கப்பட்டவருக்குக் காயத்தின் தீவிரம் மற்றும் காயம் ஏற்பட்ட இடத்தினைப் (impact and location of injury) பொறுத்து இறப்பு கூட ஏற்படலாம். பொதுவாகத் தண்டுவடத்தின் மேற்பகுதியில் பாதிப்பு ஏற்பட்டால் (உதாரணம் கழுத்துப் பகுதி) நோயின் தன்மை தீவிரமாக இருக்கும். உதாரணமாக கழுத்துப்பகுதியில் பாதிப்பு ஏற்பட்டால் சுவாசப்பகுதியின் தசைகள் பாதிக்கப்பட்டு மூச்சுவிடக்கூட முடியாத நிலைக்குச் செல்லும் வாய்ப்பு உண்டு. பெரும்பான்மையாக தண்டுவடப் பாதிப்பு ஏற்பட்டவர்களால் தங்களது கை, கால் மற்றும் வயிற்றுப் பகுதிகளில் எந்தவிதமான இயக்கத்தையோ அல்லது உணர்ச்சிகளையோ உணர இயலாது. தண்டுவடப் பாதிப்பிற்குள்ளானவர்களை மீட்டுக் கொண்டுவர தற்பொழுதுள்ள ஒரே வழி, காயத்தினால் இறந்த தண்டுவடத்தின் பகுதியினைப் புதிய செல்களைக் கொண்டு புதுப்பிப்பதுதான்.

2019-ஆம் ஆண்டில் ஜப்பானில் நரம்பு மண்டல ஸ்டெம் செல்களைப் பயன்படுத்தி 13 நபர்களுக்கு மருத்துவ ஆய்வு ஒன்று நடத்தப்பட்டது. அதில் நோயாளிகளுக்கு அவர்களுடைய எலும்பு மஜ்ஜையிலிருந்து எடுக்கப்பட்ட ஸ்டெம் செல்கள் மூலம் பாதிக்கப்பட்ட தண்டுவடச் செல்களை மீளுருவாக்கம் செய்யும் முயற்சி செய்யப்பட்டது.

நன்றாகக் கவனிக்கவும், இந்த முயற்சி பாதிக்கப்பட்ட தண்டுவடத்தில் பாதிக்கப்பட்ட பகுதியை மட்டுமே சரி செய்யும் முயற்சி. முழு தண்டுவடத்தினையே மீளுருவாக்கம் செய்யும் முயற்சி அல்ல. அது தேவையும் அல்ல. இதில் சிகிச்சை அளிக்கப்பட்டவர்கள் அனைவரும் தங்கள் உடல் பாகங்களில் இழந்த உணர்ச்சிகளையும் இயக்கத்தினையும் ஓரளவிற்கு மீண்டும் பெற்றதை ஜப்பானிய விஞ்ஞானிகள் கவனித்தனர். தண்டுவடப் பாதிப்பு சிகிச்சையில் இதுவொரு மிகப் பெரிய மைல் கல். இந்த ஆய்வு இன்றும் (2023-ஆம் ஆண்டு இறுதிப் பகுதி) தொடர்ந்து நடைபெற்று வருகிறது. இன்னும் சில ஆண்டுகளில் இது பற்றிய மேலும் பல முழுமையான தகவல்களை நாம் எதிர்பார்க்கலாம்.

ஆனால் ஜப்பானிய அரசாங்கம் இந்தச் சிகிச்சை முறைக்கு ஏற்கனவே முழுமையான அனுமதி வழங்கிவிட்டது. தண்டுவடப் பாதிப்பிற்கு அளிக்கப்படும் ஸ்டெம் செல் சிகிச்சைக்கு உலகில் வழங்கப்பட்ட முதல் அரச அனுமதி (governmental approval) *இதுவே.*

கண்ணின் அருமை

கண்ணின் அருமை தெரியாதவர்கள் இருக்க முடியாது. ஐம்புலன்களில் மிக முக்கியமான புலன் இது. குறிப்பாகச் சொல்லப்போனால் நமது சுற்றுப்புறத்திலிருந்து வரும் தகவல்களில் கிட்டத்தட்ட 80% தகவல்கள் கண்கள் மூலமாகத்தான் நமது மூளையை வந்தடைகின்றன. நமது மூளையில் பின்புறத்தில் விஷூவல் கார்டெக்ஸ் எனப்படும் அமைப்பு உள்ளது. இதுதான் விழித்திரையிலிருந்து வரும் தகவல்களைப் பெற்று, ஒருங்கிணைத்துப் பகுத்தறியச் செய்கிறது. நமது மூளையில் மற்றுமொரு முக்கியப் பகுதி அமிக்டலா என்பது. இதுதான் நமது உணர்வுகளை வெளிப்படுத்தும்

பகுதியாகும். விஷூவல் கார்டெக்ஸும் அமிக்டலாவும் மிகவும் ஒன்றுக்கொன்று நெருக்கமாக வேலை செய்யக்கூடியவை. உதாரணத்திற்கு நமது மனத்துக்குப் பிடித்தமான ஒருவரைப் பார்க்கும்பொழுது நமது மனநிலை பரவசமடைவதற்கும், விஷப் பூச்சி ஒன்றைப் பார்க்கும்பொழுது நாம் அஞ்சி நடுங்குவதற்கும் இந்த அமிக்டலாதான் காரணம். தற்பொழுது மேற்கூறிய விஷயங்களை இணைத்துப் பாருங்கள். நமக்குக் கண் பார்வை இல்லையென்றால் இந்த மேற்கூறிய பரவச நிலையையோ அல்லது பய உணர்வையோ நமது மூளையால் நமக்கு உணர வைக்க முடியுமா?

கண் பார்வை இழப்பு என்பது உடல் மற்றும் மன வேதனையினைத் தருவதுடன் ஒருவரது சுதந்திரத்தையும், வாழ்க்கைத் தரத்தினையும் வெகுவாகப் பாதித்துவிடுகின்றது. அது மட்டுமன்றி நோயாளியின் தொழில், வேலை வாய்ப்பு மற்றும் சம்பாதிக்கும் திறனும் கடுமையாகப் பாதிக்கப்படுகின்றது. இத்தகைய முக்கியத்துவம் வாய்ந்த கண் பார்வை இல்லாமல் இவ்வுலகில் கிட்டத்தட்ட 220 கோடி பேர் வாழ்ந்து வருகின்றனர்.

கண்கள் ஏன் ஸ்டெம் செல் தெரபிற்கு உகந்தவை?

ஸ்டெம் செல் தெரபி மற்ற துறைகளில் வெற்றிகரமாகப் பயன்படுத்தப்பட்டு அல்லது ஆய்வுக்குட்படுத்தப்பட்டு வருவதைப் போலக் கண் மருத்துவத் துறையிலும் அதன் பயன்பாடுப் பெருகி வருகிறது. இதற்குப் பல காரணங்கள் இருப்பினும் மிக முக்கியமான காரணங்களாகச் சிலவற்றினைக் கூறலாம். ஏற்கனவே கூறியுள்ளதைப் போலக் கண்களில் உள்ள சில முக்கியமான இடங்கள் நமது நோயெதிர்ப்பு திறனின் மேற்பார்வைக்கு அப்பாற்பட்ட இடங்கள். எனவே வேறொருவரின் ஸ்டெம் செல்களைக் கொண்டு சிகிச்சை அளிக்கும் பொழுது immune rejection எனப்படும் நிராகரிப்பு இருக்காது. இரண்டாவது, சிகிச்சை அளிப்பதில் உள்ள எளிமை. ஸ்டெம் செல்களைக் கண்களுக்கு செலுத்துவதென்பது உடலின் மற்ற பாகங்களுடன் ஒப்பிடுகையில் இலகுவானது. உதாரணமாகக் கண்களுக்கு நேரடியாகச் சொட்டு மருந்து வடிவில் மருந்தினைக் கொடுத்துவிட முடியும். ஆனால்

மூளைக்கோ சிறுநீரகத்திற்கோ இம்முறை சாத்தியப்படாது. மூன்றாவது கண்களின் செயல்பாட்டினை ஆய்வு செய்வதென்பது மிக எளிது. அதற்கான பல நவீன சாதனங்கள் ஏற்கனவே பயன்பாட்டில் உள்ளன. செலுத்தப்பட்ட மருந்து சரியாக வேலை செய்கிறதா என்பதினை எளிமையாகவும் துல்லியமாகவும் மருத்துவர்களால் கண்டறிய முடியும். அடுத்து கண் ஒரு சிறிய உறுப்பு. எனவே அதில் ஏற்படும் நோய்களுக்குச் சிகிச்சை அளிக்கத் தேவையான ஸ்டெம் செல்களின் எண்ணிக்கையும் சிறிய அளவிலேயே இருக்கும். கடைசியாக, ஸ்டெம் செல் தெரபியில் பொதுவாக உள்ள சிக்கல் உபயோகப்படுத்தப்படும் ஸ்டெம் செல்கள் புற்றுநோய் கட்டிகளாக மாறும் வாய்ப்புகள் இருப்பது. கண்களைப் பொறுத்தவரை பொதுவாகவே புற்றுக்கட்டிகள் ஏற்படும் வாய்ப்புகள் குறைவு என்பதால் கண்கள் ஸ்டெம் செல் தெரபிற்கு ஏற்ற ஒரு உறுப்பாகக் கருதப்படுகின்றது.

கண்களுக்கு அளிக்கப்படும் ஸ்டெம் செல் தெரபியின் நோக்கம் இழந்த கண் பார்வையை மீட்பதாக இருந்தாலும் கணிசமான ஆய்வுகள் கண் பார்வை இழப்பினைத் தடுப்பதற்காகவும் நடத்தப்படுகின்றன. பொதுவாகக் கண்களுக்கான ஸ்டெம் செல் தெரபியில் இரண்டு விதமான அணுகுமுறைகள் கடைப்பிடிக்கப்படுகின்றன. ஒன்று கண்களையும் மூளையில் உள்ள பார்வைக்கானப் பகுதியையும் இணைக்கும் நரம்பு மண்டலத்தினை சரி செய்வது; இரண்டாவது சிதைந்த அல்லது இறந்த கண் பார்வைக்கான செல்களை மீளுருவாக்கம் செய்வது.

கண்ணில் ஏற்படும் நோய்கள்

கண் என்பது ஒரே ஒரு உறுப்பு போலத் தோன்றினாலும் அது கார்னியா, லென்ஸ், விழித்திரை (retina), ஐரிஸ், கண்பாவை (pupil) என பல்வேறு வகையான திசுக்களால் ஆனது. இவற்றில் எந்த உறுப்பு பாதிக்கப்பட்டாலும் கண் பார்வை இழப்பு ஏற்படக்கூடும். கண் பார்வை இழப்பிற்கு மரபுக் கோளாறு, விபத்து, இரத்த அழுத்தம், நீரிழிவு நோய் என பலதரப்பட்ட காரணங்கள் உண்டு. அவ்வகையில் கண்ணில் ஏற்படக்கூடிய முக்கிய நோய்கள் என காடராக்ட், க்லொவ்கோமா, ரெடினிடிஸ் பிக்மெண்டோசா, மேகுலர் டிஜெனெரேஷன், லிம்பல் ஸ்டெம் செல் குறைபாடு ஆகியவற்றினைக் குறிப்பிடலாம்.

இதில் லிம்பல் ஸ்டெம் செல் குறைபாட்டிற்கு ஒரு அற்புதமான தீர்வினை ஸ்டெம் செல் தெரபி மூலம் விஞ்ஞானிகள் கண்டறிந்துள்ளனர். கண்களில் உள்ள முக்கியமான திசுக்களில் ஒன்று கார்னியா. இது கண்ணின் கரு விழியைப் போர்வை போல மூடியிருக்கும் நிறமற்ற சவ்வு போன்ற ஒரு அமைப்பு. இது உயிர்ப்புடன் இருக்க லிம்பல் எபிதீலியல் ஸ்டெம் செல்கள் எனப்படும் ஒருவகையான ஸ்டெம் செல்கள் தேவைப்படும். இயற்கையாகவே கண்களில் அமைந்திருக்கும் இந்த ஸ்டெம் செல்களில் ஏதேனும் பாதிப்பு ஏற்படும் பட்சத்தில் கண்களின் கருவிழியைத் தேவையற்ற தழும்புத் திசுக்கள் தாக்கி கண் பார்வையினை முற்றிலும் பாதித்துவிடும். இந்த நோய்க்கு லிம்பல் ஸ்டெம் செல் டெஃபிசன்ஸி அல்லது சுருக்கமாக LSCD என்று பெயர்.

இந்த நோய்க்கு மரபணுப் பிறழ்வு, கிருமி தாக்குதல், விபத்து, கண்களைச் சுற்றியுள்ள பிற உறுப்புகளில் ஏற்படும் புற்றுநோய்க்கட்டி எனப் பல காரணிகள் உண்டு. இந்த நோயினைக் குணப்படுத்த பல்வேறு வழிமுறைகள் பின்பற்றப்பட்டு வந்திருந்தாலும் 2015-ஆம் ஆண்டு இத்தாலி நாட்டு மருந்து நிறுவனத்தினால் அறிமுகப்படுத்தப்பட்ட ஸ்டெம் செல் தெரபி மிகச் சிறந்த தீர்வாகக் கருதப்படுகிறது. ஹோலோக்லார் எனப் பெயரிடப்பட்ட இந்த தெரபிதான் ஐரோப்பிய ஒன்றியத்தில் சிகிச்சைக்கு அனுமதிக்கப்பட்ட முதல் ஸ்டெம் செல் தெரபி சிகிச்சையாகும். இந்த சிகிச்சை தற்போது ஐரோப்பிய ஒன்றியத்திலும் ஐக்கிய இராச்சியத்திலும் (United Kingdom) மட்டுமே கிடைக்கின்றது. அமெரிக்கா உள்ளிட்ட மற்ற நாடுகளில் இந்த சிகிச்சை முறை இன்னும் அனுமதிக்கான பரிசிலினை நிலையிலேயே உள்ளது (2023 பிற்பகுதி வாக்கில்).

இந்த சிகிச்சை முறையில் பாதிக்கப்படாத கண்ணிலிருந்து ஸ்டெம் செல்கள் பிரித்தெடுக்கப்பட்டு உடலுக்கு வெளியே அவைத் தனியாக வளர்க்கப்பட்டு பிறகு பாதிக்கப்பட்ட கண்ணில் அந்த செல்கள் பொருத்தப்படுகினறன.

மூன்று விதமான நோய்களுக்கு அதிக அளவில் ஸ்டெம் செல் தெரபி சிகிச்சை சம்பந்தமான மருத்துவ ஆய்வுகள்

நடந்து வருவதாகப் பார்த்தோம். உண்மைதான். ஆனாலும் அதில் மூன்றாவதாகக் குறிப்பிடப்பட்டுள்ள இரத்த மற்றும் நோயெதிர்ப்பு மண்டல நோய்களுக்கான ஸ்டெம் செல் தெரபி மட்டுமே பெரும்பான்மையாக FDA போன்ற மருந்துப் பொருட்கள் ஒழுங்குமுறை அமைப்புகளால் (government's drug regulatory bodies) அனுமதிக்கப்பட்டு சந்தையில் கிடைக்கின்றது. மற்ற நோய்களுக்கான ஸ்டெம் செல் சிகிச்சை உலக அளவில் பரவலாக அனுமதிக்கப்படவில்லை. உதாரணத்திற்கு மேலே கூறியுள்ள முதுகுத் தண்டுவடத்திற்கான சிகிச்சை ஜப்பானிலும் கண் நோய்க்கான சிகிச்சை ஐரோப்பிய ஒன்றியத்திலும் மட்டுமே கிடைக்கின்றன.

இதற்குப் பல்வேறு காரணங்கள் உள்ளன. ஒரு மருந்தினை ஆய்வு செய்து கண்டுபிடிப்பதென்பதே மிகப் பெரிய சவால். இதற்கு பத்து முதல் இருபது ஆண்டுக் காலமும் பல்லாயிரக்கணக்கான கோடி ரூபாய் பணமும் முதலீடாகத் தேவை. இதனைப் பற்றி விரிவாகப் பேசுவதற்குத் தனியே ஒரு புத்தகம் எழுத வேண்டும். கண்டுபிடிப்புடன் அந்தச் சவால் முடிந்து விடுவதில்லை. அதனைச் சரியான முறையில் தயாரித்து ஒவ்வொரு பேட்சிற்கும் வேறுபாடு இல்லாமல் சிறந்த தரத்துடன் வெளியிடுவது என்பது வேறுவிதமான சவால்கள் நிறைந்த களம்.

உதாரணத்திற்கு மேலே கூறியுள்ள ஹோலோக்லாரை எடுத்துக் கொள்வோம். இந்த ஹோலோக்லார் செல்கள் பாதிக்கப்பட்ட நபரின் நன்றாக உள்ள கண்களிலிருந்தே எடுக்கப்பட்டாலும் அதனைக் கண்களில் உள்ள மற்ற வகையான செல்கள் கலந்து விடாதபடி பிரித்தெடுக்க வேண்டும். இரண்டாவது அந்த செல்களின் எண்ணிக்கையும் தரமும் ஒரு குறிப்பிட்ட அளவில் இருக்க வேண்டும். அடுத்து அவ்வாறு தரம் பிரிக்கப்பட்ட செல்களில் எந்த விதமான நோய்க்கிருமிகளும் இருக்கக்கூடாது. அவ்வாறு இருப்பின் அவை அகற்றப்பட வேண்டும். பிறகு இந்த செல்கள் உடலுக்கு வெளியே ஃபீடர் செல்கள் எனப்படும் தளத்தில் வளர்க்கப்பட வேண்டும். அந்த ஃபீடர் செல்களும் ஒரே மாதிரியான தரத்திலும் எந்த விதமான நோய்க்கிருமிகளின் தாக்குதலுக்கும் ஆளாகாமலும் இருக்க

வேண்டும். பல்வேறு வகையான ஃபீடர் செல்கள் கிடைத்தாலும் எல்லாவற்றினையும் உபயோகப்படுத்திவிட முடியாது. எக்காலத்திலும் தட்டுப்பாடில்லாமல் கிடைக்கக்கூடிய, ஒரே தரத்தில் இருக்கக்கூடிய, நோய்க்கிருமிகளால் பாதிக்கப்பட்டாலும் சரிசெய்யப்படக்கூடிய ஃபீடர்களை மட்டுமே உபயோகப்படுத்த வேண்டும். இந்த அனைத்து விஷயங்களும் GMP எனப்படக்கூடிய கடுமையான விதிமுறைகளைப் பின்பற்றி மட்டுமே தயாரிக்கப்பட வேண்டும். இதையெல்லாம் விட முக்கியமாகத் தயாரிக்கப்பட்டு **36** மணி நேரத்திற்குள் சிகிச்சைக்கு உபயோகப்படுத்தப்பட வேண்டும். இவை அனைத்தையும் செய்வதற்கு மிகச்சிறந்த விஞ்ஞானிகள், மருத்துவர்கள், அறுவை சிகிச்சை நிபுணர்கள், கணினித்துறை வல்லுநர்கள் என பலதரப்பட்ட நிபுணர்கள் அடங்கிய குழுவும் ஏராளமான பண முதலீடும் வேண்டும். இதையெல்லாம் ஒரு தனிப்பட்ட ஒரு மருத்துவமனையினாலோ அல்லது ஒரு சிறிய மருந்து நிறுவனத்தினாலோ செய்ய இயலாது.

ஸ்டெம் செல் தெரபி என்பது சமீப காலத்தில் கண்டுபிடிக்கப் பட்ட ஒன்றாதலால், நம்பிக்கையூட்டும் நூற்றுக்கணக்கான மருத்துவ ஆய்வுகளின் முழுப் பலனையும் தெரிந்து கொள்ள நாம் இன்னும் சில ஆண்டுகள் காத்திருந்துதான் ஆக வேண்டும். அப்பொழுதுதான் உண்மையிலேயே அவை பலன் தந்துள்ளனவா அல்லது விரும்பத்தகாத பக்கவிளைவுகளையும் சேர்த்துத் தந்துள்ளனவா என்பது தெரிய வரும்.

எலும்பு மஜ்ஜை மாற்றுச் சிகிச்சை

பல நேரங்களில் சமூக வலைத்தளங்களிலும் செய்தித் தாள்களிலும் எலும்பு மஜ்ஜை மாற்றுச் சிகிச்சைக்குக் கொடையாளி தேவை எனவும் அல்லது அத்தகைய சிகிச்சைக்குத் தேவையான பணத்திரட்டலுக்காகவும் விளம்பரங்களைப் பார்த்திருப்போம். உண்மையில் இந்த எலும்பு மஜ்ஜை மாற்றுச் சிகிச்சை என்பது ஒருவகையான ஸ்டெம் செல் சிகிச்சை ஆகும்.

எலும்பின் உடற்கூறியல்

நம்மில் பலர் எலும்பினை நம் உடலுக்கு ஒரு வடிவம் தரும் பொருளாக மட்டுமே தெரிந்து வைத்துள்ளோம். உண்மையில் எலும்பிற்கு இதைத் தவிர மற்ற நிறைய வேலைகள் உண்டு.

இதில் முக்கியமானது நமது இரத்த உற்பத்தியில் முக்கியப் பங்கு வகிப்பது. எலும்பு இல்லையேல் இரத்தம் இல்லை.

எலும்பு பார்ப்பதற்கு எஃகு போன்ற உறுதியுடைய ஒரு அமைப்பு போலத் தோன்றினாலும் சில எலும்புகளின் உள் பகுதி மிகுந்த மென்மைத் தன்மையுடன் காணப்படும். அதற்கு எலும்பு மஜ்ஜை என்று பெயர். அசைவ உணவு சாப்பிடுபவர்களுக்கு இது மிகவும் பரிச்சயமான ஒன்று.

நமது உடலில் உள்ள சில எலும்புகளில் இந்த எலும்பு மஜ்ஜை காணப்படுகின்றது. இந்த எலும்பு மஜ்ஜையில் சிவப்பு எலும்பு மஜ்ஜை மற்றும் மஞ்சள் எலும்பு மஜ்ஜை என இரு வகைகள் உண்டு. சிவப்பு எலும்பு மஜ்ஜை இரத்த நாளங்கள் நிறைந்த பகுதி. இங்குதான் சிவப்பு இரத்த செல்கள், வெள்ளை இரத்த செல்கள் மற்றும் இரத்தத் தட்டுக்கள் அனைத்தையும் உற்பத்தி செய்யத் தேவையான ஸ்டெம் செல்கள் காணப்படுகின்றன. இந்த ஸ்டெம் செல்கள், மேற்கூறிய செல்களை எலும்பு மஜ்ஜையில் உற்பத்தி செய்து பிறகு இரத்தத்தில் கலக்க அனுப்புகின்றது. மஞ்சள் எலும்பு மஜ்ஜை பெரும்பாலும் கொழுப்பினால் ஆனது. இங்கும் ஸ்டெம் செல்கள் உண்டு. ஆனால் இந்த ஸ்டெம் செல்கள் பெரும்பாலும் எலும்பு செல்களையும், கார்டிலேஜ் (cartilage) எனப்படும் சவ்வு போன்ற இணைப்புத் திசுக்களையும் உற்பத்தி செய்யக்கூடியவை. இங்கு நாம் சிவப்பு எலும்பு மஜ்ஜையினைப் பற்றி மட்டுமே பேசப்போகிறோம்.

இந்த எலும்பு மஜ்ஜையில் ஏதேனும் பாதிப்பு ஏற்படும்பொழுது இரத்தத்தில் உள்ள செல்களின் எண்ணிக்கையிலும் தரத்திலும் பாதிப்பு ஏற்படுகிறது. எலும்பு மஜ்ஜையில் ஏற்படும் சிலவகை நோய்கள் ஒருசில குறிப்பிட்ட வகை இரத்த செல்களின் உற்பத்தியில் மட்டும் பாதிப்பினை ஏற்படுத்தும். வேறுசில நோய்களின்போது பல்வேறு விதமான இரத்த செல்களில் பாதிப்பு ஏற்படும்.

சில நேரங்களில் இரத்தப் புற்றுநோயினாலோ அல்லது அந்தப் புற்றுநோய்க்கு அளிக்கும் சிகிச்சை முறைகளினாலோ இரத்தத்தில் உள்ள செல்களுக்குப் பாதிப்பு ஏற்படும். இந்தத் தருணங்களிலும் இந்த எலும்பு மஜ்ஜை மாற்றுச் சிகிச்சை உதவும்.

மேற்கூறிய நோய்த் தாக்குதல்கள் ஏற்படும்பொழுது பாதிக்கப்பட்டவருக்கு வேறொருவரிடமிருந்து எடுக்கப்பட்ட ஸ்டெம் செல்களை வழங்க வேண்டியிருக்கும். இந்த ஸ்டெம் செல்கள் எங்கிருந்து எடுக்கப்படுகின்றன என்பதினைப் பொறுத்து இந்த சிகிச்சைக்குப் பெயர் வேறுபடும். எலும்பு மஜ்ஜையிலிருந்து எடுக்கப்பட்டால் அதற்கு எலும்பு மஜ்ஜை மாற்றுச் சிகிச்சை (bone marrow transplant) என்றும் இரத்தத்திலிருந்து எடுக்கப்பட்டால் இரத்த ஸ்டெம் செல் மாற்றுச் சிகிச்சை (peripheral blood stem cells transplant) என்றும் தொப்புள் கொடி இரத்தத்திலிருந்து எடுக்கப்பட்டால் தொப்புள் கொடி ஸ்டெம் செல் மாற்றுச் சிகிச்சை (cord blood transplant) என்றும் பெயர்.

ஸ்டெம் செல் மாற்றுச் சிகிச்சை குணப்படுத்தக்கூடிய நோய்களும், சிகிச்சையினால் ஏற்படக்கூடிய பிரச்சினைகளும்..

தீவிர இரத்த சோகை; லிம்ஃபோமா, லுகீமியா மற்றும் மல்டிபிள் மைலோமா எனப்படும் வெள்ளை இரத்த செல்களைப் பாதிக்கும் புற்றுநோய்கள்; சிக்கில் செல் அனீமியா, தாலசீமியா எனப்படும் சிவப்பு இரத்தச் செல்களைப் பாதிக்கும் நோய்கள் மற்றும் இரத்த செல்களைப் பாதிக்கும் சிலவகையான மரபணுப் பிரச்சினைகள் உள்ளிட்ட சுமார் 85-க்கும் மேற்பட்ட நோய்களுக்கு இந்த ஸ்டெம் செல் மாற்றுச் சிகிச்சை உதவும்.

ஸ்டெம் செல் மாற்றுச் சிகிச்சை பல சிக்கல்களை உள்ளடக்கிய நடைமுறை. இந்தச் சிகிச்சையினைப் பெறப்போகிறவர் அதனால் ஏற்படும் நன்மை தீமைகளைச் சீர்தூக்கி ஆராய்ந்தே ஒரு முடிவிற்கு வரவேண்டும். இச்சிகிச்சை முறை பல பக்கவிளைவுகளை ஏற்படுத்தக்கூடியது. எனவே வேறெந்த சிகிச்சை முறையும் பயனளிக்காத நிலையில் கடைசி வாய்ப்பாகத்தான் இந்தச் சிகிச்சை முறையை மருத்துவர்கள் பரிந்துரைப்பர்.

ஸ்டெம் செல் மாற்றுச் சிகிச்சையின் பொழுது ஆரோக்கியமான ஒருவரின் ஸ்டெம் செல்களை எடுத்து அதனைப் பாதிக்கப்பட்டவரின் இரத்தத்தில் செலுத்துவர். அவ்வாறு செலுத்தப்படும் ஸ்டெம் செல்கள் எலும்பு மஜ்ஜைக்குச் சென்று, அதனுடன் ஒன்றிணைந்து (engraftment) இரத்தத்திற்குத்

தேவையான செல்களை உற்பத்தி செய்து இரத்த ஓட்ட மண்டலத்திற்கு (blood stream) அனுப்பிக்கொண்டே இருக்கும்.

ஸ்டெம் செல் பொருத்தம்

பொதுவாக இந்த ஆரோக்கியமான ஸ்டெம் செல்களை வழங்குபவர் நெருங்கிய இரத்த சம்பந்தப்பட்ட உறவினராக இருத்தல் நலம். அப்பொழுதுதான் பாதிக்கப்பட்டவரின் உடல் அதனை ஏற்றுக்கொள்வதற்கான வாய்ப்புகள் அதிகம். இந்த வகை மாற்றுச் சிகிச்சை அல்லொஜெனிக் மாற்றுச் சிகிச்சை (allogenic transplant) எனப்படும்.

மற்றொரு முறையில் பாதிக்கப்பட்டவரின் ஸ்டெம் செல்களையே தனியாக எடுத்து அதிலுள்ள பாதிக்கப்பட்ட அல்லது புற்றுநோய்ச் செல்களை நீக்கிவிட்டு நல்ல ஸ்டெம் செல்களைச் செலுத்தும் வாய்ப்பும் உண்டு. இந்த முறை மாற்று சிகிச்சைக்கு ஆட்டொலொகஸ் மாற்றுச் சிகிச்சை (autologous transplant) என்று பெயர்.

ஏற்கனவே பல இடங்களில் கூறியுள்ளதைப் போல அல்லோஜெனிக் ஸ்டெம் செல் சிகிச்சையின் முக்கியமான சிக்கல் பாதிக்கப்பட்டவரின் உடல் வேறொருவரிடமிருந்து (கொடையாளர் அல்லது donor) வரும் புதிய செல்களை நிராகரிப்பதே. இதனைத் தவிர்ப்பதற்கு புதிய செல்களை பெற்றுக் கொள்பவருக்கு (ஏற்பவர் அல்லது recepient) நோயெதிர்ப்பு சக்தியினைக் குறைக்கும் மருந்துகள் (immunosuppressants) கொடுக்கப்படும். ஒருவேளை பொருத்தம் குறைவான கொடையாளர் மட்டுமே கிடைக்கும் பட்சத்தில் ஏற்பவரின் உடல் புதிதாக வந்துள்ள எலும்பு மஜ்ஜையினைத் தீவிரமாக எதிர்க்கும். இதனைத் தவிர்க்கத் தீவிர வீரியமுடைய நோயெதிர்ப்பு சக்தியினை மட்டுப்படுத்தும் மருந்துகள் கொடுக்க வேண்டியிருக்கும். நமது உடலில் நோயெதிர்ப்பு சக்தி இருப்பதற்கு ஒரு காரணம் உண்டல்லவா..? அதனை ஓரளவு வரை எந்தவிதப் பெரியப் பிரச்சினையுமின்றி மட்டுப்படுத்தி வைக்கலாம். அதுவே ஒரு எல்லையைத் தாண்டும்பொழுது விரும்பத்தகாதப் பல பக்க விளைவுகள் ஏற்பட ஆரம்பித்து விடும். அளவிற்கு அதிகமாக நோய்த்தொற்றுகள் ஏற்படுவது, சிறிய சளிக்காய்ச்சல் போன்ற நோய்த்தொற்று ஏற்பட்டாலும்

அது சரியாக அதிக நாள்கள் எடுத்துக்கொள்வது என்பதில் ஆரம்பித்து சில நேரங்களில் புற்றுநோய் வரை இந்தப் பக்கவிளைவுகள் செல்லக்கூடும். எனவே சரியான பொருத்தமுடைய கொடையாளர் கிடைப்பது இந்த ஸ்டெம் செல் மாற்றுச் சிகிச்சையின் வெற்றிக்கு மிக முக்கியம்.

அடுத்த பிரச்சினை, இந்தச் சிகிச்சையின் ஆரம்பக்கட்டத்தில் இரத்தத்தில் உள்ள முக்கியமான செல்களின் எண்ணிக்கை மிகக் குறைவாக இருக்கும். அதன் காரணமாக இரத்த சோகை, ஏதேனும் சிறு காயம் ஏற்பட்டாலும் இரத்தம் உறையாமல் அளவிற்கு அதிகமான இரத்த இழப்பு ஏற்படுவது போன்ற இன்னல்களும் உண்டாகும்.

சிகிச்சை அளிக்கப்படும் நோயின் தன்மைக்கேற்ப இந்தச் சிகிச்சையின்போது சில நேரங்களில் கீமோதெரபி சிகிச்சையும் தேவைப்படும். அச்சமயங்களில் முடி உதிர்தல், சோர்வு, உடல் பலவீனம், மலட்டுத்தன்மை போன்ற கீமோதெரபியின் பக்கவிளைவுகளும் சேர்ந்து கொள்ளும்.

ஸ்டெம் செல் வங்கிகள்

தற்போதைய நடைமுறையின்படி பெரும்பான்மையான ஸ்டெம் செல் சிகிச்சை, இரத்தத்திலிருந்து பிரித்து எடுக்கப்படும் ஸ்டெம் செல்கள் மூலமாகவோ அல்லது எலும்பு மஜ்ஜையிலிருந்து எடுக்கப்படும் செல்கள் மூலமாகவோ செயல்படுத்தப்படுகிறது. சமீப காலங்களில் தொப்புள் கொடி ஸ்டெம் செல் தெரபி பிரபலமடைந்து வருகிறது. சில பத்தாண்டுகளுக்கு முன்பு வரை தொப்புள் கொடி ஸ்டெம் செல்கள் மூலம் குணப்படுத்தக்கூடிய நோய்களின் தன்மை மற்றும் எண்ணிக்கையில் சில வரைமுறைகள் இருந்து வந்தன. ஆனால் அறிவியல் தொழில்நுட்பத்தில் ஏற்பட்டுள்ள முன்னேற்றங்களின் காரணமாக இதில் பல நல்ல மாற்றங்கள் ஏற்பட்டுள்ளன. இந்த தொப்புள் கொடி ஸ்டெம் செல்களை மேற்கூறியுள்ள பல்வேறு விதமான இரத்த சம்பந்தமான நோய்களுக்கு மருந்தாகப் பயன்படுத்த முடியும். தற்போது ஏற்பட்டுள்ள விழிப்புணர்வின் காரணமாகவும் உலகெங்கும் பல்வேறு நகரங்களில் அமைக்கப்பட்டுள்ள ஸ்டெம் செல் சேமிப்பு வங்கிகள் காரணமாகவும் பெற்றோர் பலர் தங்கள்

குழந்தை பிறக்கும் பொழுது நஞ்சுக் கொடி மற்றும் தொப்புள் கொடி இரத்தங்களை ஸ்டெம் செல் சேமிப்பு வங்கிகள் மூலம் சேமித்து வைக்கின்றனர். இது ஒரு நல்ல விஷயம். பிற்காலத்தில் அந்தக் குழந்தைகளுக்கோ அல்லது அந்தக் குழந்தைகளின் உடன்பிறப்புகளுக்கோ மேற்கூறிய ஏதேனும் ஒரு உடல்நலக் குறைவு ஏற்பட்டால் இந்த ஸ்டெம் செல்களைப் பயன்படுத்தித் தீர்வு காண இயலும்.

இந்த தொப்புள் கொடி ஸ்டெம் செல்கள் எந்த குழந்தைகள் பிறக்கும்பொழுது எடுக்கப்பட்டதோ அந்தக் குழந்தைகளுக்கும் மற்றும் அவர்களது உடன்பிறப்புகளுக்கும் மட்டுமன்றிப் பிறருக்கும் தானமாக வழங்க முடியும். ஆனால் பெரும்பான்மையான பெற்றோர்கள் தங்கள் குழந்தைகளுக்காகவே இந்த செல்களை சேமித்து வைப்பதால் பிறருக்குக் கிடைப்பது இல்லை. இரத்த வங்கி போல ஒருசில பொது ஸ்டெம் செல் வங்கிகளும் உண்டு. ஆனால் துரதிர்ஷ்டவசமாக அவை நமது நாட்டில் மேலை நாடுகளில் உள்ளது போல அவ்வளவு பிரபலம் இல்லை. ஒருவேளை அத்தகைய தொப்புள் கொடி ஸ்டெம் செல்கள் தேவைப்படும் மூன்றாவது நபருக்குக் கிடைக்குமாயின் அவருடைய மருத்துவ நடைமுறைகள் நிறைய எளிமைப்படும். ஏற்கனவே இந்த செல்கள் பிரித்தெடுக்கப்பட்டுப் பாதுகாக்கப்பட்டு வருவதால் தேவைப்படும் நபருக்கு உடனடியாகக் கிடைக்கும் வாய்ப்பும் உள்ளது.

இந்த ஸ்டெம் செல் வங்கிகள் மூலம் சேமிக்கப்படும் ஸ்டெம் செல்களை சரியான முறையில் சேமித்து வைப்பதன் மூலம் கிட்டத்தட்ட 20 முதல் 25 ஆண்டுகள் வரையில் எந்த விதமான சேதாரமும் இல்லாமல் பாதுகாத்து வைக்க முடியும். இதற்கு மேலும் பாதுகாக்க முடியலாம். ஆனால் இத்தகைய வங்கிகள் ஆரம்பித்து சில பத்தாண்டுகளே ஆகியுள்ளதால் மிக நீண்ட கால சேமிப்புக்கான தரவுகள் தற்போது நம்மிடம் இல்லை.

நவீன உறுப்பு மாற்றுச் சிகிச்சைகள்

ஸ்டெம் செல்கள் மூலம் முழு உறுப்பினையும் செயற்கையாக உருவாக்கம் செய்யும் தொழில்நுட்பம் முழுமைபெற இன்னும் பல ஆண்டுகள் காத்திருக்க வேண்டிய நிலையில், வேறு ஒரு மனிதரிடமிருந்து தானமாகப் பெறப்பட்ட உறுப்பினைப் பொருத்துவதுதான் உறுப்பு செயலிழந்தவர்களைக் காப்பதற்கு தற்போதுள்ள ஒரே வழி.

ஒரு மனிதனின் உறுப்பினை மற்றொரு மனிதனுக்குப் பொருத்துவதில் பல்வேறு சிக்கல்கள் உள்ளன. முதலில் தேவைக்கேற்ப உறுப்புகள் தானமாகக் கிடைப்பதில்லை. அவ்வாறு கிடைக்கும் உறுப்புகளும் தேவைப்படுவோர் அனைவருக்கும் பொருந்துவதில்லை. சிறுநீரகம், கல்லீரல் உள்ளிட்ட ஒரு சில உறுப்புகளைத் தவிர இதயம், கணையம் உள்ளிட்ட பல உறுப்புகளை இறந்தவர்களின் உடலிலிருந்து எடுத்துத் தான் தேவைப்படுபவர்களுக்குப் பொருத்த முடியும். ஆனால் இதில் உள்ள சிக்கல், இறந்த உடலிலிருந்து எடுத்த உறுப்பினை ஒரு குறிப்பிட்ட நேரத்திற்குள் மற்றவருக்குப் பொருத்திவிட வேண்டும். அந்தச் சில மணி நேரங்களுக்குள் இறந்தவரைப் பற்றி அவருக்கு இருந்த நோய்கள் என்ன, அவருடைய இதயம் நோயாளிக்குப் பொருந்துமா எனப் பலவிதமான தகவல்களைத் திரட்ட வேண்டும். அதே நேரத்தில் அறுவை சிகிச்சை செய்யும் அணியும் குறுகிய காலத்திற்குள் தயாராகி அறுவை சிகிச்சை அரங்கிற்கு வந்துவிட வேண்டும்.

இதில் குளறுபடிகள் ஏற்பட்டால் அறுவைச் சிகிச்சை தோல்வியில் முடிந்துவிடும்.

இதற்குத் தீர்வாக அறிவியலாளர்கள் கண்டறிந்துள்ள ஒரு வழிதான் விலங்குகளிடமிருந்து உறுப்பினை எடுத்துப் பாதிக்கப்பட்ட மனிதர்களுக்குப் பொருத்துவது. இதற்கு ஆங்கிலத்தில் ஜெனோட்ரான்ஸ்ப்லாண்டேஷன் (xenotransplantation) என்று பெயர். 1960-களிலேயே இதற்கான முயற்சிகள் தொடங்கப்பட்டுவிட்டன. அப்பொழுது சிம்பன்ஸி மற்றும் பபூன் வகைக் குரங்குகளிடமிருந்து எடுக்கப்பட்ட உறுப்புகள் பயன்படுத்தப்பட்டன. இதில் பெரிய அளவிலான வெற்றிகள் எதுவும் கிடைக்கவில்லை. ஆயினும் பல படிப்பினைகள் கிடைத்தன. இந்த வகை விலங்குகளை உறுப்புகளுக்காக மட்டுமே அதிக அளவில் வளர்ப்பதில் நிறையச் சிக்கல்கள் உள்ளன. இதற்காக ஆகும் பொருட் செலவும், கால அளவும் கூட அதிகம். பிறகுதான் பன்றியின் உறுப்புகளை உறுப்பு மாற்று அறுவை சிகிச்சைக்காகப் பயன்படுத்தும் யோசனை முன் வைக்கப்பட்டது. அறிவியல் ரீதியாகப் பன்றியின் உறுப்புகள் மனிதனுக்குப் பல வகைகளில் உகந்தவை. பன்றியின் உடற்கூறு கிட்டத்தட்ட மனிதனை ஒத்தது. எனவே அவற்றின் உள்ளுறுப்புகளும் மனித உறுப்புகளை ஓரளவிற்கு ஒத்தே இருக்கும். அதே நேரத்தில், உணவிற்காகவும் விவசாயத்திற்காகவும் பன்றிகளை மிக அதிக அளவில் உற்பத்தி செய்த அனுபவமிருப்பதால் தேவையான எண்ணிக்கையில் பன்றிகள் கிடைப்பதிலும் சிக்கல்கள் ஏதும் இருக்காது.

மரபணு மாற்றப்பட்ட பன்றியின் உறுப்புகள்

ஒரு மனிதனின் உறுப்பினை பொருத்தினாலே ஒரு நோயாளியின் உடல் அதனை நிராகரிக்க முயற்சிக்கும். ஒரு விலங்கின் உறுப்பினைப் பொருத்தும்பொழுது கேட்கவே வேண்டாம். சில நிமிடங்கள் கூடத் தாக்குப் பிடிக்காது. இதற்கு ஹைபர் அக்யூட் ரிஜக்ஷன் (hyperacute rejection) என்று பெயர். அதற்கு முக்கியமான காரணம் பன்றியின் உடல் உறுப்புகளின் மேற்பகுதியில் காணப்படும் ஒருவகையான சர்க்கரை மூலக்கூறுகள். அதில் மிக முக்கியமானது ஆல்ஃபா கால்

(Alpha Gal). இதனை வைத்துத்தான் நோயாளியின் உடல் அக்குறிப்பிட்ட உறுப்பு வேறொரு உடலிலிருந்து வந்தது என அடையாளம் கண்டுகொள்கிறது. அதை உணர்ந்து கொண்ட அடுத்த நிமிடமே நோயாளியின் உடல் துரிதமாகச் செயல்பட்டு அப்புதிய உறுப்பினைத் தாக்கி செயலிழக்கச் செய்துவிடும்.

இந்த ஆல்ஃபா கால்-இன் உற்பத்திக்குப் பன்றியின் உடலில் உள்ள ஒரு குறிப்பிட்ட மரபணு காரணமாக உள்ளது. எரிவதைப் பிடுங்கிவிட்டால் கொதிப்பது அடங்கி விடுமல்லவா..? இந்த மரபணுவை மரபணுப் பொறியியல் தொழில்நுட்பத்தின் மூலம் செயலிழக்கச் செய்துவிட்டால் இந்த ஆல்ஃபா கால் உற்பத்தி இருக்காது அல்லவா..? இதைத்தான் சென்ற வருடம் அமெரிக்காவில் உள்ள ரெவிவிகார் (Revivicor) என்ற ஒரு தனியார் மருந்தியல் நிறுவனம் செய்தது.

அந்நிறுவனம் பன்றியின் இதயத்தினை மனித உடலில் பொருத்துவதற்கு முன் பன்றியின் இதயத்தில் மரபணுத் தொழில்நுட்பத்தின் மூலம் பத்து மாற்றங்களைச் செய்தது. அதில் முதன்மையானது ஆல்ஃபா கால் உற்பத்திக்குத் தேவையான மரபணுவைச் செயலிழக்க வைத்தது. இரண்டாவது பன்றியின் உறுப்பு மனித உடலுக்குப் பொருத்தமான அளவில் (Size) வளர்வதற்கான மரபணுவைப் புகுத்தியது. அடுத்ததாக மனித உடலுக்குரிய மேலும் ஆறு மரபணுக்களைப் புகுத்தியது. இந்த ஆறில் நான்கு நோயாளியின் உடலில் உள்ள நோயெதிர்ப்புச் சக்தியினைக் குறைப்பதற்கானது. மற்ற இரண்டு மரபணுக்கள் இரத்த உறைவினைத் தவிர்ப்பதற்கானது. நோயாளியின் உடல் எதிர்வினை ஆற்றி புதிதாக வைக்கப்பட்டுள்ள உறுப்பிற்கு அழற்சி ஏதேனும் ஏற்பட்டுவிடாமல் தவிர்ப்பதற்காக இந்த ஏற்பாடு.

இன்னும் சில நிறுவனங்கள் பன்றியின் உறுப்புகளில் வேறு மாதிரியான மரபணு மாற்றங்களைப் புகுத்த முயற்சி செய்கின்றன. அந்நிறுவனங்கள் உபயோகப்படுத்தும் பன்றிகளின் வகையைப் பொறுத்து மாற்றம் செய்யப்படும் மரபணுக்களின் தன்மையும் எண்ணிக்கையும் வேறுபடும். உதாரணத்திற்கு ஜெர்மனியைச் சேர்ந்த ஒரு பல்கலைக்கழகம் இவ்வகையான ஆராய்ச்சிக்கு நியூசிலாந்திலிருந்து பெறப்பட்ட ஒருவகையான

சிறியரகப் பன்றியினை உபயோகப்படுத்துகின்றது. இந்த பன்றியின் இதயம் இயற்கையாகவே மனித இதயத்தின் அளவினை ஒத்து இருப்பதால், இதயத்தின் அளவினை மாறுதல் செய்வதற்கான மரபணுவைப் புகுத்தத் தேவையில்லை.

உறுப்பு மாற்று அறுவைச் சிகிச்சையில் ஒரு மைல்கல்

ரெவிவிகார் நிறுவனத்தினால் இவ்வாறு மரபணு மாற்றம் செய்யப்பட்ட ஒரு பன்றியின் இதயம் சென்ற வருடம் டேவிட் பென்னெட் என்னும் நபருக்குப் பொருத்தப்பட்டது. கிட்டத்தட்ட 8 வாரங்கள் இந்த இதயம் நன்றாகச் செயல்பட்டு வந்த நிலையில் டேவிட் மரணமடைந்து விட்டார். அவருடைய மரணத்திற்கு என்ன காரணம் என இதுவரை சரியாகத் தெரியவில்லை. இறக்கும் தருவாயிலும் அவருக்குப் பொருத்தப்பட்டிருந்த பன்றியின் இதயம் சரியான முறையிலேயே இயங்கி வந்துள்ளது. அவருடைய நோயெதிர்ப்பு சக்தி அந்த மாற்று இதயத்தினைத் தாக்கி சேதப்படுத்தியதற்கான அறிகுறிகள் எதுவும் தென்படவில்லை. ஆனால் பன்றிகளை மட்டும் தாக்கும் ஒரு குறிப்பிட்ட வகையான சைடோமெகாலோவைரஸ் (porcine-specific cytomegalovirus) என்னும் நோய்க்கிருமி தொற்று அவருடைய இதயத்தில் காணப்பட்டது. இந்த கிருமித் தொற்றினால்தான் அவர் இறந்தாரா என உறுதியாகச் சொல்லமுடியவில்லை. இதயத்திற்கு வெளியே இந்த வைரஸை அவருடைய எந்த உறுப்பிலும் காண முடியவில்லை. டேவிட் இந்த அறுவை சிகிச்சைக்கு முன்னதாக நீண்ட காலமாகவே நோய்வாய்ப்பட்டிருந்தார். ஒருவேளை அதன் காரணமாக அவருடைய உடல் ஏற்கனவே பாதிப்படைந்திருந்ததால் இந்த மரணம் ஏற்பட்டிருக்கலாம் என்றும் சந்தேகிக்கப்படுகின்றது. எப்படி இருப்பினும் ஒரு பன்றியின் இதயம் மனிதனுக்குப் பொருத்தப்பட்டு அவர் சுமார் இரண்டு மாத காலம் உயிருடன் வாழ்ந்ததே மிகப்பெரிய சாதனையாகக் கருதப்படுகின்றது.

இதுபோன்ற மரபணு மாற்றப்பட்ட பன்றியின் உறுப்புகள் நவீன வகையான நோயெதிர்ப்புச் சக்தியினை மட்டுப்படுத்தும் மருந்துகளோடு சேர்த்துப் பயன்படுத்தும்பொழுது சிறந்த முறையில் இயங்கி வருகின்றன. குறிப்பாகச் சிறுநீரகங்களும் கணையமும் வெற்றிகரமாக ஓராண்டிற்கு மேலாகப்

பொருத்தப்பட்ட ஆய்வு விலங்குகளின் உடலில் இயங்கி வருவதாக ஆய்வாளர்கள் கூறியுள்ளனர்.

உறுப்பு மாற்று அறுவைச் சிகிச்சை மூலம் மற்றுமொரு நோய் பெருந்தொற்று?

இந்த ஆய்வுகள் பெரும்பான்மையானவை சிலவகைக் குரங்குகள் அல்லது மூளைச் சாவு அடைந்தவர்களின் உடல்களில் மட்டுமே நடத்தப்பட்டு வருகின்றன. ஆய்வுச் சாலை விலங்குகளிடமிருந்து மனிதனுக்கு இந்த ஆய்வினைக் கொண்டு செல்லும் பொழுது மிக அதிகக் கவனம் தேவை. ஆய்வுச் சாலை விலங்குகளில் ஒரு உறுப்பு சிறப்பாகச் செயல்படுவதாலேயே அவை மனிதனிடத்தில் வேலை செய்யும் என்பதற்கு எந்த ஒரு உத்தரவாதமும் கிடையாது. அது மட்டுமன்றி இது போன்று விலங்குகளின் உடல் பாகங்களினைப் பொருத்துவதில் உள்ள மிகப் பெரிய அபாயம் அந்த விலங்குகளில் உள்ள நோய்க்கிருமி அந்த மாற்று உறுப்பு வழியாக பொருத்தப்படும் மனிதருக்குப் பரவும் வாய்ப்பு இருப்பதுதான். பிறகு அவரிடமிருந்து மற்றவர்களுக்கும் அந்த கிருமி பரவலாம்.

பொதுவாக விலங்குகளைத் தாக்கும் கிருமிகள் மனிதர்களைத் தாக்குவதில்லை. சில சமயங்களில் அரிதாக அவ்வாறு நிகழ்வதுண்டு. அவ்வாறு தாக்கினாலும் அவை முதலில் தொற்றிய மனிதரிடமிருந்து மற்றொரு மனிதருக்கு அவ்வளவு எளிதில் பரவிவிடாது. ஆனால் ஒருவேளை அக்கிருமிகள் ஒரு மனிதனிடமிருந்து மற்றொரு மனிதருக்குப் பரவும் தன்மையைப் பெற்றுவிட்டால் அவை உலகளாவிய பெருந்தொற்றில் முடியும் வாய்ப்புகள் உண்டு. சமீபத்தில் ஏற்பட்ட கோவிட் பாண்டமிக்-கிற்கு காரணமான கொரோனா வைரஸ்கூட அவ்வாறு விலங்கிடமிருந்து மனிதர்களுக்குப் பரவியதுதான்.

மற்றொரு அபாயம் அந்த விலங்கின் செல்களில் உள்ள மரபணுத்தொகுப்பில் மறைந்திருக்கும் வைரஸ்களின் மரபணுக்கள். ஆம், சில வைரஸ்களின் மரபணுக்கள் மற்ற உயிரினங்களின் மரபணுத் தொகுப்போடு கலந்திருக்கும். இம்மாதிரி மரபணுக்கள் நம் மனித இனத்தின் மரபணுத் தொகுப்பிலும் உண்டு. இத்தகைய DNA துண்டுகள்

எண்டோஜெனஸ் ரெட்ரோ வைரஸ்கள் (endogenous retroviruses) எனப்படும். இவை ஒரு காலத்தில் மனித இனத்தினைத் தாக்கிய பொழுது நமது மரபணுத் தொகுப்பிலேயே தங்கி விட்டன. வணிகத்திற்காகவோ, படையெடுப்பின் பொழுதோ அல்லது வேறு காரணத்திற்காகவோ நம் நாட்டிற்கு வந்தவர்களில் சிலர் நம் நாட்டிலோ அல்லது நம் நாட்டிலிருந்து வெளி நாட்டிற்குச் செல்பவர்களில் சிலர் அங்கேயோ தங்கி விடுவதில்லையா? அது போலத் தான் சில வைரஸ்களும் (குறிப்பாக அவற்றின் மரபணுக்கள் மட்டும்) தான் தாக்கிய உடலின் மரபணுத் தொகுப்பிலேயே தங்கி விடுகின்றன. இவ்வகை வைரஸ்கள் பெரும்பான்மையான நேரத்தில் தான் தங்கியுள்ளவர்களின் உடலுக்குத் தீங்கு ஒன்றும் செய்வதில்லை. ஆனால் சுற்றுப்புறத்தில் மாற்றம் ஏற்படும் பொழுது (உ-ம் நோய் ஏதேனும் ஏற்பட்டால்) இந்த மரபணுக்கள் மீண்டும் வீரியமிக்க வைரஸ்களாக மாறி நோயினை ஏற்படுத்தும். இதற்கு மிகச் சிறந்த உதாரணம் எய்ட்ஸ் நோயினை ஏற்படுத்தும் HIV எனப்படும் வைரஸ். இது போலப் பன்றியின் மரபணுத் தொகுப்பில் உள்ள வைரஸின் மரபணு தூண்டப்பட்டு மீண்டும் அது வீரியமிக்க வைரஸாக மாறி விட்டால்? அந்த வைரஸ் மனிதரிடமிருந்து மனிதருக்குத் தாவும் சக்தியினைப் பெற்றுவிட்டால்? கஷ்டம்தான்.

ஆனால் எல்லா ஆராய்ச்சித் திட்டங்களிலும் இத்தகைய அபாயங்கள் இருக்கத்தான் செய்கின்றன. இதுபோன்ற அபாயங்களை முன்கூட்டியே யூகித்து அவற்றைத் தவிர்ப்பதற்கான வழிமுறைகளைக் கண்டறிந்து முன்னேறிச் செல்ல வேண்டுமே தவிர ஆய்வுகளுக்கு முட்டுக்கட்டை போட்டுவிடலாகாது. எனவே இந்த விஷயத்தில் ஆராய்ச்சியில் ஈடுபட்டிருக்கும் நிறுவனங்கள் யார் முதலில் ஜெயித்துக் காட்டுவது எனப் போட்டியில் இறங்காமல் நோயாளிக்கும் மனித குலத்தின் பாதுகாப்பிற்கும் முக்கியத்துவம் கொடுத்துப் பல்வேறு அறிவியல் அற்புதங்களை நிகழ்த்திக் காட்டுவார்கள் என நம்புவோம்.

மரபணுக்கூறு திருத்தம்

பன்றியின் இதயத்தை மனிதனுக்குப் பொருந்தும் இதயம் போல் மாற்றம் செய்வதாக இருந்தாலும் சரி, அல்லது ஸ்டெம் செல்களைக் கொண்டு ஒரு முழு உறுப்பினை மீளுருவாக்கம் செய்வதாக இருந்தாலும் சரி, அதற்கு முக்கியத் தேவை அந்த உறுப்பின் அல்லது செல்களின் மரபணுக் கூற்றினை மாற்றியமைப்பது. இதற்கு மரபணுக் கூறு திருத்தம் (genome editing) என்று பெயர்.

பாக்டீரியா போன்ற நுண்ணுயிரிகளிலோ அல்லது விலங்குகளிலோ அல்லது மனித உடலிலிருந்து தனியாகப் பிரித்தெடுக்கப்பட்ட செல்களிலோ மரபணுப் பொறியியலைக் கொண்டு மரபணுத் தொகுப்பில் மாற்றங்களைச் செய்யும் நடைமுறை பல பத்தாண்டுகளாக நடைமுறையில் உள்ள ஒன்றே. இது ஒன்றும் அவ்வளவு எளிதான காரியம் இல்லை என்றாலும் சில முறை முயற்சி செய்தால் வெற்றியடைந்து விடலாம். அவ்வாறு முயலும்பொழுது ஏதேனும் தவறு ஏற்பட்டாலும் மீண்டும் ஒரு புதிய முயற்சி மேற்கொள்ளலாம். ஆனால் மனித உடலில் இத்தகைய மரபணு மாற்ற முயற்சிகள் மேற்கொள்வது என்பது சிக்கலானது. முதல் முறையிலேயே வெற்றி கிடைக்க வேண்டும். முதல் முயற்சியில் ஏதேனும் தவறு ஏற்பட்டு அதனால் சிகிச்சை எடுத்துக்கொள்ளும் நபரின்

உயிருக்கோ உடலுக்கோ சிக்கல் ஏற்படுமாயின் அத்தகைய சிகிச்சை முறைக்கே பலன் இல்லாமல் போய்விடும்.

ஒரு புதிய மரபணுக் கத்தரி (genetic scissors)

இதற்கு முக்கியமான காரணம், நம்மிடம் இதுவரை துல்லியமாகச் செயல்படக்கூடிய ஒரு மரபணுக்கூறு திருத்தம் செய்வதற்கான நுட்பம் அல்லது கருவி இல்லாதிருந்தது. எனவேதான் மனித உடலில் நேரிடையாக மரபணுப் பொறியியல் தத்துவத்தைக் கொண்டு மரபணுக் கோளாறுகளைச் சரி செய்யும் முறை சமீப காலம் வரை மந்தமாகவே இருந்து வந்தது. 2012-ஆம் ஆண்டில் க்ரிஸ்பர் (CRISPR) எனப்படும் ஒரு மரபணு மாற்ற நுட்பம் கண்டுபிடிக்கப்பட்டபின் இந்த துறையில் ஒரு புதிய நம்பிக்கை பிறந்துள்ளது.

மனித உடலில் நேரடியான மரபணு மாற்றங்கள் செய்யும்பொழுது இரண்டு விதமான முக்கியமான தவறுகள் ஏற்பட வாய்ப்புள்ளது. முதலாவது எந்த மரபணுவை மாற்றம் செய்ய வேண்டுமோ அந்த மரபணுவில் தேவையில்லாத மாற்றம் ஏற்படுவது. உதாரணத்திற்கு ஒரு மரபணுவில் A என்ற பேஸ்-ஐ C என்ற பேஸ்-ஆக மாற்றம் செய்ய வேண்டும் என எடுத்துக்கொள்வோம். ஆனால் அது T ஆக மாறிவிட்டால் நோய் குணமாகாமல் போவதற்கான வாய்ப்புண்டு. இரண்டாவது எந்த மரபணுவில் மாற்றம் ஏற்படவேண்டுமோ அது அல்லாத அல்லது அதனுடன் சேர்த்து தேவையில்லாத இடங்களிலும் மாற்றம் நடப்பது. இந்த இரண்டில் எது நடந்தாலும் நோயாளிக்கு நோயைச் சரி செய்வதற்குப் பதிலாக வேறு ஒரு புதிய நோயை ஏற்படுத்திவிட வாய்ப்புண்டு. அல்லது நோயாளியின் உயிருக்கேகூட அது ஆபத்தாக முடியும் வாய்ப்புகளும் அதிகம். நினைவில் கொள்ளுங்கள்... மரபணுவில் ஏற்படுத்தப்படும் மாற்றம் நிரந்தரமானது. அதைத் திரும்பப் பெறுவது அவ்வளவு எளிதான காரியம் அல்ல. நடைமுறையில் சாத்தியப்படாதது.

க்ரிஸ்பர் கண்டுபிடிப்பதற்கு முன்னாலும் மரபணுத் தொகுப்பில் மாற்றங்கள் ஏற்படுத்தும் தொழில்நுட்பங்கள் இருந்தன. அவற்றுள் முக்கியமானவை ஜின்க் ஃபிங்கர் (Zinc Finger) மற்றும் டேலன் (TALEN) ஆகியவை. இவை தற்போதும்

பயன்பாட்டில் உள்ளன. ஆனால் இந்த நுட்பங்கள் மிகுந்த சிக்கலானவை. இவற்றின் மூலம் ஏதாவதொரு மரபணுவை மாற்றியமைக்க வேண்டுமென்றால் அதற்குத் தேவைப்படும் உழைப்பு, பணம், நேரம் ஆகியவை க்ரிஸ்பர்-ஐ போலப் பல மடங்கு அதிகம். அதே நேரத்தில் வெற்றி சதவீதம் க்ரிஸ்பர்-ஐ விடப் பல மடங்கு குறைவு. அதனால்தான் இவற்றினைப் பெரும்பான்மை மருந்துப் பொருட்கள் கண்டுபிடிக்கும், செய்யும் நிறுவனங்கள் பயன்படுத்துவதில்லை. ஆனால் க்ரிஸ்பர் அவ்வாறு இல்லை. ஒரு குறிப்பிட்ட நோயைக் குணப்படுத்தத் தேவையான மரபணு மாற்றத்தினை ஏற்படுத்தும் க்ரிஸ்பர் அடிப்படையிலான மூலக்கூற்றினை ஒரு சில வாரங்களுக்குள் சிறிய பொருட்செலவில் வடிவமைத்துவிடமுடியும்.

இந்த வகையில் க்ரிஸ்பர்-ஐ அடிப்படையாகக் கொண்டு பல்வேறு நிறுவனங்கள் சில மரபுக்கோளாறுகளுக்குத் தீர்வு கண்டுபிடிக்கும் பணியில் தீவிரமாக இறங்கியுள்ளன. அவற்றுள் ஒன்றினைப் பற்றி சற்று விவரமாகப் பார்க்கலாம்.

ஒரு உயிரியின் மரபணுத்தொகுப்பில் ஏராளமான மரபணுக்கள் இருக்கும் என்பதனையும் அந்த மரபணுக்கள் ஒவ்வொன்றும் அந்த உயிரியின் ஒன்று அல்லது அதற்கு மேற்பட்ட குணத்திற்குக் காரணமாக அமைகிறது என்பதையும் நாம் அறிவோம். இந்த மரபணுவில் ஏதாவதொரு குறைபாடு இருக்குமாயின் அந்த மரபணு குறிக்கும் புரதம் வெளிப்படுத்தப்படாமல் இருக்கலாம் அல்லது குறைபாடுடைய புரதம் வெளிப்படுத்தப்படலாம். ஒருவேளை குறைபாடுடைய புரதம் வெளிப்படுமாயின் அது தேவையில்லாத பல தொந்தரவுகளைத் தந்து உயிருக்கே உலை வைத்துவிடும். அச்சமயத்தில் அந்த நோய்க்கு ஒரே தீர்வு அந்த குறைபாடுடையப் புரதத்தின் உற்பத்தியினை நிறுத்துவதுதான்.

எவ்வாறு நிறுத்துவது?

எரிவதைப் பிடுங்கிவிட்டால் கொதிப்பது அடங்கிவிடும் அல்லவா? அதைப்போலக் குறைபாடுடைய புரதத்தின் உற்பத்திக்குக் காரணமான மரபணுவை உடைக்க வேண்டும். அதற்கு இந்தக் க்ரிஸ்பர் ஒரு தோதான கத்தரி. ஒரு கூட்டமான இடத்தில் ஒருவரைக் கண்டுபிடிக்க என்ன செய்ய வேண்டும்? யாரைக் கண்டுபிடிக்க வேண்டுமோ அவரின் அங்க

அடையாளங்கள் நமக்குத் தெரிந்திருக்க வேண்டும். அல்லது அவரின் புகைப்படம் வேண்டும். அதேதான் க்ரிஸ்பருக்கும் தேவை. எந்த மரபணுவைக் கத்தரிக்க வேண்டுமோ அந்த மரபணுவின் வரிசையில் உள்ள இருபது (20) பேஸ்களை மட்டும் க்ரிஸ்பருடன் இணைத்துவிட்டால் போதும். சமர்த்தாகப் போய் அந்த குறிப்பிட்ட இடத்திற்குப் போய் ஒரு கத்தரி போட்டுவிட்டு வந்துவிடும். அத்தோடு அந்த மரபணு காலி.

மரபுவழி அமிலோய்டோஸிஸ்

மரபுவழி அமிலோய்டோஸிஸ் என்றொரு நோய் உள்ளது. இந்த நோயினால் பாதிக்கப்பட்டவர்களுக்கு டிடிஆர் எனப்படும் ஒரு புரதம் முழுமையாகச் சுரக்காமல் அமைலாய்டு எனப்படும் நூல்கள் போன்ற தன்மையுடைய பாதிக்கப்பட்ட புரதமாகச் சுரக்கும். இந்த அமைலாய்டுகள் இதயம் மற்றும் நரம்பு மண்டலச் செல்களுக்குப் பாதிப்பினை ஏற்படுத்தி கடுமையான இதய மற்றும் நரம்பு சம்பந்தப்பட நோய்களை உண்டு செய்யும். இந்த நோயினால் பாதிக்கப்பட்டவர்கள் நோயின் தீவிரத் தன்மையினைப் பொறுத்து ஆறு முதல் பதினான்கு வருட காலம் மட்டுமே உயிர் வாழ இயலும். இந்த நோயினைக் கட்டுக்குள் வைக்க தற்போது இனோடெர்சென் மற்றும் படிஸிரன் (inotersen or patisiran) என்ற மருந்துகள் உள்ளன. பொதுவாக எந்த ஒரு புரதமும் மரபணுவிலிருந்து நேரடியாக உற்பத்தி செய்யப்படுவதில்லை. முதலில் மரபணுவிலிருந்து mRNA எனப்படும் ஒருவகை மூலக்கூறாகப் படியெடுக்கப்பட்டு பிறகு இந்த mRNA-விலிருந்து புரதம் உற்பத்தி செய்யப்படுகிறது.

மரபுவழி அமிலோய்டோஸிஸ் நோயினைக் கட்டுப்படுத்தக்கூடிய இந்த இனோடெர்சென் மற்றும் படிஸிரன் மருந்துகள் mRNA-வைத் தடுத்து அல்லது தாக்கி அழித்துப் பாதிப்படைந்த புரதம் சுரக்காமல் செய்துவிடுகின்றன. இது ஒரு நல்ல வழிதான். ஆனால் mRNAவை புரதம் உற்பத்தி செய்யாமல் தடுப்பது என்பது ஒரு தற்காலிகத் தீர்வே. ஏனென்றால் DNA தான் நிரந்தரம். இந்த mRNAகள் தேவைக்கேற்ப DNA விலிருந்து பிரதியெடுக்கப்படும் ஒரு இடைநிலை மூலக்கூறுகளே. ஒரு mRNA அழிந்த பிறகு மற்றொரு mRNA உருவாகும். அப்போது

இந்த புதிதாக உற்பத்தி செய்யப்பட்ட mRNA-வை தடுக்க அல்லது அழிக்க இந்த மருந்துகளைத் தொடர்ந்து வாழ்நாள் முழுக்க எடுத்துக்கொண்டிருக்க வேண்டும். இந்த மருந்துகளை எடுத்துக்கொள்வதை நிறுத்திவிட்டால் நோயின் தீவிரம் அதிகமாகும். பாதிப்படைந்த புரதம் சுரப்பதற்கு மூலகாரணம் பாதிப்படைந்த மரபணு. அந்த மரபணுவினை சரி செய்யாமல் (அல்லது அழிக்காமல்) இந்த நோயினைச் குணப்படுத்த முடியாது. கட்டுக்குள் வேண்டுமானால் வைக்கலாம். அதுவும் ஓரளவிற்குத் தான். ஆனால் அவ்வாறு இந்த மருந்துகளைத் தொடர்ந்து எடுத்துக் கொண்டிருந்தால் பக்கவிளைவுகள் பல ஏற்படுகின்றன என்பதினையும் கவனத்தில் கொள்ள வேண்டும்.

2021-ஆம் ஆண்டு இண்டெல்லியா மற்றும் ரிஜெனெரான் என்ற இரண்டு நிறுவனங்கள் கூட்டாக இணைந்து கண்டுபிடித்த க்ரிஸ்பர் அடிப்படையிலான ஒரு மருந்து பரிசோதனை அடிப்படையில் மரபுவழி அமிலோய்டோஸிஸ் நோயினால் பாதிக்கப்பட்டிருந்த ஆறு நோயாளிகளுக்குக் கொடுக்கப்பட்டது. சிகிச்சை அளிக்கப்பட்ட ஆறு நபர்களுக்கும் 2021-ஆம் ஆண்டு நிலவரப்படி நோயின் அறிகுறிகள் மிகக் கணிசமான அளவு குறைந்திருந்தன. இவர்கள் தொடர்ந்து இன்னும் சில ஆண்டுகள் கண்காணிக்கப்படுவர். ஒருவேளை இந்த கண்காணிப்பின்போதும் மேற்கூறியது போலச் சிறந்த முன்னேற்றம் மட்டுமே காணப்படுமாயின் அவர்கள் நோய் அளித்திருந்த மரண தண்டனையிலிருந்து முழுமையாக மீண்டுவிட்டனர் என்று கூறலாம். அவர்கள் இனி வாழ்நாள் முழுவதும் வேறு எந்த மருந்தினையும் எடுத்துக்கொள்ள வேண்டியதில்லை.

இந்தக் க்ரிஸ்பர் உயிரியல் தொழில்நுட்பத்தில் ஒரு மிக முக்கிய மைல்கல். இந்தக் கண்டுபிடிப்பின் உன்னதத்தைக் கருதி இந்த மரபுக் கத்தரிக்கோலைக் கண்டுபிடித்த ஜெர்மனியைச் சார்ந்த எம்மானுவேல் சார்பெண்டியர் மற்றும் அமெரிக்காவைச் சார்ந்த ஜென்னிஃபெர் டௌட்னா என்ற இரு பெண் விஞ் ஞானிகளுக்கு 2020-ஆம் ஆண்டு வேதியியலுக்கான நோபல் பரிசு வழங்கப்பட்டது.

மரபணு மாற்ற மாதிரி விலங்குகள்

க்ரிஸ்பர் தொழில்நுட்பத்திற்கு நிறைய உபயோகங்கள் உண்டு. அதன் பயன் நோய்க்கான தீர்வு காண்பதில் மட்டும் இல்லை. அடிப்படை ஆராய்ச்சியிலும் அதன் பயன்பாடு மிகப் பெரியது. உதாரணமாக மரபணு மாற்ற மாதிரி விலங்குகள் (transgenic animal models) எனப்படும் மருத்துவ ஆய்வுக்குரிய விலங்குகளை உருவாக்குவதை இந்த க்ரிஸ்பர் நுட்பம் மிக எளிமையாக்கியுள்ளது. மருத்துவ ஆய்வுகளில் மனித உடல்கூறுகளை ஒத்த சில விலங்குகள் பயன்படுத்தப்படுகின்றன. உதாரணம் சில வகை எலிகள், குரங்குகள் மற்றும் நாய்கள் போன்றவை. பெரும்பான்மையாக இந்த விலங்குகள் அவை இயற்கையாக எந்த நிலையில் உள்ளனவோ அவ்வாறே பயன்படுத்தப்படும். ஆனால் சில நேரங்களில் மனிதனுக்கு ஏற்படும் சில நோய்களைப் பற்றிய ஆய்வுகள் செய்யும்பொழுது அந்த விலங்குகளுக்கும் அதே மாதிரியான நோய்ப் பாதிப்பு இருந்தால்தான் ஆய்வினை மேற்கொள்ள முடியும்.

உதாரணத்திற்கு டுசென் மஸ்குலர் டிஸ்ட்ரோஃபி எனப்படும் தசைச் சிதைவு நோய் பற்றி ஆய்வு செய்யும்பொழுது அந்த ஆய்வில் பயன்படுத்தும் விலங்கிற்கும் அதே நோய் இருந்தால்தான் ஆய்வாளர்கள் கண்டுபிடித்த மருந்து வேலை செய்கிறதா என்பதினை அறிந்துகொள்ள முடியும் அல்லவா? அச்சமங்களில் இந்த க்ரிஸ்பர் தொழில்நுட்பத்தினைப் பயன்படுத்தி நமக்கு தேவையான மரபணுப் பிழைகளுடன் விலங்குகளை உருவாக்கிக் கொள்ள முடியும். பிழையைச் சரி செய்ய மட்டுமல்ல, நமக்குத் தேவையான பிழையை உண்டு செய்யவும் இந்த க்ரிஸ்பர் பயன்படுகிறது.

இரத்தச் செல்கள்

நமது இரத்தத்தில் வெள்ளை இரத்தச் செல்கள், சிகப்பு இரத்தச் செல்கள் மற்றும் இரத்தத் தட்டுகள் என மூன்று முக்கிய வகையான செல்கள் இருப்பதை அறிவோம். பல நேரங்களில் இந்தச் செல்களின் எண்ணிக்கையில் தெரியும் மாற்றங்களை வைத்தே நமது உடலில் ஏதேனும் நோய் இருக்கிறதா இல்லையா என்று கண்டுபிடித்துவிட முடியும். ஆனால் சில நேரங்களில் இந்தச் செல்களிலேயேகூடப்

பிரச்சினைகள் ஏற்படுவது உண்டு. அப்படி உலக அளவில் பல இலட்சக்கணக்கான மக்களைப் பாதிக்கக்கூடிய இரண்டு மிக முக்கியமான பிரச்சினைகளைப் பற்றியும் அவற்றினைக் குணப்படுத்த க்ரிஸ்பர் எவ்வாறு பயன்படுத்தப்படுகின்றது என்பதினைப் பற்றியும் இப்போது பார்க்கலாம். இந்த இரண்டு நோய்களும் சிவப்பு இரத்தச் செல்களில் ஏற்படக்கூடியவை.

சிவப்பு இரத்தச் செல்களில் ஏற்படும் இரு முக்கிய நோய்கள்

இதில் முதலாவது சிக்கிள் செல் நோய் அல்லது அரிவாள் செல் நோய் (sickle cell disease) எனப்படுவது. பொதுவாகச் சிவப்பு இரத்தச் செல்கள் வட்டு வடிவில் (disc shaped) காணப்படும். ஆனால் இந்நோய் பாதிக்கப்பட்டவருக்கு இந்தச் செல்கள் அரிவாள் அல்லது பிறை வடிவில் இருக்கும். அதனால்தான் இந்நோய்க்கு இப்பெயர். மற்றொரு நோய் பீட்டா தாலசீமியா (β-thalassemia) எனப்படுவது. இந்த நோயில் பல்வேறு உட்பிரிவுகள் உள்ளன. இருப்பினும் நாம் பார்க்க இருப்பது தீவிரப் பாதிப்புகளை ஏற்படுத்தவல்ல இரத்த மாற்றம் தேவைப்படும் பீட்டா தாலசீமியாவைப் (transfusion-dependent β-thalassemia) பற்றி.

இந்த இரண்டு நோய்களுமே சிவப்பு இரத்தச் செல்களில் உள்ள ஹீமோக்ளோபின் (hemoglobin) எனப்படும் புரதத்தில் ஏற்படும் பிழையினால் ஏற்படுபவை. சிவப்பு இரத்தச் செல்களின் முக்கியப் பணி நாம் உயிர் வாழத் தேவையான ஆக்ஸிஜனை நமது நுரையீரலிலிருந்து உடலில் உள்ள அனைத்துச் செல்களுக்கும் எடுத்துச் செல்வது. குறிப்பாக இந்த ஹீமோக்ளோபின் புரதம்தான் ஆக்ஸிஜனைச் சுமந்து செல்கிறது. இந்தப் புரதத்தினை உற்பத்தி செய்யத் தேவையான மரபணுவில் பிழை ஏற்படும் பொழுது இந்தப் புரதமும் பிழையுடனேயே உற்பத்தி செய்யப்படும். எனவே செல்களுக்குக் கிடைக்கவேண்டிய ஆக்ஸிஜன் முறையாகக் கிடைக்காது. ஆக்ஸிஜன்தான் நமது உடலுக்குத் தேவையான எரிசக்தி. அதாவது ஒரு மகிழுந்து அல்லது பேருந்திற்குத் தேவையான எரிநெய் (fuel) போல. இந்த ஆக்ஸிஜனைக் கொண்டுதான் நாம் உண்ணும் உணவில் உள்ள கார்போஹைட்ரேட் (carbohydrates) எரிக்கப்பட்டு நாம் இயங்குவதற்குத் தேவையான சக்தி கிடைக்கப் பெறுகிறது.

பீட்டா தாலசீமியாவில் இந்தப் புரதத்தின் உற்பத்தி முழுவதுமாகவோ அல்லது பகுதியாகவோ பாதிக்கப்பட்டிருக்கும். ஆனால் சிக்கிள் செல் நோயில் இந்தப் புரதத்தில் ஒரே ஒரு அமினோ அமிலம் மட்டும் மாறியிருக்கும். அந்த அமினோ அமில மாற்றமானது பிழையுடன் உற்பத்தி செய்யப்பட்ட ஹீமோக்ளோபின் புரதங்களை ஒன்றுடன் ஒன்று இணைத்து பல்படிம மூலக்கூறுகளாக (polymerize) மாற்றி விடுகிறது. இத்தகைய பல்படிமப் புரதங்கள் இந்தச் சிவப்பு இரத்தச் செல்களைச் சுருக்கி அரிவாள் அல்லது பிறை வடிவில் மாற்றிவிடுகின்றன.

இந்த அரிவாள் வடிவச் செல்கள் சிவப்பு இரத்தச் செல்களுக்கே உரிய நெகிழ்வுத் தன்மையுடன் இருக்காது. அதனால் இந்தச் செல்கள் ஓரிடத்திலிருந்து மற்றோர் இடத்துக்கு அவ்வளவு எளிதாக இரத்த ஓட்டத்தோடு இயைந்து பயணிக்காது. இதனால் இரத்த ஓட்டம் தடைபட்டுப் பக்கவாதம், திடீரென உடல் பாகங்களில் அங்கங்கு மிகக்கடுமையான வலிகள் ஏற்படுவது, சிறுநீரகச் செயலிழப்பு, இதயம் பாதிக்கப்படுவது உள்ளிட்ட கடுமையான உடல்நலப் பிரச்சினைகள் ஏற்படுவதற்கான வாய்ப்புகள் அதிகம்.

இந்நோய்த் தாக்குதலினால் பாதிக்கப்பட்ட பெரும்பான்மையானோர் ஆப்பிரிக்காவின் சகாராப் பகுதியிலும் இந்தியாவிலும் உள்ளனர். உலக அளவில் இந்நோயினால் சுமார் இருபது மில்லியன் பேர் பாதிக்கப்பட்டுள்ளதாகவும் ஆண்டொன்றிற்கு இவ்வெண்ணிக்கை மூன்று முதல் நான்கு இலட்சம் வரை கூடுவதாகவும் கணக்கெடுப்புகள் கூறுகின்றன. பெரும்பான்மையாக இந்தக் கணக்கெடுப்புகள் நோயாளிகளின் எண்ணிக்கையினை வெகுவாகக் குறைத்துக் காட்டும். இது எல்லா நோய்களுக்கும் பொருந்தும். இதற்கு முக்கிய காரணம் மேற்கத்திய நாடுகளில் இருப்பதைப் போல வளர்ந்துவரும் மற்றும் பின்தங்கிய நாடுகளில் இத்தகைய நோயினால் பாதிக்கப்பட்டவர்களின் கணக்கெடுப்பு சரியான முறையில் எடுக்கப்படுவதில்லை. எனவே உண்மையான எண்ணிக்கை சில கோடிகளில் இருக்கும் என்று வைத்துக்கொள்ளலாம்.

நோய் மேலாண்மை

தற்போது இவ்விரு நோய்களுக்கும் ஒருசில மருந்துகள் இருந்தாலும் பெரும்பான்மையானவை நோயின் அறிகுறிகளைக் கட்டுப்படுத்துமே தவிர முழுமையாகக் குணப்படுத்தாது. தற்போதுள்ள மருத்துவ வாய்ப்புகளில் நோயினை முழுமையாகக் குணப்படுத்த வல்லவை இரண்டு மட்டுமே. ஒன்று, எலும்பு மஜ்ஜை அல்லது ஸ்டெம் செல் மாற்றுச் சிகிச்சை. இரண்டாவது ஜீன் தெரபி (gene therapy) எனப்படும் மரபணு சிகிச்சை.

இந்த எலும்பு மஜ்ஜை சார்ந்த ஸ்டெம் செல் சிகிச்சை பற்றி ஏற்கனவே விரிவாகப் பார்த்து விட்டோம். எனவே இங்கு சிறு குறிப்பு மட்டும். இந்த சிகிச்சை பாதிக்கப்பட்ட நோயாளிக்குச் சிறந்த தீர்வை தந்தாலும், இதனை முழுத் தீர்வு என்றும் கூறிவிட முடியாது. ஏனெனில் இதற்கு முக்கியத் தேவை சிறந்த பொருத்தமான கொடையாளி. அவ்வளவு எளிதாகப் பொருத்தமான கொடையாளி கிடைத்துவிட மாட்டார். பொருத்தம் சற்று குறைந்தாலும் நோயாளியின் உடல் நிராகரிக்கத் தொடங்கிவிடும். எனவே நோய் எதிர்ப்புச் சக்தியினைக் குறைக்கும் மருந்துகளை வாழ்நாள் முழுவதும் எடுத்துக் கொள்ள வேண்டியிருக்கும். இந்த சிகிச்சைக்குத் தேவையான கால அளவும், செலவும் அதிகம் என்பதனால் எல்லா நோயாளிகளுக்குமான தீர்வாக இதனைக் கருத முடியாது.

அடுத்தது மரபணுச் சிகிச்சை. இந்தச் சிகிச்சை முறையில் ஹீமோக்ளோபின் மரபணுவின் எந்தப் பகுதியில் பிழை உள்ளதோ அந்த ஒரு பகுதியை மட்டும் சரியானபடி வேதியியல் முறையில் உற்பத்தி செய்து ஒருவகையான வைரஸ் நுண்ணுயிரி மூலம் பாதிக்கப்பட்ட செல்களுக்குச் செலுத்தப்படும். இங்கு வைரஸ் என்பது சரக்கு ஏற்றிச் செல்லும் வாகனம் போன்றது. நாம் அனுப்பும் பொருளை எந்த இடத்தில் சேர்க்க வேண்டுமோ அந்த இடத்தில் சேர்க்க வேண்டும். இந்த வகையான மரபணுச் சிகிச்சை துல்லியமில்லாச் சிகிச்சை எனக் கூறலாம். இதற்குக் காரணம் இந்த வைரஸ் நாம் அனுப்பும் மரபணுவின் பகுதியைப் பாதிக்கப்பட்ட புரதத்தின் மரபணுவில் சரியான இடத்தில் பொருத்த வேண்டும். ஆனால் நடைமுறையில் பல நேரங்களில்

அவ்வாறு நடைபெறுவதில்லை. தேவையில்லாத இடங்களில் சென்று சேர்த்துவிடும். அந்த தேவையில்லாத இடம் வேறொரு முக்கியமான மரபணுவாக இருப்பின் அந்த மரபணுவின் பணி பாதிக்கப்பட்டு நோயாளிக்கு மேலும் சிக்கலை ஏற்படுத்திவிடும்.

புதிய க்ரிஸ்பர் அடிப்படையிலான சிகிச்சை முறை

மேற்கூறிய இருவித சிகிச்சை முறைகளுக்கும் மாற்றாக தற்போது க்ரிஸ்பர் முறையைப் பயன்படுத்தி புதியதாக ஒரு மரபணுக்கூறு திருத்தம் (genome editing) செய்யும் முறை கண்டுபிடிக்கப்பட்டு விரிவான மருத்துவச் சோதனைகள் (clinical trials) நடைபெற்று வருகின்றன. இங்கு ஒன்றைப் புரிந்து கொள்ள வேண்டும். மரபணுச் சிகிச்சை (gene therapy) வேறு, மரபணுக்கூறு திருத்தம் (genome editing) வேறு. இரண்டுக்குமே நோக்கம் ஒன்றுதான். தேவையான மரபணுவைத் தேவையான இடத்தில் பொருத்துவது. ஆனால் மரபணுச் சிகிச்சை என்பது ஒரு குத்துமதிப்பான சிகிச்சை. மரபணுக்கூறு திருத்தம் என்பது துல்லியமான சிகிச்சை. Surgical strike போல.

இந்தப் புதிய க்ரிஸ்பர் சிகிச்சை முறையினைப் பற்றி அறிய ஹீமோக்ளோபின் பற்றி சற்று விரிவாகத் தெரிந்து கொள்ள வேண்டும். இந்த ஹீமோக்ளோபின் புரதத்திற்கு ஒரு சுவாரசியமான குணாதிசயம் உண்டு. ஒரு கரு உருவாகிப் பிறக்கும் வரை ஒரு வகையான ஹீமோக்ளோபின் புரதம் உற்பத்தியாகும். இதற்கு ஃபீடல் ஹீமோக்ளோபின் (fetal hemoglobin அல்லது HbF) என்று பெயர். அதுவே குழந்தை பிறந்து சில தினங்களில் வேறு வகையான ஹீமோக்ளோபின் புரதம் சுரக்கும். இதற்கு அடல்ட் ஹீமோக்ளோபின் (Adult Hemoglobin அல்லது HbA) என்று பெயர். குழம்பி விடாதீர்கள். முதலில் விளக்கிய பீட்டா ஹீமோக்ளோபின் என்பது அடல்ட் ஹீமோக்ளோபினின் ஒரு வகை. ஏன் கருவிலிருக்கும்போது ஒருவகையான ஹீமோக்ளோபினும் குழந்தை பிறந்தபின் வேறுவகையான ஹீமோக்ளோபினும் சுரக்கின்றன.? காரணம் தெரியாது. ஆனால் இவ்வாறுதான் நமது உடலில் நடக்கிறது. இந்த ஃபீடல் மற்றும் அடல்ட் ஹீமோக்ளோபின் இரண்டுமே ஒருவகையில் வெவ்வேறு மரபணுக்களின் கட்டுப்பாட்டில் இருக்கின்றன எனக்கூறலாம். குழந்தை பிறக்கும் வரையில்

அடல்ட் ஹீமோக்ளோபினுக்கான மரபணு சில காரணிகளால் செயல்படாமல் வைக்கப்படுகிறது. அதுவே குழந்தை பிறந்த பிறகு ஃபீடல் ஹீமோக்ளோபினுக்கான மரபணு செயல்படாமல் வைக்கப்படுகின்றது. மேற்கூறிய இரண்டு நோய்களும் அடல்ட் ஹீமோக்ளோபினில் நடக்கும் பிழையினால் ஏற்படுவதால் ஃபீடல் ஹீமோக்ளோபினை மீண்டும் உற்பத்தி செய்யவைக்க முடியுமாயின் இந்த நோயின் தாக்குதலிலிருந்து மீள முடியும் அல்லவா..?

அதன்படி அமெரிக்காவைச் சார்ந்த வெர்டெக்ஸ் ஃபார்மசியூடிகல்ஸ் (Vertex Pharmaceuticals) மற்றும் க்ரிஸ்பர் தெராபியூடிக்ஸ் (CRISPR Therapeutics) எனும் நிறுவனங்கள் கூட்டாகச் சேர்ந்து க்ரிஸ்பர் தொழில்நுட்பத்தின் அடிப்படையில் எக்ஸா-செல் (Exa-cel) எனப்படும் மரபணுத் திருத்த மருந்து ஒன்றினைக் கண்டுபிடித்துள்ளனர். இந்த எக்ஸா-செல் அடிப்படையில் ஒரு மரபணு திருத்தப்பட்ட ஸ்டெம் செல். இந்த செல்லில் க்ரிஸ்பர் மூலம் ஃபீடல் ஹீமோக்ளோபின் உற்பத்தி தூண்டப்பட்டிருக்கும். அவ்வாறு மரபணு திருத்தம் செய்யப்பட்ட எக்ஸா-செல் உடலுக்கு வெளியில் பெருக்கம் செய்யப்பட்டு நோயாளிக்கு மருந்தாகப் பயன்படுத்தப்படும்.

மரபணுத் திருத்த மருந்தினை இருவகையாகப் பயன்படுத்த முடியும். ஒன்று எக்ஸ்-விவோ (Ex Vivo) மற்றொன்று இன்-விவோ (In Vivo). எக்ஸ்-விவோ என்பதினை உடலுக்கு வெளியே என்றும், இன்-விவோ என்பதினை உடலுக்கு உள்ளே என்றும் கூறலாம். அதாவது நமக்குத் தேவையான ஒரு செல்லை (உ-ம்: இரத்த சிவப்பு செல்) உடலிலிருந்து தனியே பிரித்து எடுத்து அந்த செல்லில் உள்ள மரபணுக்கூறை க்ரிஸ்பர் தொழில்நுட்பம் மூலமோ அல்லது வேறு தொழில்நுட்பத்தின் மூலமோ திருத்தம் செய்து (அதாவது பிழை நீக்கி), அவ்வாறு பிழை நீக்கிய செல்களை உடலுக்கு வெளியேப் பல்கிப் பெருகச் செய்து மீண்டும் உடலுக்குச் செலுத்துவது எக்ஸ்-விவோ. இதற்கு மாற்றாக இன்-விவோ முறையில் நேரடியாக உடலுக்குள் க்ரிஸ்பர் மருந்தினைச் செலுத்தி மரபணுத் திருத்தம் செய்வர். நாம் முன்னர் பார்த்த மரபுவழி அமிலோய்டோஸிஸ் நோய்க்கான மருந்து இன்-விவோ முறையைச் சார்ந்தது. இந்த எக்ஸா-செல் எக்ஸ்-விவோ முறையில் பயன்படுத்தப்படுகின்றது.

இந்த எக்ஸா-செல் மருந்து மருத்துவச் சோதனை (clinical trials stage) நிலையில்தான் தற்போது உள்ளது. இருப்பினும் சென்ற ஆண்டு முற்பகுதியில் இந்நிறுவனங்கள் வெளியிட்ட ஆய்வு முடிவுகள் மிகுந்த நம்பிக்கை அளிப்பதாக உள்ளன. இம்மருந்தினை எடுத்துக் கொண்டவர்களில் பெரும்பான்மையானோர்க்கு நோயின் அறிகுறிகள் முற்றிலும் மறைந்திருந்தது. ஆய்வு தொடர்ந்து நடைபெற்று வருகிறது. இன்னும் சில ஆண்டுகள் இது தொடரும். இந்த ஆய்வு வெற்றிகரமாக நடைபெற்று முடிந்தால் உலக அளவில் இம்மருந்தினால், இந்நோயினால் பாதிக்கப்பட்டவர்களுக்கு ஒரு விடிவுகாலம் பிறக்கும்.

புற்றுநோய்க்கான நவீன மருந்துகள்

புற்றுநோய் சிகிச்சைக்குப் பலவிதமான மருந்துகள் தற்போது பயன்பாட்டில் இருந்து வருகின்றன. அவற்றுள் கதிர்வீச்சு சிகிச்சை, கீமோதெரபி, ஹார்மோன் சிகிச்சை, அறுவைச் சிகிச்சை, ஸ்டெம் செல் சிகிச்சை ஆகியவை முக்கியமானவை. இவைதவிர நூற்றுக்கும் மேற்பட்ட மருந்துகளும் உள்ளன. இவையெல்லாம் சேர்ந்து ஒருகாலத்தில் புற்றுநோய் என்றாலே இறப்பு நிச்சயம் என்றிருந்த நிலையை மாற்றியிருக்கின்றன. பல்வேறு வகையான புற்றுநோய்களை ஆரம்ப நிலையிலே கண்டறிந்தால் அவற்றினை முழுமையாகக் குணப்படுத்த முடியும்.

இருப்பினும் சிலவகையான புற்றுநோய்கள் குணப்படுத்த மிகவும் சவாலானவை. அத்தகைய புற்றுநோய்களைக் குணப்படுத்த மேற்கண்ட மருந்துகளினால் முடியாது. அத்தகைய, குணப்படுத்தச் சவாலான புற்றுநோய்களில் சில வகைகளைக் குணப்படுத்த உயிரியல் தொழில்நுட்பம் கண்டறிந்துள்ள நவீன சிகிச்சை முறையினைப் பற்றித்தான் இந்த அத்தியாயம் பேசப்போகிறது. இதற்கு இம்யூனோதெரபி (Immunotherapy) என்று பெயர். இதனை நோயெதிர்ப்பு சிகிச்சை முறை என்றுத் தமிழ்ப்படுத்தலாம். அதாவது புற்றுச் செல்களை நேரடியாகத்

தாக்கி அழிக்காமல் நமது உடலில் இயற்கையாக அமைந்துள்ள நோயெதிர்ப்புத் திறனைத் தூண்டி புற்றுச் செல்களை அழிக்கும் முறை இது. இந்த நூற்றாண்டின் மிகச் சிறந்த உயிரியல் துறை சார்ந்த கண்டுபிடிப்புகளில் ஒன்றாக இது கருதப்படுகிறது. இந்தச் சிகிச்சை முறையைப் பற்றித் தெரிந்து கொள்வதற்கு முன் புற்றுநோயின் மூலம் பற்றியும் நமது உடலின் நோய் எதிர்ப்புச் சக்தி வேலை செய்யும் முறையையும் நாம் சற்றுத் தெரிந்து கொள்வது நல்லது.

புற்றுநோயின் மூலக்கூறு அறிவியல்

நமது உடலில் சுமார் நூறு இலட்சம் கோடிக்கும் (100க்குப் பக்கத்தில் 12 பூஜ்ஜியங்கள்; அதாவது 100,000,000,000,000) அதிகமான செல்கள் உள்ளன. ஒவ்வொரு செல்லிலும் சுமார் 320 கோடி இணை பேஸ்கள் எனப்படும் மரபணுக் கூறுகளைத் தாங்கி நிற்கும் குறியீடுகளும் உள்ளன. அப்படியென்றால் நமது உடலில் எத்தனைக் கோடி கோடி நியூக்லியோடைடுகள் இருக்கும் என்பதினைக் கணக்கிட்டுக் கொள்ளுங்கள். இத்தனை நியூக்லியோடைடுகளில் ஏதேனும் ஒன்றினில் பிழை ஏற்பட்டாலும் (மரபணுப் பிழை) அந்தப் பிழை ஏற்பட்ட மரபணுக் கூறு உள்ள செல் புற்றுச் செல்லாக மாற வாய்ப்புண்டு. இந்தப் பிழையும்கூட மிக எளிதாக ஏற்பட வாய்ப்புண்டு. சூரியனிலிருந்து வரும் புற ஊதாக் கதிர்கள், உணவுப் பொருட்களில் கலக்கப்படும் சில வேதிப் பொருட்கள், அதிக வெப்பத்தில் பொரித்த உணவு வகைகளை மிக அதிகமாக உண்பது, புகையிலையில் உள்ள நிகோடின், சில வகையான வைரஸ்கள், பதப்படுத்தப்பட்ட உணவுப் பொருட்கள், அளவிற்கு அதிகமான குடிப்பழக்கம் என புற்றுநோய்க்கான மரபணுப் பிழைகளை ஏற்படுத்தும் காரணிகளும் அதிகம். இவற்றைத் தவிரத் தானாகவே எந்தவிதப் புறத் தூண்டுதல்களுமின்றி ஏற்படும் மரபணுப் பிழைகளும் உண்டு.

இவ்வளவு வாய்ப்புகள் இருக்கும்போது ஏன் அனைவருக்கும் புற்றுநோய் வருவதில்லை? இதற்கு மூன்று முக்கிய காரணங்கள் உண்டு. முதலாவது ஏதாவது மரபணுப் பிழை ஏற்படும்பொழுது அதனைத் தானே சரிசெய்து கொள்வதற்கான மிகச் சிறந்த கூறுகள் நமது செல்களிலேயே உள்ளன. அவ்வாறு பிழைகள்

சரி செய்ய முடியாதவாறு இருந்தால் அந்தச் செல்களானது அபோப்டோஸிஸ் (apoptosis) எனும் முறைப்படி தானாகவே இறந்துவிடும். அதையும் தாண்டி ஒரு ஆரோக்கியமான செல் புற்றுநோய் செல்லாக மாறினால் அந்த புற்றுச்செல்லை கொல்வதற்கான மிகச் சிறப்பான நோயெதிர்ப்பு சக்தியும் நமது உடலில் உள்ளது.

பொதுவாகப் புற்றுக் கட்டியானது ஒரு செல்லிலிருந்து உருவாகும் என்று பார்த்தோம் அல்லவா..? அதற்காக ஒரு செல் திடீரென்று புற்றுக் கட்டியாக மாறிவிடும் என்று அர்த்தம் இல்லை. அது பல நிலைகளில் பல காலங்களில் மெதுவாக நடக்கும் ஒரு நிகழ்வாகும். பெரும்பான்மையான நேரங்களில் பெரும்பாலான புற்றுநோய்கள் வயதான பிறகு வருவதற்கு இதுதான் காரணம். ஒரு செல்லில் புற்றுநோய் செல்லாக மாறுவதற்கான காரணிகள் கொஞ்சம் கொஞ்சமாகப் பலகாலம் சேர்ந்து பிறகுதான் அது புற்றுக்கட்டியாக மாறும். ஒரு செல் புற்றுச் செல்லாக மாற குறைந்தபட்சம் ஆறு வகையான மரபணுப் பிழைகளாவது வேண்டும்.

அப்படி என்ன மரபணுப் பிழைகள் புற்றுநோய்க்குக் காரணமாகின்றன..?

நமது உடலில் உள்ள ஆரோக்கியமான செல்கள் அனைத்தும் மூன்றுவிதமான நிலைகளைக் கொண்டிருக்கும். முதலாவது வளர்ச்சி (growth), இரண்டாவது பிரிவு (division), மூன்றாவது இறப்பு (death). ஒரு செல் இறந்தவுடன் அதன் இடத்தினைப் புதியதொரு செல் நிரப்பும். இந்த மூன்று நிகழ்வுகளும் செல்லில் உள்ள மரபணுக்களால் கட்டுப்படுத்தப்படுகின்றன. ஒரு செல்லில் ஏற்படும் மரபணுப் பிழையானது இந்த மூன்று நிலைகளில் ஏதாவதொன்றினைப் பாதித்தாலும் அந்தச் செல் புற்றுச் செல்லாக மாறுவதற்கான வாய்ப்புகள் உண்டு. சில மரபணுப் பிழைகள் செல்களை மிக வேகமாக வளர அல்லது பிரிய வைக்கும். சில பிழைகள் எந்த நேரத்தில் செல்கள் பிரிவது நிற்கவேண்டுமோ அவ்வாறு நிற்காமல் இருக்கச் செய்யும். செல்கள் ஒருசில காலத்திற்குப் பிறகு இறக்கவேண்டும். ஒரு சில பிழைகள் செல்கள் அவ்வாறு இறப்பதைத் தடுக்கும். இத்தகைய பிழைகள் பல ஒரு செல்லில் ஏற்படும்போது அந்தச் செல்லானது புற்றுச் செல்லாக மாறிவிடுகிறது.

புற்றுநோய் ஒரு பரம்பரை நோயா..?

மேலே கூறியுள்ள காரணங்களிலிருந்து புற்றுநோய் ஒரு மரபணு நோய்தான் எனப் புரியும். அதாவது மரபணுக்களில் ஏற்படும் பிழைகளினால் இந்நோய் ஏற்படுகிறது. ஆனால் அதற்காக இது பரம்பரை நோயாக இருக்க வேண்டிய அவசியமில்லை. ஏனெனில் பெரும்பான்மையாக இந்த மரபுப்பிழைகள் சொமாடிக் (Somatic) செல்களில் ஏற்படுபவை. சொமாடிக் செல்கள் என்பவை நமது இனப்பெருக்கத்துடன் தொடர்பில்லாத செல்கள். ஒருவேளை இந்த மரபுப் பிழைகள் மனித இனப் பெருக்கத்துடன் தொடர்புடைய கருமுட்டை அல்லது விந்தணுக்களில் உள்ள மரபணுத் தொகுப்பில் ஏற்பட்டால், அத்தகைய நிலையில் இந்த புற்றுநோய் ஒரு தலைமுறையிடமிருந்து அடுத்த தலைமுறைக்குக் கடத்தப்படும். கிட்டத்தட்ட 10 சதவீதப் புற்றுநோய்கள் பரம்பரையாக ஏற்படுகின்றன. ஒருவருக்குப் புற்றுநோய்க்கான மரபுப் பிழை ஏற்பட்டுவிட்டாலே அவருக்கு புற்றுநோய் ஏற்படும் என்று கூறமுடியாது. மேலே கூறியுள்ளதைப் போல புற்றுநோய் என்பது பல படிகளில் நடக்கும் ஒரு நிகழ்வாதலால் அந்த மரபுப் பிழை அடுத்த கட்டத்திற்குச் செல்லாமல் கூடப் போகலாம்.

புற்றுநோயும் நமது நோய் எதிர்ப்புச் சக்தியும்

நமது நோயெதிர்ப்புச் சக்தியின் முழு வீச்சினை அறிந்துகொள்ள ஒரு சிறு உதாரணத்தினைப் பார்ப்போம். நமது உடலிலும் நம்மைச் சுற்றியும் பல கோடிக்கணக்கான நுண்ணுயிரிகள் உள்ளன. அவை எக்கணமும் நம்மைத் தாக்கிக் கொண்டே இருக்கும். நமது உடலில் நோயெதிர்ப்புத் திறன் மட்டும் இல்லையென்றால் அவை நமது உடலினைச் சில மணி நேரங்களில் சிதைக்க ஆரம்பித்துவிடும். எந்த உயிரியானாலும் அவை இறந்த உடன் அழுக ஆரம்பிக்க இந்த நுண்ணுயிரிகள்தான் காரணம். ஆனால் நம்மில் பெரும்பான்மையானோர் ஒரு சில சிறு சுகவீனங்களைத் தவிர்த்துப் பார்க்கையில் நன்றாகத்தானே இருக்கிறோம். இதற்கு முக்கியக் காரணம் நமது நோயெதிர்ப்புத் திறன் தான். இந்த நோயெதிர்ப்புத் திறனானது நுண்ணுயிரிகளை மட்டுமல்ல, புற்றுக் கட்டிகளையும் மிகச் சிறப்பாகக் களையும் தன்மை கொண்டது.

மேலே கூறியுள்ளபடி நமது உடலில் புற்றுச் செல்கள் தோன்றுவதற்கான காரணிகள் நிறைய இருந்தாலும், நமது அதீத சக்தி வாய்ந்த நோயெதிர்ப்பு மண்டலத்தின் புண்ணியத்தினால் நம்மில் பெரும்பாலானோர் புற்றுநோய் ஏற்படுவதிலிருந்து தப்பித்துக் கொள்கிறோம். இருப்பினும் ஒரு சிலருக்குப் புற்றுநோய் ஏற்பட்டுவிடுகிறது.

நமது உடலில் இயற்கையாக உள்ள நோயெதிர்ப்பு சக்தியானது இயற்கைக் கொல்லி செல்கள் (Natural Killer Cells), மேக்ரோஃபேஜஸ் (Macrophages), டி-லிம்ஃபோஸைட்ஸ் (T-lymphocytes), பி-லிம்ஃபோஸைட்ஸ் (B-lymphocytes), மாஸ்ட் செல்கள் (Mast cells), டெண்ட்ரிடிக்ட் செல்கள் (Dendritic cells) எனப் பல்வேறு வகையான செல்களினால் இயக்கப்படுகின்றது. ஒவ்வொரு செல்லிற்கும் ஒவ்வொரு விதமான பணி இருந்தாலும் அவை பெரும்பாலான நேரங்களில் ஒன்றிணைந்து பணிபுரியும். இந்த நோயெதிர்ப்பு மண்டலத்தின் முக்கியப் பணியானது நமது உடலுக்கு வெளியிலிருந்து வரும் எந்தவொரு பொருளையும் ஒதுக்கித் தள்ளுவது அல்லது கொன்றொழிப்பது. அந்த வெளியிலிருந்து வரும் பொருளானது ஒரு நுண்ணுயிரியாக அல்லது உறுப்பு மாற்று அறுவைச் சிகிச்சையின்போது வேறொருவரின் உடலிலிருந்து பொருத்தப்படும் உறுப்பாக என எதுவாக வேண்டுமானாலும் இருக்கலாம். ஏன்... ஒரு தாயின் வயிற்றில் உருவாகும் கருகூட அந்தத் தாயின் உடலைப் பொறுத்தவரை வேற்றுப் பொருளே. எனவே அதனைக் கொல்லவே தாயின் உடல் முற்படும். ஆனால் இயற்கை வினோதமானது. அந்தக் கருவினைக் காக்கத் தக்க ஏற்பாடுகளுடன் தாய்மையை அமைத்துள்ளது. இல்லையெனில் தாயின் நோயெதிர்ப்புத் திறன் கருவில் உள்ள சிசுவினை உண்டு இல்லை என்று செய்துவிடும்.

இந்த ‘உள்ளே, வெளியே’ விளையாட்டினை நமது உடல் எவ்வாறு விளையாடுகிறது என்பது மிகவும் சிக்கலான அறிவியல். இதனை எளிமையாகக் கூறுவதென்றால் நமது உடலில் உள்ள ஒவ்வொரு செல்லிற்கும் சில அடையாளக் குறியீடுகள் இருக்கும். ஒவ்வொரு நாட்டில் உள்ள அந்நாட்டுக் குடிமக்களுக்கு வழங்கப்பட்டிருக்கும் அடையாள அட்டை போல. இக்குறியீடு ஒவ்வொரு மனிதருக்கும், ஒவ்வொரு

உயிரிக்கும் வேறுபட்டிருக்கும். எனவே வேறொரு உயிரியின் அல்லது மனிதரின் செல் அல்லது செல்களைக் கொண்ட திசு அல்லது பாக்டீரியா போன்ற நுண்ணுயிரி நமது உடலுக்குள் வரும்பொழுது அதனை நமது உடல் எதிரியாகப் பாவித்து அழித்துவிட முயலும். ஆனால் இந்தப் புற்றுச் செல்களானது நமது உடலிலிருந்தே உருவாவதால் அச்செல்களில் புற்றுச் செல்களுக்கே உள்ள சில அடையாளக் குறியீடுகளுடன் ஆரோக்கியமான செல்களுக்கான அடையாளங்களும் இருக்கும். எனவே நமது நோயெதிர்ப்பு மண்டலமானது சற்றுக் குழம்பி புற்றுச் செல்களைச் சில நேரங்களில் நமது செல்களாக எண்ணி அழிக்காமல் விட்டுவிடும். அவ்வாறு தப்பித்த புற்றுச் செல்கள் பல்கிப் பெருகி மேலும் சில நரித்தனங்களைப் பயன்படுத்தி நல்ல செல்களைவிட ஆரோக்கியமாக வளர ஆரம்பிக்கும்.

புற்றுநோய் என்று நாம் ஒற்றை வார்த்தையில் கூறினாலும் அது ஒரேஒரு நோய் அல்ல. பன்முகத்தன்மை கொண்ட ஒரு நோய் எனக் கூறலாம். ஒவ்வொரு வகையான புற்றுநோயும் வெவ்வேறு விதமான யுக்திகளைக் கையாண்டு வளர்வதால் அவற்றினை ஒழிக்க ஒரே வகையான ஆயுதத்தினைக் கையாள முடியாது. புற்றுநோயின் தன்மைக்கேற்ப நாம் ஆயுதத்தினை மாற்றியாக வேண்டும்.

நோய்க் காரணிகள்

வாசிப்பின் எளிமைக்காக நமது உடலுக்குள் வரும் அல்லது ஏதோவொரு காரணத்தினால் உடலிலேயே ஏற்படும் நோய் உண்டாக்கும் பொருட்களை இனி 'நோய்க் காரணிகள்' என்றே அழைப்போம். அவை கிருமிகளாக இருந்தாலும் சரி அல்லது புற்றுச் செல்களாக இருந்தாலும் சரி. இவ்வளவு வலுவான நோயெதிர்ப்பு மண்டலம் நம்மிடமிருந்தும் பிறகு ஏன் சில நேரங்களில் இந்த நோய்க் காரணிகள் தப்பி விடுகின்றன..? இதற்கு விடையை அறிந்து கொண்டால்தான் இம்யூனோதெரபி சிகிச்சையைப் பற்றிப் புரிந்துகொள்ள முடியும். இந்தக் கேள்விக்குப் பல பதில்கள் உண்டு. அவற்றுள் முக்கியமானது, புற்றுநோய் எவ்வாறு பல நேரங்களில் தந்திர வேலைகள் செய்து நமது நோயெதிர்ப்பு சக்தியின் பார்வையிலிருந்து தப்பித்துக் கொள்கிறது என்பதில் உள்ளது.

நமது உடலின் நோயெதிர்ப்பு மண்டலத்திற்கு மூன்று விதமான முக்கியப் பணிகள் உண்டு. முதலாவது 'கண்காணிப்பு மற்றும் அழிப்பு' (Immune surveilance and activity). அதாவது உடலில் நோய்க் காரணிகள் ஏதேனும் ஏற்பட்டிருக்கின்றனவா என்பதைக் கண்காணித்து, அவ்வாறு ஏற்பட்டிருக்கும் பட்சத்தில் தக்க நடவடிக்கை எடுத்து அந்நோய்க் காரணிகளை அழிப்பது. இரண்டாவது நமது உடலில் உள்ள செல்களை 'சுயம்' (self) என வகை செய்து அவற்றினைச் சேதப்படுத்தாமல் இருப்பது (self-tolerance). மூன்றாவது எதாவது ஒரு சூழ்நிலையில் நமது உடலில் உள்ள திசுக்கள் பாதிக்கப்பட்டிருந்தால் அப்பாதிப்பினைச் சரிசெய்வதில் உதவுவது (anti-inflammattory properties).

இவ்வுலகில் வாழும் ஒவ்வொரு உயிரியின் செல்லிலும் சில அடையாளக் குறியீடுகள் இருக்கும் என்றும், அந்த அடையாளக் குறியீடுகளைக் கொண்டே அந்தந்த உயிரியின் உடலில் உள்ள நோயெதிர்ப்பு சக்தியானது ஒரு குறிப்பிட்ட செல், தான் இருக்கும் உடலிலிருந்தே வந்ததா அல்லது வெளியிலிருந்து வந்ததா என்பதினைத் தீர்மானிக்கும் என்பதினையும் பார்த்தோம் அல்லவா? தனது அடையாளக் குறியீட்டினை மாற்றுவதிலிருந்து ஆரம்பிக்கின்றது புற்றுச் செல்களின் கிரிமினல் வேலை. புற்றுச் செல்கள் பெரும்பாலும் மரபுப் பிழைகளால் ஏற்படுவதை அறிவோம். அவ்வாறு மரபுப் பிழை ஏற்படும்போது அந்த குறிப்பிட்ட மரபணு மூலம் உற்பத்தி செய்யப்படும் புரதமும் மாறுபடும். நமது நோயெதிர்ப்பு மண்டலத்தின் முதல் பணியானது தொடர்ந்து நமது உடலை கண்காணித்துக் கொண்டிருப்பது அல்லவா? அவ்வாறு கண்காணிக்கும்பொழுது இந்த மாறுபட்ட புரதத்தினை அடையாளம் கண்டுகொண்டு அந்தச் செல் நமது உடலினைச் சார்ந்தது அல்ல என்று முடிவெடுத்துவிடும். பிறகு தேவையான நோயெதிர்ப்புச் செல்களைப் பயன்படுத்தி அந்த மாறுபட்ட புரதம் உள்ள செல்களை அழிக்க ஆரம்பிக்கும். ஆனால் புற்றுச் செல்களில் சில வகைகள் அவ்வாறு உள்ள தனது அடையாளக்குறிகளை அழித்துவிட்டுக் கிட்டத்தட்ட நார்மல் செல்களைப் போலவே இருக்க முயற்சிக்கும்.

இதனையும் மீறி, தனது அடையாளக் குறிகளைக் கண்டுகொண்டு நோயெதிர்ப்பு மண்டலமானது தாக்க ஆரம்பித்தால், அந்த

நோயெதிர்ப்பு மண்டலத்தில் உள்ள முக்கியமான செல்களை வேலை செய்ய விடாமல் முடக்கிவிடும். எவ்வாறு? இது இரண்டு விதங்களில் நடக்கக்கூடும்.

முதலாவது: இது புற்றுச் செல்களின் உதவியின்றி வேறொரு காரணத்தினால் நடப்பது. உதாரணத்திற்கு எய்ட்ஸ் நோய் தாக்கியவர்களை எடுத்துக் கொள்வோம். அவர்களது உடலில் உள்ள HIV வைரசானது இந்த நோயெதிர்ப்பு மண்டலத்தில் உள்ள முக்கியச் செல்களை அழித்துவிடும். அதனால் இந்நோய் தாக்கியவர்களின் உடலில் நோயெதிர்ப்புத் திறன் குறைவாகவே இருக்கும். இந்தச் சூழ்நிலையில் புற்றுக்கட்டிகள் ஏதேனும் ஏற்படுமாயின் நோயெதிர்ப்பு மண்டலத்தினால் அதனை ஆரம்ப நிலையிலேயே கண்டறிந்து அகற்ற முடியாது. இந்த HIV எளிமையாகப் புரிந்து கொள்வதற்காகக் கூறப்பட்ட ஒரு உதாரணமே. நமது உடலில் பல்வேறு காரணங்களினால் நோயெதிர்ப்புத் திறன் குறையக்கூடும். அத்தகைய சூழ்நிலையில் புற்றுக்கட்டிகள் தோன்றி வளர்வதற்கான வாய்ப்புகள் அதிகமாகும். ஏனெனில் அவற்றினைக் கட்டுப்படுத்தும் காவலாளிதான் இல்லையே.

இரண்டாவது: பல நேரங்களில் இந்தப் புற்றுச்செல்கள் தாமாகவே நோயெதிர்ப்புத் திறனை மழுங்கச் செய்துவிடும். நோயெதிர்ப்பு மண்டலத்தில் உள்ள பல்வேறு வகையான செல்களில் இந்த டி-செல்களின் பங்கு புற்றுநோய்களை அழிப்பதில் முக்கியமானது. இந்த டி-செல்கள் சில நேரங்களில் இந்த நோய்ச் செல்களை நேரடியாகத் தாக்கி அழிக்கும். சில நேரங்களில் பி-செல்களைத் தூண்டிவிட்டு ஆண்டிபாடிக்களை உற்பத்தி செய்ய செய்து மறைமுகமாகத் தாக்கும். சில நேரங்களில் பாதிக்கப்பட்ட (உ-ம், வைரஸ் குடிபுகுந்துள்ள செல்கள்) செல்களையே அழித்து நமது உடலைக் காக்கும். மொத்தத்தில் இந்த டி-செல்களின் வேலை களத்தில் இறங்கி எதிரிகளை அழித்துத் துவம்சம் செய்வதே. ஒரு கட்டத்திற்கு மேல் இந்த டி-செல்களை அடக்கி வைக்காவிட்டால் அவை நடத்தும் களேபரத்தில் நமது உடலில் உள்ள நார்மல் செல்களும் திசுக்களும் பாதிக்கப்பட ஆரம்பித்துவிடும். இதனைத் தவிர்ப்பதற்காக இந்த டி-செல்களிலேயே ஒரு தனிக்குழு செயல்படுகிறது. அதன் பணி மற்ற செயல்வீரர்களாகக் களத்தில்

இருக்கும் டி-செல்களை ('செயல்படும்' டி-செல்கள் அல்லது Active T-cells) ஆசுவாசப்படுத்தி அமைதிப்படுத்தி வைப்பது. அந்த வகை டி-செல்களுக்கு 'ஒழுங்குபடுத்தும் டி-செல்கள்' (Regulatory T-cells) என்று பெயர்.

பொதுவாக இந்தச் செயல்படும் டி-செல்கள் நமது உடலில் ஓய்வு நிலையிலேயே இருக்கும். அவை வேலை செய்ய வேண்டுமானால் இந்த டி-செல்கள் முடுக்கி விடப்பட (Activate) வேண்டும். அவ்வாறு முடுக்கி விடப்படுவதற்கு ஆண்டிஜென் பிரசெண்டிங் செல்கள் (Antigen Presenting Cells or AP Cells) எனப்படும் ஒருவகைச் செல்களின் துணை வேண்டும். இந்தப் புற்றுச் செல்கள் சிலவிதமான வேதிப்பொருட்களை உற்பத்தி செய்து இந்த ஏபி செல்களின் செயல்படு திறனைக் குறைத்துவிடுகின்றன. அவ்வாறு ஏபி செல்களின் செயல்படு திறன் குறைந்தால் என்ன ஆகும்..? புற்றுநோய்களை அழிக்கும் டி-செல்களினால் புற்றுநோய்களை அடையாளம் காண முடியாது. அதேநேரத்தில் மற்றொருபுறம் இந்த புற்றுச் செல்கள் 'ஒழுங்குபடுத்தும்' டி-செல்களையும் நோயெதிர்ப்பு மட்டுப்படுத்திகள் (Immune checkpoints) எனப்படும் சில கூறுகளையும் நண்பர்களாக்கிக் கொள்கின்றன. இந்தக் கூறுகளின் முக்கியப் பணி 'செயல்படும்' டி-செல்கள் ஆக்ரோஷமாக எதிரிகளைத் துவம்சம் செய்யும்போது அதனை ஆசுவாசப்படுத்தி வைப்பது. இல்லையென்றால் இந்த 'செயல்படும்' செல்கள் சொந்த நார்மல் செல்களையும் அழித்துவிடும். புற்றுச் செல்கள் தந்திரமாக மேற்கூறிய கூறுகளின் இயற்கையான பண்புகளைத் தனக்குச் சாதகமாகப் பயன்படுத்திக் கொள்கின்றன. அதாவது இந்த 'ஒழுங்குபடுத்தும்' டி-செல்களையும் நோயெதிர்ப்பு மட்டுப்படுத்திகளையும் தங்கள் கட்டுப்பாட்டிற்குள் கொண்டு வந்து அவற்றின் மூலம் 'செயல்படும்' டி-செல்களை எந்த வேலையையும் செய்யாமல் வைக்கின்றன.

புற்றுச்செல்கள் மேற்கூறிய பண்புகளைத் தாங்களாகவே தேர்ந்தெடுத்ததாக நாம் எண்ணிக் கொள்ளக் கூடாது. புற்றுச்செல் என்பது ஏராளமான மரபணுப்பிழைகள் உள்ள செல்களில் ஏற்படுவது. தற்செயலாகச் சில மரபணுப்பிழைகள் மேற்கொண்ட குணாதிசயங்களைப் புற்றுச் செல்களுக்கு வழங்கிவிடுகின்றன. மற்றப் பிழைகளும் ஏற்படும். ஆனால்

தகுதியுடையவை பிழைத்து வாழும் என்று கூற்றிற்கு ஏற்றாற்போல மேற்கண்ட பண்புகளைப் பெறும் புற்றுச் செல்கள் மட்டுமே தழைத்து வளர்கின்றன.

எந்த நோயெதிர்ப்பு திறனைக் கட்டுப்படுத்தி, தனக்குச் சாதகமாக்கி புற்றுச் செல்கள் வளர்கின்றனவோ அந்த நோயெதிர்ப்புத் திறனைச் சீர் செய்து புற்றுநோயினைச் சரிசெய்வதே இந்த இம்யூனோதெரபியின் தாரக மந்திரம். இந்த இம்யூனோதெரபியில் மூன்று முக்கிய வகைகள் உண்டு. முதலாவது நோயெதிர்ப்பு மட்டுப்படுத்திகளைத் தகுந்த மருந்துகள் கொண்டு தகர்ப்பது (Immune checkpoints inhibitors). இரண்டாவது செயற்கையாக ஆய்வகத்தில் உருவாக்கிய கார்-டி செல்கள் (CAR-T cells) எனப்படும் ஒரு வகையான செயற்கை டி-செல்களைக் கொண்டு புற்றுச் செல்களை கொன்றொழித்தல். மூன்றாவது புற்றுநோய்களுக்கு எதிரான தடுப்பூசிகள் மூலம் நோயெதிர்ப்பு சக்தியினைத் தூண்டிவிடுதல்.

நோயெதிர்ப்பு மட்டுப்படுத்தி தகர்ப்பிகள் (Immune checkpoints inhibitors)

முதலில் இந்த நோயெதிர்ப்பு மட்டுப்படுத்தி தகர்ப்பிகளைப் பற்றிப் பார்ப்போம். புற்றுச் செல்கள் நோயெதிர்ப்பு மட்டுப்படுத்திகளைத் தூண்டிவிட்டுத்தானே 'செயல்படும்' டி-செல்களை வேலை செய்யவிடாமல் செய்து விடுகின்றன. எனவே இந்த 'ஒழுங்குபடுத்தும்' டி-செல்களையும் நோயெதிர்ப்பு மட்டுப்படுத்திகளையும் அவற்றின் வேலைகளைச் செய்யாமல் தடுத்துவிட்டால் 'செயல்படும்' டி-செல்கள் மீண்டும் புற்றுச் செல்களுக்கு எதிராக வேலை செய்ய ஆரம்பித்துவிடும். இந்தத் தத்துவத்தின் அடிப்படையில்தான் நோயெதிர்ப்பு மட்டுப்படுத்தி தகர்ப்பிகள் மருந்துகள் கண்டுபிடிக்கப்பட்டன.

இந்தத் தத்துவத்தின் அடிப்படையில் கண்டுபிடிக்கப்பட்ட பல்வேறு மருந்துகள் 2010-ம் ஆண்டிலிருந்து வெளிவந்துகொண்டு இருக்கின்றன. அவற்றுள் இபிலிமுமாப் (Ipilimumab), பெம்ப்ரோலிஸ்மாப் (pembrolizumab), நிவோலுமாப் (nivolumab), அவெலுமாப் (avelumab) மற்றும் துர்வாலுமாப் (durvalumab) போன்றவை குறிப்பிடத்தக்கவை. இந்த மருந்துகளால் புற்றுநோயினை முழுமையாகக் குணப்படுத்த இயலாது. ஆனால்

சற்றுக் கடினமான குணப்படுத்த இயலாத புற்றுநோயினைக் கொண்ட நோயாளிகளின் ஆயுளைச் சில மாதங்கள் முதல் சில ஆண்டுகள் வரை நீட்டிக்கச் செய்கின்றன. நீங்கள் கேட்கலாம், சில ஆண்டுகள்தானே நீட்டிக்கின்றது. இதனால் ஏதேனும் பிரயோஜனம் உண்டா என்று. வாழ்க்கையின் இறுதித் தளத்தில் உள்ளவர்களுக்கும் அவர்களின் குடும்பத்தினருக்கும்தான் தெரியும், கூடுதலாக ஒரு நாள் வாழ்வதின் அருமை. இந்தச் சிகிச்சை முறையிலும் சில பக்கவிளைவுகள் உண்டென்ற போதிலும் மற்ற கீமொதெரபி சிகிச்சை முறைகளுடன் ஒப்பிடும்போது குறைவாகவே இருப்பதால் நோயாளிகளின் வாழ்க்கைத்தரமும் ஒப்பீட்டளவில் சற்று மேம்பட்டதாகவே உள்ளது.

அடாப்டிவ் செல் சிகிச்சை (Adoptive Cell Therapy or ACT)

இம்யூனோதெரபியில் குறிப்பிடத்தகுந்த மற்றொரு வகைச் சிகிச்சை முறை இந்த அடாப்டிவ் செல் சிகிச்சை (ஆக்ட்). இந்த வகை இம்யூனோதெரபி சிகிச்சை முறை மூன்று வகையாகத் தயாரிக்கப்பட்ட டி-செல்களில் ஏதேனும் ஒன்றினைக் கொண்டு அளிக்கப்படுகின்றது. அவை (அ) டியூமர் இன்ஃபில்ட்ரேட்டிங் லிம்ஃபோசைட்ஸ் (Tumour infltrating lymphocytes or TIL) எனப்படும் டி.ஐ.எல் (ஆ) டி செல் ரிசெப்டார் (T cell receptor or TCR) எனப்படும் டிசிஆர் மற்றும் (இ) கைமெரிக் ஆண்டிஜென் ரிசெப்டார் டி-செல்கள் (Chimeric antigen receptor T-cells or CAR T-cells) எனப்படும் கார் டி-செல்கள். இவை ஒவ்வொன்றும் வெவ்வேறு விதமான முறைகளில் செயல்படுகின்றன.

டியூமர் இன்ஃபில்ட்-ரேட்டிங் லிம்ஃபோசைட்ஸ் (டி.ஐ.எல்)

புற்றுநோய் பாதித்தவரின் புற்றுக்கட்டியில் உள்ள டி-செல்களைத் தனியாகப் பிரித்தெடுத்து, அவ்வாறு பிரித்தெடுத்த செல்களை ஆய்வகத்தில் வளர்த்துத் திரும்ப நோயாளிக்கே அளிப்பது இந்த வகைச் சிகிச்சை முறை. இதற்குப் பருத்தி மூட்டை குடோனிலேயே இருந்திருக்கலாமே என்று நீங்கள் கேட்பது புரிகிறது. காரணம் உண்டு. ஏற்கனவே பார்த்ததுபோல் புற்றுக்கட்டிகள் பல்வேறு தந்திர வேலைகள் மூலமாகத் தங்கள் நுண் சூழலை (tumour microenvironment)

நோயெதிர்ப்பு மண்டலத்தில் உள்ள செல்கள் அண்டாதவாறு செய்து வைத்துள்ளன. எனவே புற்றுக்கட்டிகளில் வெகுசில நோயெதிர்ப்புச் செல்களை மட்டுமே காண முடியும். அதிலும் புற்றுநோய் எதிர்ப்புக்கு முக்கியத் தேவையான டி-செல்களின் எண்ணிக்கை சொற்பமாகவே இருக்கும். இந்த எண்ணிக்கையில் டி-செல்களால் அதிவேகமாக வளரும் புற்றுச் செல்களை சமாளிக்க முடியாது. எனவே, முதலில் புற்றுக்கட்டியைத் தனியாக அறுவைச் சிகிச்சை மூலம் அகற்றி அதிலுள்ள டி-செல்களைத் தனியே பிரித்தெடுக்கின்றனர். பின்னர் அவ்வாறு பிரித்தெடுத்த டி-செல்களை ஆய்வகத்தில் இண்டெர்லூகின் 2 (Interleukin 2 or IL2) எனப்படும் சில வேதிப் பொருட்கள் துணை கொண்டு எண்ணிக்கையில் அதிகப்படுத்தி பின்னர் நோயாளிக்கு அளிக்கின்றனர்.

இந்த டி.ஐ.எல் இம்யூனோதெரபி சிகிச்சை முறை பல்வேறு ஆண்டுகாலமாகப் பயன்பாட்டிலிருந்து வருகிறது. ஆரம்பக்காலத்தில் இதன் மூலம் சுமாரான வெற்றி மட்டுமே கிடைத்து வந்தது. பிறகு படிப்படியாகப் பல்வேறு திருத்தங்கள் அறிமுகப்படுத்தப்பட்டதன் காரணமாக வெற்றி சதவீதம் படிப்படியாக அதிகரித்தது. முக்கியமாக லிம்ஃபோடிப்லீஷன் (lymphodepletion) எனப்படும் ஒரு செயல்முறை இந்தச் சிகிச்சை முறையின் வெற்றி சதவீதத்தினைப் பலமடங்கு அதிகப்படுத்தியது. இந்த லிம்ஃபோடிப்லீஷன் முறையில் நோயாளியின் உடலில் உள்ள அனைத்து நோயெதிர்ப்புச் செல்களும் (அல்லது ஒரு சில வகையான செல்கள் மட்டும்) சைக்லோபாஸ்பமைட் மற்றும் ஃப்லுடரபைன் எனும் இருவகையான மருந்துப் பொருட்களின் துணை கொண்டு அழித்தொழிக்கப்படும். இதன் மூலம் புதிதாகச் செலுத்தப்படும் டி.ஐ.எல். செல்கள் ஏற்கனவே உடலில் உள்ள, ஆனால் புற்றுநோய் எதிர்ப்புக்கு உபயோகப்படாத மற்ற நோயெதிர்ப்புச் செல்களுடன் போட்டியிடாமல் தனக்குத் தேவையான அனைத்துச் சக்திகளையும் நோயாளியின் உடலில் இருந்து பெற்றுக் கொண்டு, வீரியத்துடன் பல்கிப் பெருகி புற்றுச் செல்களை அழிக்க வாய்ப்பு ஏற்படுகிறது. இந்த யுக்தியினால் வேறுசில நன்மைகளும் உண்டு. உதாரணத்திற்கு ஒரு நோயாளிக்கு இரத்தத்தில் உள்ள செல்களிலேயே புற்றுநோய்

ஏற்பட்டுள்ளது என்றால், இந்த லிம்ஃபோடிப்லீஷன் மூலம் புற்றுச் செல்களின் எண்ணிக்கையை மிகக்கணிசமாகக் குறைக்க முடியும். மேலும் 'செயல்படும்' டி-செல்களின் வேலையை மட்டுப்படுத்தக்கூடிய 'ஒழுங்குப்படுத்தும்' டி-செல்களை முன்கூட்டியே உடலிலிருந்து நீக்கிவிடமுடியும். சில சமயங்களில் ஆரோக்கியமான வேறொருவரின் உடலிலிருந்து செல்களைப் பெற்று நோயாளிக்குச் செலுத்த வேண்டியிருக்கும், அல்லது அதிகளவில் மரபணு மாற்றம் செய்யப்பட்ட செல்களைச் செலுத்த வேண்டியிருக்கும். அச்சமயங்களில் நோயாளியின் உடலில் ஏற்கனவே இருக்கும் செல்கள் 'வெளியிலிருந்து வரும்' இந்தப் புதிய செல்களைத் தாக்காமலிருக்க இந்தச் செயல்முறை உதவுகிறது.

1986-ம் ஆண்டில் அமெரிக்காவில் ஸ்டீவன் ரோஸன்பெர்க் என்ற மருத்துவ விஞ்ஞானி இந்த டி.ஐ.எல். சிகிச்சை முறையினை எலிகளில் நடத்திய ஆய்வுகள் மூலம் கண்டுபிடித்தார். பிறகு 1988-ம் ஆண்டு புற்றுநோயினால் பாதிக்கப்பட்ட மனிதருக்கு அளித்துத் தோல் புற்றுநோயினைக் குணப்படுத்த உதவுவதை வெற்றிகரமாக நிரூபித்துக் காட்டினார். இப்போது உலகம் முழுவதிலும் பல்வேறு வகையான புற்றுநோய்க் கட்டிகளை அழிக்க இந்தச் சிகிச்சை முறைப் பயன்படுத்தப்பட்டு வருகின்றது. குறிப்பாகச் சற்றுப் பரவிய (Metastatic) நிலையில் உள்ள தோல் புற்றுநோய்க்கு இம்முறை மூலம் சிகிச்சை அளிக்கும் பொழுது மிகச்சிறந்த பலன்கள் கிடைக்கின்றன. 1988-ம் ஆண்டிலிருந்து 2016-ம் ஆண்டு வரை இந்த டி.ஐ.எல். மூலம் சிகிச்சை அளிக்கப்பட்ட தீவிரத் தோல் புற்றுநோயினால் பாதிக்கப்பட்டிருந்தவர்களைப் பற்றிய ஆய்வு முடிவு ஒன்று சமீபத்தில் வெளியிடப்பட்டது. இவ்வறிக்கையின்படி இந்த டி.ஐ.எல். மூலம் சிகிச்சை அளிக்கப்பட்டவர்களில் கிட்டத்தட்ட 40 சதவீதம் பேருக்கு நோயின் அறிகுறிகளிலிருந்து மிகச் சிறந்த முன்னேற்றம் ஏற்பட்டிருந்ததையும் சுமார் பதினைந்து சதவீதம் பேர் முழுமையாகக் குணமாகி இருந்ததையும் அறிய முடிகிறது.

டி.ஐ.எல் சிகிச்சை முறையின் சிறப்பம்சங்கள்

தோல் புற்றுநோயினையும் தாண்டிப் பிறவகையான புற்று நோய்களுக்கும் இந்தச் சிகிச்சை முறை சிறந்த

பலன் அளிப்பதைப் பல்வேறு ஆய்வுகள் நிரூபித்துள்ளன. குறிப்பாக மார்பகப் புற்றுநோய், நுரையீரல் புற்றுநோய், குடல் புற்றுநோய் மற்றும் கர்ப்பப்பை வாய்ப் புற்றுநோய் ஆகியவற்றினால் பாதிக்கப்பட்டுள்ளவர்களுக்கு இந்த டி.ஐ.எல். சிகிச்சையை மற்ற சிகிச்சைகளோடு சேர்த்து அளிக்கும்போது நல்ல பலன்கள் கிடைக்கின்றன. மேலே குறிப்பிட்டுள்ள மூன்று வகையான ஆக்ட் சிகிச்சைக்குப் பயன்படும் செல்களில் இந்த டி.ஐ.எல். செல்களுக்குச் சில பிரத்தியேக நற்குணங்கள் உண்டு. டி.சி.ஆர். மற்றும் கார்-டி போன்ற செல்கள் பெரும்பான்மையாக ஒரே வகையான தன்மை கொண்ட டி-செல்களையே கொண்டிருக்கும். மாற்றாக இந்த டி.ஐ.எல் செல்கள் புற்றுக்கட்டியிலிருந்து எடுக்கப்படுவதால் பல்வேறு வகையான தன்மைகள் கொண்ட டி-செல்களின் கலவையாக இருக்கும். புற்றுக்கட்டிகளைச் சிறந்த முறையில் எதிர்க்க இப்பண்பு உதவும். இதைவிட முக்கியமாக இந்த டி.ஐ.எல் டி-செல்களில் சிலவற்றிற்கு ஞாபக சக்தி இருக்கும். அவ்வகையான செல்களுக்கு மெமரி டி-செல்கள் (memory T-cells) என்று பெயர். இந்த மெமரி டி-செல்கள், தான் ஏற்கனவே சந்தித்த புற்றுச் செல்களை (அல்லது கிருமிகளை) மீண்டும் சந்திக்கும் பொழுது எளிதாக அடையாளம் கண்டுகொள்ளும். அத்தோடு நிற்காமல் மிகக் கடுமையான வேதிப்பொருட்களை உற்பத்தி செய்து நோய்க் காரணிகளை வெகு விரைவில் அழிக்க ஆரம்பிக்கும். இந்த வாய்ப்பு செயற்கையாக ஆய்வகத்தில் உருவாக்கப்பட்ட டி.சி.ஆர். மற்றும் கார்-டி செல்களுக்கு இருக்காது. இவை எல்லாவற்றிற்கும் மேலாக டி.ஐ.எல் செல்கள் நோயாளியிடமிருந்தே எடுக்கப்படுவதால் மற்ற வகை ஆக்ட் செல் தெரபியுடன் ஒப்பிடும்பொழுது பக்கவிளைவுகள் குறைவாகவே இருக்கும்.

சவால்கள்

டி.ஐ.எல். தெரபி புற்றுநோய் சிகிச்சையில் பல நல்ல பலன்களை அளித்து வந்தாலும் நடைமுறையில் இதில் பல சிரமங்கள் உள்ளன. உதாரணத்திற்கு இந்த டி.ஐ.எல். செல்கள் புற்றுக்கட்டிகளில் காணப்பட்டாலும் அவற்றினை அங்கிருந்து பிரித்தெடுப்பது என்பது சவாலான காரியம்.

குறிப்பாக புற்றுக்கட்டிகள் எளிதில் அணுக முடியாத இடத்தில் இருந்தால் அறுவைச் சிகிச்சை மூலம் அவற்றிலிருந்து சில பகுதிகளை வெட்டி எடுப்பது இயலாததாக இருக்கும். அவ்வாறு பிரித்தெடுத்தாலும் அங்குக் கிடைக்கும் டி-செல்கள் அனைத்தும் புற்றுக்கட்டிகளுக்கு எதிராக வீரியத்துடன் செயல்படக்கூடியவையாக இருக்கும் எனக் கூற முடியாது. இதையும் மீறிக் கிடைக்கும் வீரியத்துடன் செயல்படும் செல்களின் எண்ணிக்கை மிகக் குறைந்த அளவிலேயே இருப்பதால் அவற்றினை ஆய்வகத்தில் தேவையான அளவிற்குப் பெருக்கம் செய்வது சிரமமாக உள்ளது. சிரமப்பட்டுப் பெருக்கம் செய்து அனுப்பும் செல்களை வழக்கம்போல புற்றுக்கட்டிகளின் நுண் சூழலில் உள்ள சில வேதிப்பொருட்களும் செல்களும் வேலை செய்ய விடாமல் தடுக்கக் கூடும். இவை எல்லாவற்றிற்கும் மேலாக இந்த டி.ஐ.எல். செல்களின் ஆயுட்காலம் குறைவாகவே இருப்பதால் மீண்டும் சில முறை இந்த செல்களைச் செலுத்த வேண்டியிருக்கும்.

டி.ஐ.எல். சிகிச்சை முறையில் உள்ள மேற்கூறிய பிரச்சினைகளைக் களைவதற்காகவே டி.சி.ஆர். மற்றும் கார்-டி செல் சிகிச்சை முறைகள் கண்டுபிடிக்கப்பட்டன. இன்று கார்-டி செல்கள் மூலம் சிகிச்சை அளிக்கப்படும் புற்று நோயாளிகளுக்கு அறிகுறிகளிலிருந்து மிகச் சிறந்த முன்னேற்றம் காணப்படுகின்றது. இருப்பினும் கார்-டி சிகிச்சைகள் பெரும்பான்மையாக இரத்தப் புற்றுநோய்களுக்கே பெரும் பயன் தரக்கூடியவையாக உள்ளன. இரத்தப் புற்றுநோய் அல்லாத மற்ற வகைப் புற்றுநோய்களுக்கான சிகிச்சையில் டி.ஐ.எல் இன்றும் முக்கியத் தேவையாக உள்ளது.

டிசிஆர் தெரபி

புற்றுநோய்க்கு எதிரான போராட்டத்தில் டி.ஐ.எல். சிகிச்சை முறை ஒரு முக்கிய மைல்கல். குறிப்பாகச் சொல்ல வேண்டுமென்றால் சற்று முதிர்ந்த நிலையில் உள்ள தோல் புற்றுநோய்க்கான சிகிச்சை முறையில் இதன் பங்கு இன்றியமையாதது. இருப்பினும் இந்த வகைச் சிகிச்சையில் உள்ள பலவகையான சவால்களின் காரணமாக ஆய்வாளர்கள்

மற்றும் மருத்துவர்களின் கவனம் மரபுப் பொறியியல் மூலம் மாற்றியமைக்கப்பட்ட டிசிஆர் மற்றும் கார்-டி வகை ஆக்ட் தெரபிகளின் பக்கம் திரும்பியுள்ளது.

கார்-டி செல் தெரபியின் மூலம் ஒரு சில இரத்தப் புற்றுநோய்களுக்கு எதிராகக் கிடைத்த மிகச் சிறந்த வெற்றி டி.சி.ஆர். தெரபியின் மீதான கவனத்தினைச் சற்று மழுங்கச் செய்திருந்தது உண்மைதான். ஆனால் கார்-டி செல் தெரபியின் மூலம் இரத்தப் புற்றுநோய் தவிர்த்த மற்ற வகையான புற்றுநோய்களுக்குப் பெரிய அளவிலான வெற்றி எதுவும் கிடைக்காததனால் தற்போது மீண்டும் டி.சி.ஆர். தெரபி முக்கியத்துவம் பெறத் தொடங்கியுள்ளது. டிசிஆர் தெரபியும் இரத்தப் புற்றுநோய்க்கு மிகுந்த பயனளிக்கக்கூடிய ஒன்று என்ற போதிலும் டி.சி.ஆர். செல்கள் செயல்படும் விதம் காரணமாக (mechanism of action) இரத்தப் புற்றுநோயல்லாத மற்றவகையான கட்டிப் புற்றுநோய்களுக்கும் (Solid Tumors) இவை சிறந்த வழியாக அமையும் என ஆய்வாளர்கள் நம்பத் தொடங்கியுள்ளனர்.

டி.சி.ஆர். தெரபியில் இரத்த ஓட்டத்தில் மந்த நிலையில் உள்ள டிசெல்களைத் தனியே பிரித்தெடுத்து, பின்னர் அவற்றினை ஆய்வகத்தில் செயல்படும் டி-செல்களாக மாற்றி அமைத்துப் பின்னர் புற்றுநோய்ச் சிகிச்சையில் பயன்படுத்துகின்றனர். இதில் ஒரு விசயத்தினை நினைவில் வைத்துக் கொள்வது நல்லது. டி.ஐ.எல். தெரபியில் புற்றுச் செல்களில் உள்ள டி-செல்களைப் பிரித்தெடுத்துப் பயன்படுத்தப்படுகின்றன. ஆனால் டிசிஆர் தெரபியில் இரத்த ஓட்டத்தில் உள்ள டி-செல்கள் பயன்படுத்தப்படுகின்றன. டி.ஐ.எல். தெரபியில் புற்றுச் செல்களிலிருந்தே டி-செல்கள் பிரித்தெடுக்கப்படுவதால் பெரும்பாலும் அவை 'செயல்படும்' டி-செல்களாகவே இருக்கும். ஆனால் இரத்த ஓட்டத்தில் உள்ள டி-செல்கள் மந்த நிலையில் புற்றுநோய்க்கு எதிராக வேலை செய்யாத, அனுபவம் இல்லாத (naive) டி-செல்களாக இருக்கும். எனவே இந்த நெய்வ் டி-செல்களை புற்றுநோய்க்கு எதிராகத் திருப்புவதற்கு டி-செல்களில் உள்ள ரிசெப்டார்களில் சில மரபணு மாற்றங்கள் செய்ய வேண்டும்.

அப்படி என்ன மரபணு மாற்றம் செய்ய வேண்டும்? இதற்குப் பதில் காண ஆண்டிஜென் என்றால் என்ன என்று தெரிந்து கொள்ள வேண்டும். ஒரு நோய்க் காரணியின் ஒரு குறிப்பிட்ட பண்பு, நமது உடலின் நோயெதிர்ப்பு மண்டலத்தினைத் தூண்டும் காரணகர்த்தாவாக இருக்கும். அத்தகைய காரணகர்த்தாக்களை ஆண்டிஜென் என்று குறிப்பிடுவோம். பொதுவாக அது ஒரு புரதமாக இருக்கும். சில நேரங்களில் அது புரதம் அல்லாததாகவும் (உ-ம் சர்க்கரை மூலக்கூறு) இருக்கலாம். எடுத்துக்காட்டாக, ஒரு நுண்ணுயிரி நமது உடலுக்குள் வருவதாக வைத்துக்கொள்வோம். அந்த நுண்ணுயிரியில் உள்ள சில குறிப்பிட்ட புரதங்கள் அல்லது புரதங்களின் சில பாகங்கள் மட்டுமே நமது நோயெதிர்ப்பு மண்டலத்தில் உள்ள செல்களைத் தூண்டும் வடிவத்தில் அமைந்திருக்கும். அத்தகைய புரதங்களின் பாகங்களையே ஆண்டிஜென்கள் என்கிறோம். அந்த ஆண்டிஜென்களால் தூண்டப்படும் நோயெதிர்ப்புச் செல்கள் ஆக்டிவ் செல்களாக மாறி நோயெதிர்ப்புப் பணிகளை மேற்கொள்ளும்.

நுண்ணுயிரிகளில் மட்டுமல்ல. புற்றுச் செல்களிலும் அத்தகைய ஆண்டிஜென்கள் உண்டு. புற்றுநோயாளிகளின் உடலில் இயற்கையாக மேற்கூறிய ஆண்டிஜென்களுக்கு எதிரான டி-செல்கள் அதிக அளவில் இல்லாத காரணத்தினால், ஆய்வகத்தில் நோயாளிகளின் உடலில் உள்ள நெய்வ் டி-செல்களைப் பிரித்தெடுத்து அவற்றில் உள்ள ரிசெப்டார்களை புற்றுச் செல்களில் உள்ள ஆண்டிஜென்களுடன் வினை புரியும் வகையில் மரபணு மாற்றம் செய்து பயன்படுத்துகின்றனர். இத்தகைய மரபணு மாற்றம் செய்யப்பட்ட ரிசெப்டார்களை உடைய டி-செல்களைக் கொண்டு அளிக்கப்படும் தெரபியே டி.சி.ஆர். தெரபி என்று அழைக்கப்படுகின்றது.

சமீப காலமாக டி.சி.ஆர். தெரபி தொடர்பான தீவிர ஆய்வுகள் நடைபெற்று வருகின்றன. அதன் காரணமாக ஏராளமான டி.சி.ஆர். தெரபிகள் பல்வேறு வகையான புற்றுநோய்களுக்கு எதிராகக் கண்டுபிடிக்கப்பட்டு, நோயாளிகளுக்குப் பரிசோதனை முறையில் (Clinical Trials) கொடுக்கப்பட்டு வருகின்றன. இதன் பலனாக கிம்ட்ராக் (KIMMTRAK) எனப்படும் ஒரு டி.சி.ஆர். வகை மருந்து FDA அனுமதி பெற்றுள்ளது. இந்த கிம்ட்ராக்

சற்று அபூர்வமான, ஆனால் மரணத்தை விளைவிக்கக்கூடிய, கண்களில் ஏற்படும் உவியல் மெலனோமா (Uveal Melanoma) எனப்படும் ஒருவகையான புற்றுநோய்க்கான மருந்தாகும்.

டி-செல் தெரபியில் உள்ள சவால்கள்

டி-செல்கள் என்பவை நமது உடலில் உள்ள நோயெதிர்ப்புச் செல்களில் முக்கியமானவை என்றாலும் அவை நேரடியாக ஒரு நோய்க் காரணியைத் (வைரஸ் அல்லது புற்றுச் செல்கள்) தாக்குவது கிடையாது. அதற்குச் சில முன்னேற்பாடுகள் தேவை. உதாரணத்திற்கு ஒரு நோய்க் காரணி நமது உடலில் தோன்றும் பொழுது, முதலில் அவற்றினை ஆண்டிஜென் ப்ரெசெண்டிங் செல்கள் (ஏபி செல்கள்) எனப்படும் ஒருவகைச் செல்கள் அடையாளம் கண்டுகொள்ளும். பிறகு இந்த ஏபி செல்கள் நோய்க் காரணிகளில் சிலவற்றினை விழுங்கி அவற்றில் உள்ள ஒருசில புரதங்களை பெப்டைடுகள் எனப்படும் சிறு மூலக்கூறுகளாகப் பிரிக்கும். அவ்வாறு பிரித்த பெப்டைடுகளை எம்ஹெச்ஸி (MHC Class I and Class II) எனப்படும் ஒருவகைப் புரதங்களுடன் சேர்ந்து தனது மேற்பரப்பில் காட்சிப்படுத்தும். இந்த எம்ஹெச்ஸி புரதங்களுடன் சேர்த்து காட்சிப்படுத்தப்பட்டுள்ள பெப்டைடுகளைத்தான் இந்த டி-செல்கள் இனம் கண்டுகொள்ளும். அவ்வாறு இனம் கண்டுகொள்வதற்கு டி-செல்களின் மேற்பரப்பில் உள்ள ஒருவகையான மூலக்கூற்றினையே டி-செல் ரிசெப்டார் என்கிறோம்.

இந்த டி-செல் ரிசெப்டார்கள் எம்.ஹெச்.ஸி. புரதத்துடன் கூடிய பெப்டைடுகளுடன் இணைவதை ஒரு பூட்டினைச் சாவி ஒன்று திறப்பதைப் போலக் கற்பனை செய்து கொள்ளலாம். அவ்வாறு இணையும்போது சில மூலக்கூறு மாற்றங்கள் டி-செல்களில் ஏற்படும். அத்தகைய மூலக்கூறு மாற்றங்கள் அடைந்த டி-செல்கள் முடுக்கிவிடப்பட்ட அல்லது செயல்படும் (Active T-cells) என்கிறோம். இந்த செயல்படும் டி-செல்கள் பல்வேறு வேதிப் பொருட்களை உற்பத்தி செய்து எந்த வகைப் பெப்டைடுகளால் முடுக்கி விடப்பட்டனவோ அந்தப் பெப்டைடுகளைக் கொண்டுள்ள நோய்க் காரணிகளைத் தாக்கி அழிக்கும். இதுதான் நமது உடலில் டி-செல்கள் நோய்க் காரணிகளை எதிர்க்கும் நடைமுறை.

ஆனால் புற்றுச் செல்கள் அறிவாளிகள் ஆயிற்றே? அவை என்ன செய்யும்..? மேலே கூறியுள்ள எம்.ஹெச்.ஸி. மரபணுக்களை வேலை செய்ய விடாமல் செய்துவிடும் (downregulating the MHC genes). நோய்க் காரணிகளிலிருந்து பெறப்பட்ட பெப்டைடுகள் எம்.ஹெச்.ஸி. புரதங்களுடன் சேர்த்துக் காட்சிப்படுத்தப்பட்டால் மட்டுமே டி-செல்கள் எதிரி ஒருவன் நமது உடலுக்குள் வந்துவிட்டான் என்றுப் புரிந்துகொண்டு மந்த அல்லது ஓய்வு நிலையிலிருந்து செயல்படும் நிலைக்கு மாறும். புற்றுநோயாளிகளின் உடலில் அந்த வாய்ப்பு இல்லாததால் அவர்களின் டி-செல்கள் மந்த நிலையிலேயே தொடர்ந்து இருந்து கொண்டு இருக்கும். அதனால் புற்றுச் செல்கள் தொடர்ந்து ஆனந்தமாக எந்தவிதப் பெரியத் தடையுமின்றி வளர்ந்து கொண்டிருக்கும். என்னதான் நாம் புத்திசாலித்தனமாக டி-செல்களை பொறியியல் மாற்றம் செய்து புற்றுநோய்க்கு எதிராகப் பயன்படுத்தினாலும் புற்றுச் செல்களின் இந்த எம்.ஹெச்.ஸி-க்கு எதிரான செயல்பாடானது இந்த வகைத் தெரபியின் வலிமையைச் சில சமயம் குறைக்கத்தான் செய்கின்றது.

அதுபோல மற்றுமொரு சிக்கல் பக்கவிளைவுகள் சம்பந்தப்பட்டது. புற்றுச் செல்கள் என்பவை ஒரு காலத்தில் நோயாளியின் உடலில் ஆரோக்கியமாக இருந்த செல்களே. ஆரோக்கியமான செல்களே சில மரபணு மாற்றங்கள் பெற்று புற்றுச் செல்களாக மாறிவிடுகின்றன. எனவே, சில வகையான புற்றுநோய்களைத் தவிரப் பெரும்பான்மையான புற்றுநோய்கள் ஆரோக்கியமான செல்களில் உள்ள புரதங்களையே பெரும்பான்மையாகக் கொண்டிருக்கும். எண்ணிக்கையில் வேண்டுமானால் மாறுபாடுகள் இருக்கலாம். அத்தகைய புரதங்களுக்கு எதிராகத் தூண்டப்படும் டி-செல்கள் புற்றுச் செல்களை மட்டுமல்லாமல் ஆரோக்கியமான செல்களையும் சில நேரங்களில் வேட்டையாடத் தொடங்கிவிடும். இதனை ஆன் டார்கெட் ஆஃப் ட்யூமர் (on target, off tumour effect) பக்கவிளைவு என்கிறோம்.

எடுத்துக்காட்டாகப் புற்றுச் செல்களில் உள்ள ஆண்டிஜென்கள் இதயச் செல்களில் இருந்தால், டி.சி.ஆர். செல்கள் புற்றுச் செல்களுடன் சேர்த்து இதயச் செல்களையும் தாக்கி இதயச்

செயலிழப்பை ஏற்படுத்திவிடக்கூடும். இதன் காரணமாகத் தற்போது புற்றுச் செல்களில் மட்டும் காணப்படக்கூடிய ஆனால் ஆரோக்கியமான செல்களில் இல்லாத ஆண்டிஜென்களைக் கண்டறியும் ஆய்வுகள் தீவிரமாக நடைபெற்று வருகின்றன.

கார்-டி செல் தெரபி

டி.சி.ஆர். தெரபியில் உள்ள ஒரு மிக முக்கியமான சவால் எந்தப் புற்றுநோய்க்கு எதிராக இந்த டி.சி.ஆர். செல்கள் செயல்பட வேண்டுமோ, அந்தப் புற்றுநோய்க்கான ஆண்டிஜென்கள் எம்.ஹெச்.ஸி. புரதங்களால் அடையாளம் காட்டப்பட வேண்டும். புற்றுச் செல்களில் இந்த எம்.ஹெச்.ஸி. புரதங்கள் மட்டுப்படுத்தப்பட்டு இருக்குமாதலால் இந்த டி.சி.ஆர். தெரபி சில வகையான புற்றுநோய்களுக்கு மட்டுமே மிகுந்த பயன் அளிக்கக் கூடியதாக இருக்கிறது. இந்தச் சிக்கலைத் தவிர்க்கக் கூடிய வகையில் கண்டுபிடிக்கப்பட்டதுதான் கார்-டி செல் தெரபி.

கார்-டி தெரபி கிட்டத்தட்ட டி.சி.ஆர். தெரபி போன்றதுதான். அதாவது பாதிக்கப்பட்ட ஒரு நோயாளியிடமிருந்து டி-செல்களை பிரித்தெடுத்து அந்த டி-செல்களில் மரபணுத் தொழில்நுட்பம் மூலம் ஒரு குறிப்பிட்ட வகையான, புற்றுச் செல்களை அடையாளம் கண்டுகொள்ளக் கூடிய ரிசெப்டார்களை இணைத்து புற்றுச்செல்களை அழிப்பதுதான் இரு தொழில்நுட்பங்களின் மூல வாய்ப்பாடு. ஆனால் என்ன வகையான ரிசெப்டார்களை இணைக்கின்றோம் என்பதில் இரு தொழில்நுட்பங்களும் வேறுபடுகின்றன. டி.சி.ஆர். தெரபியில் உள்ள ரிசெப்டார்கள் புற்றுநோய்க்கான ஆண்டிஜென்கள் எம்.ஹெச்.சி எனப்படும் ஒருவகையான புரதத்துடன் இணைந்துள்ளபோது மட்டுமே வேலை செய்யும். ஆனால் இந்த கார்-டி செல்களில் உள்ள ரிசெப்டார்கள் அவ்வாறு இல்லாமல் நேரடியாகவே ஆண்டிஜென்களால் தூண்டப்படும் தன்மை கொண்டவை. இந்த கார்-டி எவ்வாறு வேலை செய்கிறது என்பதை முழுவதுமாகப் புரிந்து கொள்ள இரண்டு அடிப்படை விஷயங்களைத் தெரிந்துகொண்டால் நல்லது. முதலாவது ஆண்டிபாடிகள் பற்றியது. இரண்டாவது இந்த டி-செல் ரிசெப்டார்கள் பற்றியது.

ஆண்டிபாடி

முதலில் இந்த ஆண்டிபாடியைப் பற்றித் தெரிந்துகொள்வோம். நமது நோயெதிர்ப்பு மண்டலத்தில் உள்ள டி-செல்லினைப் போன்ற மற்றொரு முக்கியமான செல் பி-செல். இந்த பி-செல்லானது டி-செல்களைப் போல் வேதிப்பொருட்களைக் கொண்டு அல்லாமல் ஆண்டிபாடிக்கள் எனப்படும் ஒருவகையான புரதக்கூறுகளைக் கொண்டு நமது உடலுக்குள் நுழையும் நுண்கிருமிகளை எதிர்க்கின்றன. ஆங்கில எழுத்தான 'Y' வடிவில் இருக்கும் இந்த ஆண்டிபாடியில் பல பகுதிகள் உண்டு. ஒவ்வொரு பகுதிக்கும் ஒரு தனித்துவமான வேலையும் இருக்கும். அதில் ஒன்று, 'Y' எழுத்தின் மேற்பகுதியில் இருக்கும் Fab எனப்படும் ஆண்டிஜென்களுடன் வினைபுரியும் பகுதி. மற்றொன்று 'Y' எழுத்தின் அடிப்பகுதியில் இருக்கும் Fc எனப்படும் வினைதூண்டும் பகுதி. அதாவது Fab பகுதி ஒரு நுண்ணுயிரியின் ஆண்டிஜென்னை கண்டறிந்து அதனுடன் இணைந்தவுடன் (அல்லது வினைபுரிந்தவுடன்) இந்த Fc பகுதியில் சில வேதியியல் மாற்றங்கள் நடந்து அந்த வேதியியல் மாற்றங்கள் செல்லிற்குள் உள்ள மற்ற நோயெதிர்ப்பு கூறுகளைத் தூண்டி நுண்ணுயிரிகளை அழிக்கும் பணியைச் செய்கின்றன. இதில் முக்கியமாகக் கவனிக்க வேண்டிய ஓர் அம்சம், இந்த ஆண்டிபாடியின் Fab பகுதி தானாகவே ஆண்டிஜென்களை அடையாளம் கண்டுகொள்ளும். டி-செல் ரிசெப்டார்களைப் போல எம்ஹெச்ஸி புரதங்களால் அடையாளம் காட்டப்படத் தேவையில்லை. ஆண்டிபாடிகளின் இந்தப் பண்புதான் கார்-டி செல் தெரபியில் பயன்படுத்தப்படுகின்றது.

டி-செல் ரிசெப்டார்

டி-செல் ரிசெப்டார்களும் கிட்டத்தட்ட இவ்வாறுதான் செயல்படுகின்றன. இந்த டி-செல் ரிசெப்டார்களில் எக்டோடொமைன் (Ectodomain) மற்றும் எண்டோடொமைன் (Endodomain) என இரு முக்கியப் பகுதிகள் உள்ளன. இந்த எக்டோடொமைனானது ஆண்டிஜென்னைக் கண்டறிந்து இணைந்தவுடன், எண்டோடொமைனில் சில வேதியியல் மாற்றங்கள் நிகழும். அதாவது டோமினோ எஃபெக்ட் (Domino effect) போல. ஒரு இடத்தில் கிடைக்கும் சமிக்ஞை

சங்கிலித்தொடர் நிகழ்வாக அப்படியே படிப்படியாகத் தேவையான நிகழ்வு நடக்கும் வரை கடத்தப்பட்டுக் கொண்டே செல்வது. இந்த எக்டோடொமைனில் நடக்கும் வேதியியல் மாற்றமானது செல்லிற்குள் பல தொடர்வரிசை வேதியியல் மாற்றங்களை ஏற்படுத்தி கடைசியில் நோய்க்காரணிகளை அழிப்பதற்கான வேதியியல் பொருட்கள் சுரக்கும்.

இப்பொழுது மேலே விளக்கியுள்ள இரண்டு செயல்முறைகளையும் இணைத்துப் பாருங்கள். அதாவது ஆண்டிபாடியில் உள்ள Fab பகுதியை டி-செல் ரிசெப்டாரின் உள்ள எக்டோடொமைனுடன் இணைத்துவிட்டால் என்ன நடக்கும்? Fab பகுதி டி-செல்லின் எக்டோடொமைனைச் செயல்பட வைத்து அதன் மூலம் டி-செல்களை நோய்க் காரணிகளை அழிப்பதற்கான வேதியியல் பொருட்களை உற்பத்தி செய்ய வைக்க முடியுமல்லவா? மேலும் இவ்வாறு செய்வதன் மூலம் டி-செல்களை எம்.ஹெச்.ஸி. புரதங்களை நம்பியில்லாமல் சுயமாக வேலை செய்ய வைக்க முடியும்தானே? இதனைத்தான் விஞ்ஞானிகளும் சிந்தித்தனர். அதன் பயன் தான் இந்த கார்-டி செல்கள்.

அமெரிக்க மருந்து ஒழுங்குமுறை ஆணையத்தின் அனுமதி பெற்ற ஆறு கார்-டி வகை மருந்துகள் தற்சமயம் பயன்பாட்டில் உள்ளன. இவற்றில் பெரும்பான்மையானவை லிம்ஃபோமா (Lymphoma) எனப்படும் ஒருவகையான இரத்தப் புற்றுநோய்க்கான மருந்துகளாகும். ஒன்று மட்டும் மைலோமா (Myeloma) வகை இரத்தப் புற்றுநோய்க்கான மருந்து.

பக்கவிளைவுகள்

இந்த மருந்திற்குப் பக்கவிளைவுகள் உண்டா? ஆம். கண்டிப்பாக உள்ளது. இதில் முக்கியமானது சைடொகைன் ரிலீஸ் சிண்ட்ரோம் (Cytokine release syndrome) எனப்படும் சிஆர்எஸ். சைடோகைன் எனப்படுவது சிறிய புரதங்களால் ஆன ஒரு உயிர்வேதியியல் பொருள். டி-செல்களும் (குறிப்பாக ஹெல்பர் டி-செல்கள் எனப்படும் ஒரு வகையான டி-செல்கள்) மேக்ரோஃபேஜஸ் எனப்படும் நோயெதிர்ப்பு மண்டலத்தில் உள்ள ஒரு முக்கியமான வகைச் செல்களும் இந்த சைடோகைன் புரதங்களைச் சுரக்கின்றன. இந்த சைடோகைனின் முக்கிய

வேலை இரத்தத்தில் உள்ள அனைத்து வகையான செல்களின் வளர்ச்சியையும் செயல்களையும் கட்டுப்படுத்துவது. சில சமயங்களில் புற்று நோயாளிகளுக்குக் கார்-டி செல்கள் கொண்டு சிகிச்சை அளிக்கும்பொழுது இந்த சைடோகைன்கள் அளவிற்கு அதிகமாகச் சுரந்து விடுகின்றன. என்னதான் சைடோகைன்கள் நோயெதிர்ப்புப் பணிக்கு முக்கியமான புரதங்கள் என்றாலும், எதுவும் அளவிற்கு மிஞ்சினால் நஞ்சு தானே? அளவிற்கு அதிகமான சைடோகைன்கள் உடல் முழுவதும் புண்களை (inflammation) ஏற்படுத்தி விடுகின்றன. உடலில் குறிப்பாக உள்ளுறுப்புகளில் புண்கள் ஏற்பட்டால் என்ன ஆகும்? உடலுறுப்புகள் செயலிழந்துவிடும். இது மரணத்திற்குக்கூட இட்டுச் செல்லும்.

கார்-டி தெரபி அளிக்கப்பட்ட நோயாளிக்கு முதல் இரு வாரங்களுக்குள் சி.ஆர்.எஸ். அறிகுறிகள் வெளிப்பட ஆரம்பிக்கும். எல்லோருக்கும் ஒரே வீரியத்தில் இதன் அறிகுறிகள் இருக்கும் எனக் கூற முடியாது. நோயாளியைப் பொறுத்து இது வேறுபடும். பொதுவாக இது காய்ச்சல் மற்றும் சளிக்கான அறிகுறிகளுடன்தான் தொடங்கும். ஆனால் அதிவேகமாகத் தீவிரமடைந்து நோயாளியை மோசமான நிலைக்குக் கொண்டு சென்றுவிடும். எனவே கார்-டி தெரபி எடுத்துக்கொள்ளும் நபர் மருத்துவமனையில் சில வாரங்கள் தீவிரக் கண்காணிப்பில் வைக்கப்பட்டிருக்க வேண்டும். நல்வாய்ப்பாக இந்த சிஆர்எஸ்-ஐ சிறந்த முறையில் கட்டுப்படுத்தக் கூடிய நல்ல மருந்துகள் பல உள்ளன. குறிப்பாக ஸ்டீராய்டு வகை மருந்துகளும், டொசிலிஜுமாப் மற்றும் சில்துக்சிமாப் (tocilizumab and siltuximab) எனப்படும் மருந்துகளும் இந்த சி.ஆர்.எஸ்-இனைக் கட்டுப்படுத்தக் கிடைத்த வரப்பிரசாதங்கள்.

கோவிட்

இந்த மருந்துகளின் பெயர்கள் எங்கோ கேள்விப்பட்டது போல் இருக்கின்றனவா? கோவிட் தொற்று உச்சத்தில் இருந்தபோது, அது சம்பந்தமான அறிவியல் கட்டுரைகளை ஊன்றிப் படித்தவர்களுக்கு இந்த மருந்துகள் பரிச்சயமாகி இருக்கக் கூடும். கோவிட் வைரஸ் தாக்குதலுக்குள்ளானவர்கள் பெரும்பாலானோர்களின் மரணத்திற்கும், கடுமையான

நோய்க்கும் காரணமாக அமைந்தது இந்த சி.ஆர்.எஸ். தான். இதுவரை மனிதகுலமே பார்த்திராத ஒரு வைரஸை மனித உடல் சந்திக்கும் பொழுது நமது நோயெதிர்ப்புச் சக்தி தனது முழு வீரியத்தையும் பயன்படுத்தி எதிர்க்க ஆரம்பிக்கின்றது. இந்த வீரியம் ஒரு கட்டத்தினைத் தாண்டி வெளிப்படும்பொழுது அது தனது சொந்த உடலுக்கும் பாதிப்பினை ஏற்படுத்தி விடுகிறது.

ஒரு கேள்வி வரலாம். இதுவரை நாம் பார்த்து வந்த அனைத்து விதமான இம்யூனோதெரபிகளிலும் பலவிதமான பலன்கள் இருந்தபோதும் அவற்றிற்கான சவால்களும் பிரச்சினைகளும் இருக்கத்தானே செய்கின்றன. பிறகு இதிலென்ன மெச்சக்கூடிய அளவிற்கு அறிவியல் முன்னேற்றம் உள்ளது? கார்-டி செல் தெரபியோ அல்லது டி.ஐ.எல் தெரபியோ அவை ஒன்றும் பெர்ஃபெக்டான, நோய்களை 100 சதவீதம் குணப்படுத்தக்கூடிய சிகிச்சை முறைகளாக இல்லாமல் இருக்கலாம். இவற்றிற்குப் பல பக்கவிளைவுகளும் இருக்கலாம். ஆனால் நாம் கடந்து வந்த பாதையைப் பார்க்கவேண்டும். ஒரு காலத்தில் புற்றுநோய் என்றாலே இறப்பு என்றிருந்த நிலை தற்போது நிறைய மாறியிருக்கின்றது. பலரின் வாழ்நாள் நீடித்திருக்கிறது. பலருக்குப் புது வாழ்வே கிடைத்திருக்கிறது. அறிவியல் அற்புதங்களைப் படிப்படியாகத்தான் நிகழ்த்தும். ஒரு காலத்தில் பேசுவதற்கு மட்டுமே இருந்த தொலைபேசி தற்போது என்ன நிலையில் இருக்கிறது? அதுபோல எல்லாவிதமான புற்றுநோய்களையும் வெறுக்கத்தக்க பக்கவிளைவுகள் இன்றி முழுமையாகக் குணப்படுத்தும் காலம் வெகுதொலைவில் இல்லை என்று தைரியமாக நம்பலாம்.

நோய்த் தடுப்பு மருந்துகள்

இதுவரை இம்யூனோதெரபி சம்பந்தமாக நாம் பார்த்து வந்த அனைத்துமே புற்றுநோய்க்கான மருந்துகள். அதாவது நோய் வந்தபின் அதனைத் தீர்க்க அல்லது நோயின் அறிகுறிகளை மட்டுப்படுத்த அல்லது நோயாளிகளின் வாழ்நாளினைச் சிலகாலம் நீட்டிக்க உதவும் காரணிகள். நோய் வந்தபின் அதனுடன் போராடுவதைவிட நோயே வராமல் தடுப்பதுதானே சிறந்தது. புற்றுநோய் வராமல் தடுக்க ஏதேனும் தடுப்பு மருந்துகள் (Vaccines) உள்ளனவா? அதைப்பற்றித்தான் தற்போது பார்க்க இருக்கின்றோம். புற்றுநோய்க்கான தடுப்பு மருந்துகளைப் பற்றித் தெரிந்து கொள்வதற்கு முன் தடுப்பு மருந்துகளைப் பற்றி பொதுவான விசயங்களை நாம் தெரிந்து கொள்ள வேண்டும். தடுப்பு மருந்துகள் என்றால் என்ன? அவை எவ்வாறு செயல்படுகின்றன? எத்தனை வகையான தடுப்பு மருந்துகள் இருக்கின்றன என்பதைப் பற்றியெல்லாம் முதலில் பார்த்துவிடுவோம்.

தடுப்பு மருந்து என்றால் என்ன?

தடுப்பு மருந்து என்பது ஒரு மனிதரின் உடலில் ஒன்று அல்லது அதற்கு மேற்பட்ட வகையான கிருமிகளுக்கு எதிரான நோய் எதிர்ப்புச் சக்தியைத் தூண்டிவிட்டு அம்மனிதருக்கு

அந்நோய்(கள்) வராமல் பாதுகாக்கும் ஒரு மருந்துப் பொருள். அக்கிருமி பாக்டீரியா, வைரஸ் அல்லது வேறு ஏதேனும் நோய் உண்டாக்கும் காரணி என எதுவாக வேண்டுமானாலும் இருக்கலாம்.

நமது உடலுக்குள் வெளியிலிருந்து ஒரு பொருள் (Foreign particles) வந்துவிட்டால் அதனை எதிர்த்து நமது உடலின் நோயெதிர்ப்பு மண்டலம் பல்வேறு நோயெதிர்ப்பு பொருட்களை உற்பத்தி செய்யும் என முந்தைய அத்தியாயங்களில் பல இடங்களில் பார்த்திருக்கின்றோம். ஆனால் சில சமயங்களில் அந்த வெளிப்பொருட்கள் அதிவேகமாக வளர்ந்தாலோ அல்லது நோயெதிர்ப்பு மண்டலம் தாக்குப் பிடிக்க முடியாத வகையில் மிக அதிக எண்ணிக்கையில் நமது உடலுக்குள் உட்புகுந்து விட்டாலோ நமக்கு நோய் ஏற்பட்டு விடுகின்றது. மேற்கூறிய இந்த இரண்டு அறிவியல் உண்மைகள்தான் தடுப்பு மருந்து கண்டுபிடிப்பதற்கான முக்கியத் தத்துவங்கள். உதாரணத்திற்கு, நாம் செயற்கையாக நோய் உண்டாக்கும் கிருமிகளை நமது உடலுக்குள் செலுத்தினால் என்ன ஆகும்? நமது உடல் அந்தக் கிருமிகளுக்கு எதிராக நோயெதிர்ப்புப் பொருட்களை உற்பத்தி செய்ய ஆரம்பிக்கும். அதே நேரத்தில் அந்தக் கிருமிகளினால் நோய் ஏற்படாமல் இருக்க அல்லது அந்தக் கிருமிகள் எண்ணிக்கை அதிகமாகாமல் இருக்க என்ன செய்ய வேண்டும்? கிருமிகளைக் கொன்றோ அல்லது அதன் வீரியத்தினைக் குறைத்தோ அல்லது கிருமிகளின் ஒருசில பாகங்களை மட்டுமோ உடலுக்குள் செலுத்தலாம். இந்த 'போலி' கிருமிகள் மூலம் உண்டான நோயெதிர்ப்பு சக்தியானது உண்மையான கிருமிகள் உள்ளே வரும்பொழுது உடனடியாகச் செயல்பட்டு அந்தக் கிருமிகள் தடுப்பு மருந்து எடுத்துக்கொண்டவரின் உடலில் நோயினை உண்டாக்கும் முன்னரே அழித்துவிடும். இதுதான் நோய்த் தடுப்பு மருந்துகள் செயல்படும் விதம்.

தடுப்பு மருந்தின் அவசியம்

நோய் வராமல் தடுப்பதற்கு ஆரோக்கியமான உணவுகள், உடற்பயிற்சி, மன அழுத்தமில்லாத வாழ்க்கை எனப் பல்வேறு வழிகள் உண்டு. இவை தனிமனித அளவில் சிறந்த பலனளிக்கக் கூடியவை என்றாலும் இவையெல்லாம்

ஓரளவிற்குத்தான் நமக்கு உதவ முடியும். ஒரு சில வீரியமிக்க நுண்கிருமிகள் தாக்கும்பொழுது என்னதான் வலுவான ஆசாமியாக இருந்தாலும் தாக்குப்பிடிக்க முடியாது. கோவிட்-19 பரவலின்பொழுது இதனை நம்மில் பலர் கண்கூடாகக் கண்டிருக்கக்கூடும். நோய் பின்புலம் (underlying health conditions) இருந்தவர்கள் மட்டுமன்றித் திடகாத்திரமான, உண்மையிலேயே ஆரோக்கியமாக இருந்த பலரும் கூட கோவிட்-19 வைரஸின் தாக்குதலைச் சமாளிக்க முடியாமல் மாண்டனர் அல்லது அவர்களின் வாழ்க்கை முறையே மாறும் அளவிற்கு உடல்நலப் பாதிப்பிற்குள்ளானர். இத்தகைய தருணங்களில் நோய்த் தடுப்பு மருந்து மட்டுமே நம்மைக் காக்க முடியும். சில நுண்ணுயிரிகள் நமது உடலுறுப்புகளில் சேதாரங்களை உண்டுபண்ணிய பிறகே நமக்கு அந்நுண்ணுயிரியின் தாக்குதல் ஏற்பட்டிருப்பதே தெரிய வரும். இதுபோன்ற தருணங்களில் மருந்துகள் கொண்டு நோயினைக் குணப்படுத்துவதென்பது இயலாத காரியம். அது மட்டுமன்றி ஒரு நோய் கடுமையான வேகத்தில் பொதுச் சமூகத்தில் பரவி வரும்பொழுது தடுப்பு மருந்தைக் கொண்டு மீதமிருப்பவர்களைக் காப்பதைத் தவிர வேறு வழியில்லை.

கடந்தகால வரலாற்றைத் திரும்பிப் பார்க்கையில் நாம் எத்தனையோ கொடூர நோய்களை இந்தத் தடுப்பு மருந்துகள் மூலம் முற்றிலும் ஒழித்துள்ளோம் அல்லது கட்டுப்பாட்டிற்குள் வைத்துள்ளோம். போலியோ (Polio), பெரியம்மை (smallpox), தட்டம்மை (Measles) போன்றவற்றினை உதாரணமாகக் கூறலாம். தடுப்பூசிகள் நூறு சதவீதம் நோயிலிருந்து ஒருவரைக் காக்கும் எனக் கூறமுடியாது என்பது உண்மைதான். உண்மையில் நூறு சதவீதம் உத்தரவாதத்துடன் நடக்கும் காரியம் என்று ஒன்றுமில்லை. அப்படி இருக்க வேண்டிய அவசியமும் இல்லை. பெரும்பான்மையான நேரங்களில் வேலை செய்தால் போதுமானது. இங்குப் பெரும்பான்மை என்பது இடத்திற்கு இடம், காலத்திற்குக் காலம், நோய்க்கு நோய் வேறுபடக்கூடியது. எளிமையாகப் புரியும்படிக் கூறவேண்டுமென்றால் பெரும்பான்மையான தடுப்பூசிகள் பெரும்பான்மையான நேரங்களில் பெரும்பான்மையான மக்களை நோயிலிருந்து காக்கும். ஒரு சிலரை அவ்வாறு காக்காவிட்டாலும் கூட, அந்நோயின் வீரியம் அதிகமாகாமல்

காக்கும். இதுதான் அறிவியல் பூர்வமாகத் தரவுகளுடன் நிரூபிக்கப்பட்ட உண்மை.

பக்க விளைவுகள்

தடுப்பு மருந்துகளுக்குப் பக்க விளைவுகள் உண்டா? கண்டிப்பாக உண்டு. நாம் நோயினைக் குணப்படுத்த உட்கொள்ளும் மருந்துகளுக்கு இருப்பதைப் போலவே தடுப்பு மருந்துகளுக்கும் பக்க விளைவுகள் உண்டு. பிறகு ஏன் தடுப்பு மருந்துகள் மருத்துவர்களாலும் அரசினாலும் பரிந்துரைக்கப்படுகின்றன? பெரும்பான்மையான நேரங்களில் இந்தப் பக்க விளைவுகள் கவலை கொள்ளக்கூடிய அளவில் அல்லது வீரியத்தில் இருக்காது. ஆங்கிலத்தில் ரிஸ்க் Vs பெனிஃபிட் (Risks Vs Benefits) என்பார்கள். ஒரு நோய் ஒருவருக்கு வரக்கூடிய சாத்தியக்கூறுகள் எவ்வளவு, அவ்வாறு ஒருவேளை நோய் ஏற்பட்டால் அதனால் ஒருவருக்கு ஏற்படச் சாத்தியமுள்ள பாதிப்புகள் என்ன, தடுப்பு மருந்துகளினால் ஏற்படக்கூடிய பக்க விளைவுகள் என்ன, தடுப்பு மருந்து எடுத்துக் கொண்டால் நோய் வராமல் இருப்பதற்கான சாத்தியக்கூறுகள் என்ன என்ற இந்த நான்கு கூறுகளையும் பொறுத்துத்தான் ஒருவருக்குத் தடுப்பூசி தேவையா இல்லையா என்பது தீர்மானிக்கப்படுகின்றது.

18-ஆம் நூற்றாண்டில் எட்வர்ட் ஜென்னர் என்ற அறிவியலாளர் பெரியம்மைக்கு (Small pox) எதிரான தடுப்பு மருந்தை முதன் முதலில் கண்டறிந்தார். இந்நிகழ்வு மருத்துவத் துறையில் மிகப்பெரிய தாக்கத்தை ஏற்படுத்தியதுடன் பல்வேறு புதிய தடுப்பு மருந்துகள் கண்டுபிடிப்பதற்கான வழிகாட்டியாகவும் அமைந்தது. இதனைத் தொடர்ந்து ஃப்ளூ (Influenza), மம்ஸ் (Mumps), ரூபெல்லா (Rubella), சிலவகையானப் புற்றுநோய்கள் எனப் பல்வேறு வகையான நோய்களுக்குப் பல்வேறு உத்திகளைப் பயன்படுத்திச் சிறப்பான தடுப்பு மருந்துகள் கண்டுபிடிக்கப்பட்டு மனிதக்குலத்திற்கு நன்மை பயத்து வருகின்றன.

தடுப்பு மருந்துகளின் வகைகள்

தடுப்பு மருந்துகளில் பலவகைகள் உண்டு. ஒவ்வொன்றும் வெவ்வேறு விதங்களில் செயல்பட்டு நமது உடலில்

நோயெதிர்ப்பு சக்தியினைத் தூண்டுகின்றன. அவற்றில் முக்கியமானவையாகக் கீழே உள்ளவற்றைக் கூறலாம்.

1. செயலிழக்கப்பட்ட அல்லது கொல்லப்பட்ட தடுப்பு மருந்துகள் (inactivated or killed vaccines)

பெயரில் உள்ளது போலவே இந்த வகைத் தடுப்பு மருந்துகளில் வெப்பம் அல்லது வேதிப்பொருட்கள் அல்லது கதிர்வீச்சு முறைகளால் செயலிழக்கப்பட்ட அல்லது கொல்லப்பட்ட நுண்ணுயிரிகள் பயன்படுத்தப்படுகின்றன. உ-ம், சில போலியோ தடுப்பு மருந்துகள்.

2. உயிருள்ள ஆனால் வீரியம் குறைக்கப்பட்ட தடுப்புமருந்துகள் (attenuated vaccines)

இங்கு வீரியம் குறைக்கப்பட்ட நுண்ணுயிரிகள் தடுப்பு மருந்துகளாகப் பயன்படுத்தப்படுகின்றன. கிருமிகளின் வீரியத்தைக் குறைக்கப் பல வழிமுறைகள் உள்ளன. அவற்றில் ஒன்று, ஒரு நுண்ணுயிரி எந்த உயிரினத்தில் பொதுவாக வளருமோ அது அல்லாத வேறொரு உயிரினத்தில் வளரும்பொழுது வீரியம் குறைந்ததாக வளரும். உதாரணமாக ஃப்ளூ வைரஸை எடுத்துக்கொள்வோம். அது மனிதரைத் தாக்கும் ஒரு வைரஸ். மனித உடலில் இந்த வைரஸ் வளரும்பொழுது பொதுவாக அதற்கே உரிய வீரியத்துடன் வளரும். ஆனால் இந்த வைரஸை ஒரு கோழி முட்டையில் வளர்க்கும்பொழுது அதன் வீரியம் குறைந்துவிடும். மேலும் இதே வைரஸைப் பல தலைமுறைகளாகக் கோழி முட்டைக்குள் தொடர்ந்து வளர்த்து வரும்பொழுது அதன் வீரியம் பல மடங்கு குறையத் தொடங்கும். இவ்வாறு பெறப்பட்ட வைரஸானது மருத்துவத் தரத்தில் (clinical grade) தூய்மைப்படுத்தப்பட்டு, தரம் (quality), பாதுகாப்பு (safety) சம்பந்தமான பல்வேறு சோதனைகளுக்கு உட்படுத்தப்பட்டு பிறகு தடுப்பு மருந்தாகப் பயன்படுத்தப்படுகின்றது. மற்றொரு முறையில் மரபுப் பொறியியல் தொழில்நுட்பத்தின் மூலமும் நுண்ணுயிரிகளை வீரியம் இழக்கச் செய்யமுடியும்.

இவ்வகை தடுப்பு மருந்துகள் முதல் வகைத் தடுப்பு மருந்துகளுடன் ஒப்பிடும்போது நோயிலிருந்து சிறந்த

பாதுகாப்பினைத் தந்தாலும் இதனை நோயெதிர்ப்பு திறன் குறைந்தவர்களுக்குப் பயன்படுத்த இயலாது. இதற்கு உதாரணம், எம்எம்ஆர் எனப்படும் measles, mumps, and rubella (MMR) நோய்க்காரணிகளுக்கு எதிரான தடுப்பு மருந்து.

3. துணை அலகு, மறு சீரமைப்பு அல்லது இணைத் தடுப்பு மருந்துகள் (Subunit, recombinant, or conjugate vaccines)

இந்த வகைத் தடுப்பு மருந்துகளில் முழு வைரஸோ அல்லது பாக்டீரியாவோ பயன்படுத்தாமல் அதன் ஒரு பகுதியை மட்டும் பிரித்தெடுத்துப் பயன்படுத்துவர். அப்பகுதி, பாக்டீரியா அல்லது வைரஸின் புரதமாகவோ, சர்க்கரை மூலக்கூறாகவோ அல்லது மரபணுப் பொருளாகவோ இருக்கலாம். உ-ம் ஹெபாடிடிஸ் பி தடுப்பு மருந்து (hapatitis B vaccine)

4. எம்ஆர்என்ஏ தடுப்பு மருந்துகள் (mRNA vaccines)

தடுப்பு மருந்துகளின் நவீன வடிவம். சமீபத்திய கோவிட்-19 பெருந்தொற்றின்போது இந்த வகைத் தடுப்பு மருந்துகள் தான் முதன் முதலில் சந்தைக்கு வந்தன. மிக விரைவில் ஒரு தடுப்பு மருந்தினைக் கண்டுபிடித்து அதனைச் சந்தைக்குக் கொண்டுவர வேண்டுமெனில் இந்த எம்ஆர்என்ஏ தடுப்பு மருந்துகள் ஒரு சிறந்த வழி. இதனைப் பற்றி சற்று விரிவாகவே விரைவில் பார்ப்போம். தற்போதைக்கு இவை எம்ஆர்என்ஏ எனப்படும் ஒருவகையான மரபுப் பொருளைக் கொண்டு தயாரிக்கப்படும் தடுப்பு மருந்து என்பதினை மட்டும் நினைவில் வைத்துக்கொள்வோம்.

5. வெக்டார் தடுப்பு மருந்துகள் (Vector vaccines)

உயிரியலில் வெக்டார் என்றால் ஒரு பொருளை எடுத்துச் சென்று தேவையான இடத்தில் சேர்ப்பிக்க உதவும் ஒரு கருவி என்று பெயர். அதாவது கொரியர் சேவை போல. இந்த வகைத் தடுப்பு மருந்துகளில் பாதுகாப்பான ஒரு வைரஸோ அல்லது பாக்டீரியாவோ எந்த ஒரு நுண்ணுயிரிக்கு எதிரான எதிர்ப்புச் சக்தி நமது உடலுக்குத் தேவையோ அந்த நுண்ணுயிரியின் சில குறிப்பிட்ட பாகங்களை மட்டும் சுமந்து சென்று நமது உடலில் சேர்ப்பிக்கும். கோவிட்-19 தொற்றுக்கு எதிராக ஜான்சன் அண்ட் ஜான்சன் நிறுவனம் தயாரித்த தடுப்பு மருந்து இவ்வகையைச் சார்ந்தது எனலாம்.

மேற்கூறியவை தவிர இன்னும் சிலவகையான தடுப்பு மருந்துகளும் உள்ளன. ஒவ்வொரு வகையான தடுப்பு மருந்துக்கும் சில பிரத்தியேக நன்மைகளும் உண்டு சில சவால்களும் உண்டு. இவை அனைத்தும் அதனதன் வடிவங்களில் வேறுபட்டதாகத் தோன்றினாலும் அவை அனைத்தும் கடைசியில் செய்வது ஒன்றுதான். நமது உடலில் ஒரு குறிப்பிட்ட நோய்க்காரணிக்கு எதிராக நமது நோயெதிர்ப்பு சக்தியினைத் தூண்டிவிட்டு உண்மையான நோய்க்காரணி தாக்குதலின்போது நம்மைக் காப்பதுதான்.

தடுப்பு மருந்து கண்டுபிடிக்க இவ்வளவு வழிகள் இருக்கும் பொழுது, மேலும் தடுப்பு மருந்து மூலம் நோய்களைத் தடுப்பதில் கடந்த காலத்தில் மிகச் சிறந்த வெற்றிகள் பலவற்றினை நாம் பெற்றிருக்கும்பொழுது, பிறகு ஏன் எல்லா நோய்களுக்கும் நம்மால் தடுப்பு மருந்துகளைக் கண்டுபிடிக்கமுடியவில்லை? அதற்குப் பல்வேறு காரணங்கள் இருக்கின்றன.

1. வேகமாக உருமாறும் நுண்கிருமிகள்

சில நுண்கிருமிகள் தங்களது உருவ அமைப்பை அதிவேகமாக மாற்றிக் கொண்டே இருக்கும். உதாரணத்திற்கு ஹெச்ஐவி வைரஸ். ஆய்வாளர்கள் ஒரு வகையான ஹெச்ஐவி வைரஸிற்கு எதிரான தடுப்பு மருந்து தயாரித்து வெளியிடும்பொழுது அவை வேறொரு வடிவத்திற்கு உருமாறியிருக்கும். பல நேரங்களில் உலகின் வெவ்வேறு இடங்களில் வெவ்வேறு விதமாக உருமாறியிருக்கவும் வாய்ப்புண்டு. இதனால் ஒரு பொதுவான தடுப்பு மருந்தினைத் தயாரித்து வெளியிட முடியாத சூழல் ஏற்படும்.

2. தகுந்த அறிவியல் உண்மைகள் இன்மை

நாம் என்னதான் அறிவியல் துறையில் பல வகைகளில் முன்னேறியிருந்தாலும் பல்வேறு வகையான நோய்களுக்கு இன்னமும் என்ன காரணி என்பது தெரியாது. நோய் உண்டாக்கும் காரணியைப் பற்றியோ அல்லது அது எவ்வாறு நோயினை உண்டு செய்கிறது அல்லது எவ்வாறு நமது நோயெதிர்ப்பு மண்டலத்துடன் வினைபுரிகிறது என்பது பற்றியோ தகுந்த அறிவு இல்லாத பட்சத்தில் தடுப்பு மருந்துகள் கண்டுபிடிக்க முடியாது.

3. பாதுகாப்புக் காரணங்கள்

நோயைக் குணப்படுத்தக் கூடிய எந்தவொரு மருந்தும் அல்லது தடுப்பு மருந்தும் கடுமையான தரம் (Quality) மற்றும் பாதுகாப்புச் சோதனைகளுக்குப் (Safety) பிறகே சந்தையில் அனுமதிக்கப்படும். உண்மையைச் சொல்லப் போனால் பெரும்பான்மையான நேரங்களில் பல்வேறு மருந்துகள் சந்தைக்கு வராமல் போவதற்கு முக்கியமான காரணம், இங்கு குறிப்பிட்டுள்ள மற்ற எந்தக் காரணங்களையும்விட, பாதுகாப்புச் சோதனைகளின்பொழுது தோல்வி அடைவதே ஆகும்.

4. வணிகக் காரணங்கள்

மருந்தோ அல்லது தடுப்பு மருந்தோ, அவற்றினைக் கண்டுபிடிப்பது என்பது சாதாரண காரியமல்ல. ஆராய்ச்சி (Research), அபிவிருத்தி (Development), மருத்துவச் சோதனைகள் (Clinical Trials), தயாரிப்பு (Manufacturing), விநியோகம் (Distribution) என ஒவ்வொரு நிலையிலும் அறிவு (Knowledge and Expertise), கட்டமைப்பு (Infrastructure), நிதி (Fund) என மூன்று வகையான வளங்கள் (Resources) தேவை. ஒரு வளர்ச்சி அடைந்த நாட்டில் உள்ள மக்களுக்குத் தேவையான நோய்களுக்கு மருந்து கண்டுபிடிப்பதில் இவ்வளங்களுக்குப் பஞ்சமிருக்காது. ஆனால் ஏழ்மையான நாடுகளில் உள்ள மக்களுக்கு ஏற்படும் நோய்களுக்கு மருந்து கண்டுபிடிப்பதில் கண்டிப்பாக இச்சிக்கல்கள் உண்டு.

மருந்து கண்டுபிடிப்பு என்பது மிகுந்த கால விரயமும் (சுமார் **15-20** ஆண்டுகள்) மிகுந்த பணச் செலவும் (தோராயமாக **350** மில்லியன் டாலர்கள்) எடுக்கும் ஒரு விஷயமாகும். இவ்வளவு செலவு செய்த பிறகும் ஒரு மருந்து நிறுவனம் வெற்றிகரமாக மருந்தினைக் கண்டுபிடித்துச் சந்தையில் வெளியிட முடியும் என உறுதியாகக் கூறமுடியாது. கிட்டத்தட்ட 90 சதவீத மருந்துக் கண்டுபிடிப்பு முயற்சிகள் தோல்வியிலேயே முடிகின்றன. எனவே மருந்து நிறுவனங்கள் இவ்வளவு அபாயம் நிறைந்த ஒரு திட்டத்தில் முதலீடு செய்வதற்கு முன் அவை வணிக நோக்கில் இலாபம் தரக்கூடியவையா என்பதையே ஆராயும். இவ்வளவு பணத்தினை இவ்வளவு காலம் செலவு செய்துவிட்டு அதனை வாங்க ஆட்கள் இல்லாவிடில் அந்நிறுவனம் திவாலாவதைத்

தவிர வேறு வழியில்லை. எந்தவொரு நிறுவனமும் இதனைத் தவிர்க்கவே முயலும்.

5. மருந்து கட்டுப்பாட்டு ஆணைய விதிமுறைகள்

தடுப்பு மருந்து தயாரிப்பு பல்வேறு ஒழுங்கு விதிமுறைகளுக்கு (Regulatory considerations) உட்பட்டது. ஒவ்வொரு நாட்டிற்கும் இந்த ஒழுங்கு விதிமுறைகளை வகுத்து நிர்வகிக்கும் ஆணையங்கள் (Regulatory bodies) உண்டு. இதன் சட்டதிட்டங்கள் மிகக் கடுமையானவை. தடுப்பு மருந்துகள் இந்த ஆணையங்களின் பாதுகாப்பு, செயல்திறன் மட்டும் தரக்கட்டுப்பாடுகளுக்கு உட்பட்டுத் தயாரிக்கப்பட முடியவில்லை எனில் அவற்றினைச் சந்தைப்படுத்த முடியாது. நோய்களைப் பொறுத்து வெவ்வேறு நாடுகளைச் சார்ந்த ஆணையங்களின் விதிமுறைகளில் மாற்றங்கள் இருக்கலாம். எனவே மருந்துகளை வெவ்வேறு நாடுகளில் விநியோகம் செய்யும்பொழுது அந்தந்த நாடுகளின் விதிமுறைகளுக்குத் தகுந்தாற்போல் மருந்துத் தயாரிப்பு செயல்முறைகளில் மாற்றம் செய்ய வேண்டியிருக்கும். இது மிகுந்த காலவிரயத்தையும் பொருட்செலவையும் அளிக்கக்கூடியதாகவும் இருக்கும்பட்சத்தில் மருந்துத் தயாரிப்பு நிறுவனங்கள் சில குறிப்பிட்ட மருந்துகளின் தயாரிப்பினை வணிகக் காரணங்களுக்காகக் கைவிடக்கூடும்.

தடுப்பு மருந்து வரலாற்றில் ஒரு மைல்கல்

தடுப்பு மருந்துத் தயாரிப்பு என்பது மிகுந்த சிக்கலான, பல சவால்களை உள்ளடக்கிய ஒரு செயல். இருந்தபோதிலும், பொதுச் சுகாதாரத்தைப் பாதுகாக்கும் மற்றும் உயிர்களைக் காப்பாற்றும் நோக்கத்துடன் பரவலான நோய்களுக்கான தடுப்பூசிகளை உருவாக்குவதற்கான ஆராய்ச்சிகள் தொடர்ந்துகொண்டுதான் இருக்கின்றன. தடுப்பு மருந்து அறிவியல் முதன் முதலில் எட்வர்ட் ஜென்னரினால் 18-ஆம் நூற்றாண்டு கண்டுபிடிக்கப்பட்டபின் வியக்கத்தக்க அளவிலான பல்வேறு முன்னேற்றங்களைக் கண்டுள்ளது. அத்தகைய முன்னேற்றங்களுள் ஒன்றுதான் எம்ஆர்என்ஏ வகைத் தடுப்பு மருந்துகளாகும். இந்த வகைத் தடுப்பு மருந்துகளை நோய்த் தடுப்பு மற்றும் பொதுச் சுகாதார வரலாற்றில் ஒரு மைல்கல் எனலாம். இவற்றில் உள்ள பல அனுகூலங்களின் காரணமாக

இனிவரும் காலங்களில் இந்த எம்ஆர்என்ஏ வகைத் தடுப்பு மருந்துகள் பலவகையான நோய்களுக்குத் தயாரிக்கப்படும் என உறுதியாக நம்பலாம். எனவே இதனைப் பற்றிச் சற்று விரிவாக அறிந்து கொள்வது நலம்.

எம்ஆர்என்ஏ என்றால் என்ன?

நமது செல்களுக்குள் பல்வேறு சிறிய உள் உறுப்புகள் இருக்கும். இவற்றினை நமது வீட்டில் உள்ள அறைகள் போலக் கற்பனை செய்து கொள்வோம். நமது செல்களில் புரதங்களைக் குறிக்கும் டிஎன்ஏ-க்கள் நியூக்ளியஸ் எனப்படும் ஒரு அறையில் இருக்கும். ஆனால் இந்தப் புரத உற்பத்தி நடப்பதோ ரிபோசோம் எனப்படும் மற்றொரு அறையில். இந்த மரபணுத் தொகுப்பானது நியூக்ளியஸிலிருந்து ரிபோசோமிற்கு செல்ல இயலாது. எனவே எந்தப் புரதம் உற்பத்தி செய்யப்பட வேண்டுமோ அந்தப் புரதத்திற்கான குறியீடுகளைக் கொண்ட ஒரு தூதுவரை மட்டும் ரிபோசோமிற்கு அனுப்புகின்றது. அந்தத் தூதுவரையே 'தூதர் ஆர்என்ஏ (messenger RNA) அல்லது சுருக்கமாக எம்ஆர்என்ஏ (mRNA) என அழைக்கின்றோம். இந்த எம்ஆர்என்ஏ புரதத்தினை உற்பத்தி செய்தபின் அழிந்துவிடும். எளிமையாகக் கூறுவதென்றால் டிஎன்ஏ நிரந்தரமானது. எம்ஆர்என்ஏ தற்காலிகமானது. நமது செல்களில் செயற்கையாக ஒரு புரதத்தினை உற்பத்தி செய்ய வைக்க வேண்டுமானால் அந்தப் புரதத்தினைக் குறிக்கக்கூடிய எம்ஆர்என்ஏ-வைச் செலுத்தினால் போதுமானது.

ஒரு தடுப்பு மருந்து நமது உடலில் நோயெதிர்ப்புச் சக்தியினைத் தூண்ட நமக்குத் தேவை நுண்ணுயிரியின் புரதம் தானே? எம்ஆர்என்ஏ மூலம் எந்த ஒரு புரதத்தினையும் உற்பத்தி செய்ய வைக்க முடியுமெனில் அவற்றினை ஏன் தடுப்பு மருந்தாகப் பயன்படுத்த முடியாது? இந்தக் கேள்விக்கு விடையாகப் பிறந்ததுதான் எம்ஆர்என்ஏ தடுப்பு மருந்துகள். மற்றவையான தடுப்பு மருந்துகளைக் காட்டிலும் இந்த எம்ஆர்என்ஏ தடுப்பு மருந்துகளைப் பயன்படுத்துவதில் கீழ்க்கண்ட நன்மைகள் உண்டு.

எம்ஆர்என்ஏ தடுப்பு மருந்தின் நன்மைகள்

(அ) சிறந்த செயல்திறன்

எம்ஆர்என்ஏ வகைத் தடுப்பு மருந்துகளின் செயல்திறன் நன்கு நிரூபிக்கப்பட்ட ஒன்று. சமீபத்திய கோவிட்-19 பரவலின்போது எம்ஆர்என்ஏ தடுப்பு மருந்துகள் பல கோடிக்கணக்கான மக்களுக்குச் செலுத்தப்பட்டன. இதிலிருந்து பெறப்பட்ட தரவுகள் அனைத்தும் எம்ஆர்என்ஏ தடுப்பு மருந்துகள், தடுப்பு மருந்து எடுத்துக் கொண்டவர்களுக்கு மிகச் சிறந்த பாதுகாப்புத் தந்ததை ஐயமற உறுதி செய்துள்ளன. தடுப்பு மருந்து எடுத்துக் கொண்டவர்களுக்கு ஒருவேளை நோய்த்தொற்று ஏற்பட்டால்கூட, அந்த நோய்த் தொற்றினால் பெரிய அளவு பாதிப்பு ஏதுமின்றி, உயிரிழப்பு இன்றி, மருத்துவமனை அனுமதி அவசியமின்றித் தப்பியோர் ஏராளம்.

(ஆ) குறைந்த கால அவகாசம்

மற்ற வகைத் தடுப்பு மருந்துகளைப் போலல்லாமல் இந்த எம்ஆர்என்ஏ தடுப்பு மருந்துகளை மிகக் குறுகிய காலகட்டத்தில் தயாரித்துச் சந்தைப்படுத்த முடியும்.

(இ) அதிகப் பாதுகாப்பு

முழு வைரஸையோ அல்லது பாக்டீரியாவையோ கொண்டு தயாரிக்கப்படும் சில தடுப்பு மருந்துகள் அரிதாகச் சில நேரங்களில் நோய்களை ஏற்படுத்தும் அபாயம் உண்டு. ஆனால் இந்த எம்ஆர்என்ஏ தடுப்பு மருந்துகள் மூலம் உற்பத்தி செய்யப்படும் புரதங்கள் ஒரு முழு வைரஸையோ அல்லது பாக்டீரியாவையோ கொண்டிருக்காதலால் இவற்றின் மூலம் நோய்கள் ஏற்படாது.

(ஈ) நெகிழ்வுத்தன்மை

சில வகை வைரஸ்கள் அதிவேகத்தில் உருமாற்றம் அடையும் தன்மை கொண்டவை. அத்தகைய வைரஸ்களுக்குத் தடுப்பு மருந்து தயாரிக்க இந்த எம்ஆர்என்ஏ தான் மிகுந்த உபயோகமானதாக இருக்கும். ஏனெனில் இவற்றினை உருமாறிய வைரஸ்களுக்கு ஏற்றாற்போல் மிக எளிதில் மாற்றியமைக்க முடியும். முதலிலிருந்து ஆரம்பிக்க வேண்டியதில்லை.

எல்லாம் சரி. அப்படியென்றால் எம்ஆர்என்ஏ தடுப்பு மருந்துகளில் எந்தப் பிரச்சினையும் இல்லையா? நிச்சயமாக உண்டு. பிரச்சினைகள் இல்லாத ஒரு தொழில்நுட்பமோ அல்லது பொருளோ கிடையாது. எம்ஆர்என்ஏ தடுப்பு மருந்துகளில் உள்ள முக்கியமான பிரச்சினை அதனைச் சேமிக்கத் தேவையான வெப்பநிலை. கோவிட்-19 பரவலின்போது ஃபைசர்-பையோண்டெக் (Pfizer and BioNtech) மற்றும் மொடெர்னா (Moderna) என்ற இரு நிறுவனங்கள் எம்ஆர்என்ஏ வகைத் தடுப்பு மருந்துகளைத் தயாரித்தன. இந்த நிறுவனங்கள் தயாரித்த இரண்டு தடுப்பூசிகளும் பொருளாதாரத்தில் முன்னேறிய நாடுகள் மட்டுமே பயன்படுத்த முடிந்தது.

இதற்குக் காரணம் இவ்வகைத் தடுப்பு மருந்துகளை மற்ற தடுப்பூசிகள் போலச் சாதாரணக் குளிர்சாதனப் பெட்டிகளில் சேமித்து வைத்துப் பயன்படுத்தமுடியாது. இவற்றினை முறையே -70°C மற்றும் -20°C உறைநிலையில்தான் வைத்துப் பயன்படுத்த முடியும். இத்தகைய உறைநிலைக் குளிர்சாதனப் பெட்டிகள் விலை அதிகம். அது மட்டுமன்றி இந்தியா போன்ற ஒரு பெரிய நாட்டில் இந்த வகை உறைநிலைக் குளிர்சாதனப் பெட்டிகளை எல்லா இடங்களுக்கும் கொண்டு செல்ல முடியாது. இந்தச் சேமிப்பு வசதித் தேவையும், இதன் நுட்பமான உற்பத்தி முறையும் இந்த மருந்துகளின் விலையைக் கணிசமாக உயர்த்திவிடுகின்றன. எந்த ஒரு மருந்தும் பொருளாதாரத்தின் எல்லா நிலையில் உள்ளவருக்கும் கிடைப்பதுதான் தர்மம். ஆனால் இது போன்ற விலையுயர்ந்த மருந்துகளைப் பெரிய அளவில் பல கோடிக்கணக்கான மக்களிடம் கொண்டு சேர்ப்பதென்பது ஒரு அரசாங்கமே நினைத்தாலும் முடியாது.

மற்றொரு மிக முக்கியமான விஷயம்... இந்த வகைத் தடுப்பு மருந்துகள் சந்தைக்கு வந்து சில வருடங்களே ஆகின்றன. என்னதான் கோடிக்கணக்கான மக்களுக்கு அளிக்கப்பட்டு இந்தத் தடுப்பு மருந்துகளின் செயல்திறன் மற்றும் குறுகிய காலப் பாதுகாப்பு உறுதி செய்யப்பட்டிருந்தாலும் இதன் நீண்டகாலப் பாதுகாப்பு பற்றி நமக்கு ஏதும் தெரியாது. எனவே இந்த வகைத் தடுப்பு மருந்துகளைச் சற்று எச்சரிக்கையுடன் அணுக வேண்டியது அவசியமாகும்.

புற்றுநோய்த் தடுப்பு மருந்துகள்

தடுப்பு மருந்துகள் நுண்ணுயிரிகளால் ஏற்படும் நோய்களுக்கு எதிராக மட்டும்தான் கண்டுபிடிக்க இயலுமா? இல்லை. புற்றுநோய்களுக்கும் தடுப்பூசிகள் உண்டு. நாம் ஏற்கனவே பார்த்ததுபோல் தடுப்பூசி என்பது செயலிழக்கச் செய்யப்பட்ட ஒரு நோய்க் காரணியையோ அல்லது ஆண்டிஜென் எனப்படும் நோய்க் காரணியின் ஒரு பகுதியையோ நமது உடலுக்குள் செலுத்தி, நமது நோயெதிர்ப்புச் சக்தியினைத் தூண்டுவதே ஆகும். இதன்படி பார்த்தால் புற்றுச் செல்களும் ஒரு நோய்க் காரணியே. எனவே செயலிழக்கச் செய்யப்பட்ட புற்றுச் செல்களையோ அல்லது புற்றுச் செல்களின் ஒரு பகுதியினை மட்டுமோ நமது உடலுக்குள் செலுத்தி, புற்றுநோய்க்கு எதிரான நோயெதிர்ப்புச் சக்தியினைத் தூண்டிவிட முடியும்.

புற்றுச் செல்களைப் பொறுத்தவரை அவை ஒரு காலத்தில் ஆரோக்கியமான செல்களாக இருந்தவைதான். எனவே அவற்றில் நோய்க்கான மூலக்கூறுகளுடன் சேர்த்து ஆரோக்கியமான செல்களின் மூலக்கூறுகளும் இருக்கும். எனவே முழு நுண்ணுயிரிகளைச் செயலிழக்கச் செய்து தடுப்பு மருந்தாகப் பயன்படுத்துவதுபோல் புற்றுச் செல்களை செயலிழக்கச் செய்து அவற்றினை அப்படியே நோய்த் தடுப்பு மருந்தாகப் பயன்படுத்துவது என்பது சிக்கலான காரியம். அவ்வாறு பயன்படுத்தினால் தூண்டப்படும் நோயெதிர்ப்புச் சக்தியானது உண்மையான புற்றுச் செல்களோடு சேர்த்து ஆரோக்கியமான செல்களையும் தாக்கும் அபாயம் உண்டு. இதனால் உடல் உறுப்புகளின் செயலிழப்புக்கூட ஏற்படலாம்.

'தடுப்பு மருந்து' என்ற பதம் தரும் தவறான பொருள்!

பொதுவாகத் தடுப்பு மருந்து என்றால் நோய் வருவதற்கு முன்பே எடுத்துக் கொள்ளும் மருந்தினைக் குறிக்கும். இதனை 'நோய் தடுக்கும் தடுப்பு மருந்து' எனக் கூறலாம். ஆங்கிலத்தில் இதனை ப்ரோஃபைலாக்டிக் வேக்சின் (Prophylactic vaccine) என்று கூறுவர். மற்றொரு வகையான தடுப்பு மருந்து 'நோய் தீர்க்கும் தடுப்பு மருந்து'. ஆங்கிலத்தில் தெராப்யூடிக் வேக்சின் (Therapeutic vaccine). அதாவது நோய் வந்தபின் நோயினைக் குணப்படுத்தப் பயன்படுத்துவது. இது விந்தையாகத்

தோன்றலாம். தடுப்பு மருந்து என்றால் நோய் வரும் முன் அதனைத் தடுக்க உதவுவதுதானே? அதென்ன நோய் வந்தபின் தீர்க்க உதவும் தடுப்பு மருந்து? அப்படியென்றால் நாம் சாதாரணமாக ஒரு நோய் வந்த பின் எடுத்துக் கொள்ளும் மருந்திற்கும், இந்த 'நோய் தடுக்கும்' தடுப்பு மருந்திற்கும் என்ன வித்தியாசம்?

முதலில் நாம் ஓர் உண்மையை விளங்கிக்கொள்ள வேண்டும். ஆங்கிலத்தில் 'வேக்சின்' என்பதினை நாம் 'தடுப்பு மருந்து' அல்லது 'தடுப்பூசி' என்று தமிழில் மொழி பெயர்த்திருப்பதே ஒருவகையில் தவறானது. ஏனெனில் இந்தப் பதம் பாதிப் பொருளை மட்டுமே தருகிறது. உண்மையில் வேக்சின் என்று ஒரு பொருளை வரையறுப்பதற்கு, நோய் வந்தால் தடுப்பது என்பதைக் காட்டிலும் கூடுதலான ஒரு தகுதி தேவை. வேக்சின் என்பது நோய்க் காரணிகளை நேரடியாகத் தாக்கி அழிக்காது. மாறாக மேலே முதல் பத்தியில் குறிப்பிட்டுள்ளபடி, அவை ஒரு குறிப்பிட்ட நோய்க் காரணிகளுக்கு எதிராக நமது நோயெதிர்ப்புச் சக்தியினைத் தூண்டிவிடும். அவ்வாறு தூண்டப்பட்ட நோயெதிர்ப்பு மண்டலத்தில் உள்ள நோயெதிர்ப்புச் செல்களே, நோய்க் காரணிகளைக் கொன்று அழிக்கும். ஆனால் மருந்துகள் அவ்வாறு இல்லை. அவை நேரடியாகவே கோதாவில் இறங்கி நோய்க் காரணிகளை அழிக்க வல்லது. எனவேதான் சிலவற்றினை நாம் வேக்சின் என்கிறோம். சிலவற்றினை மருந்து (Therapeutics) என்கிறோம். எனவே வேக்சின் என்பதற்குத் தமிழறிஞர்கள் மாற்று வார்த்தைக் கண்டுபிடிப்பர் என்று நம்பி, தற்போதைக்கு தடுப்பு மருந்து அல்லது தடுப்பூசி என்ற பதத்தினையே உபயோகப்படுத்திக் கொள்வோம்.

புற்றுநோய்க்கு எதிராகத் தற்போது பயன்பாட்டில் உள்ள தடுப்பு மருந்துகள்!

நுண்ணுயிரிகளுக்கு எதிரான தடுப்பு மருந்துகள் பல்லாண்டு காலமாகப் புழக்கத்திலிருந்து வருகின்றன. ஆனால் புற்றுநோய்களுக்கு எதிரான தடுப்பு மருந்துகள் சில ஆண்டு காலமாகத்தான் பயன்படுத்தப்பட்டு வருகின்றன. குறிப்பாகச் சொல்ல வேண்டுமானால் புற்றுநோய்க்கான வெகுசில

தடுப்பு மருந்துகள் தான் இதுவரை கண்டுபிடிக்கப்பட்டுப் பயன்பாட்டிலிருந்து வருகின்றன. பெரும்பாலானவை ஆய்வு நிலையிலேயே உள்ளன. இந்தத் தடுப்பு மருந்துகள் எந்த அளவிற்குப் பயனுள்ளவையாக இருக்கும் என்பது (1) எந்த வகையான ஆண்டிஜென்கள் பயன்படுத்தப்படுகின்றன (2) எந்த வகையான புற்றுநோய்களுக்கு எதிராகப் பயன்படுத்தப்படுகின்றன (3) உடலில் புற்றுக் கட்டிகள் அமைந்துள்ள நுண் சூழல் (4) தடுப்பு மருந்துகள் செலுத்தப்படும் விதம் உள்ளிட்ட பல்வேறு விஷயங்களைச் சார்ந்தது.

‘நோய் தடுக்கும்’ தடுப்பு மருந்துகள்

புற்றுநோயைப் பொறுத்தவரை ‘நோய் தடுக்கும்’ தடுப்பு மருந்துகள் குறைவு. பெரும்பான்மையான ‘நோய் தடுக்கும்’ தடுப்பு மருந்துகள் வைரஸ்களினால் ஏற்படும் புற்றுநோய்களுக்கு (Viral origin cancers) எதிரானவை. இவற்றில் மிக முக்கியமானது ஹெபாடிடிஸ் பி வைரசிற்கு (Hepatitis B virus) எதிரான தடுப்பு மருந்து. இந்த வைரஸ் கல்லீரல் புற்றுநோயினை (Liver cancer) உண்டாக்கக்கூடியது. கல்லீரல் புற்றுநோய் பல்வேறு காரணங்களினால் ஏற்படலாம். அவற்றுள் முக்கியமானது மேற்கூறிய வைரஸினால் ஏற்படக்கூடிய கல்லீரல் புற்றுநோய்.

இந்தத் தடுப்பு மருந்து குறிப்பாக இத்தகைய வைரஸ்களினால் ஏற்படக்கூடிய கல்லீரல் புற்றுநோயை மட்டும்தான் தடுக்கும். மற்ற வகையான காரணங்களினால் உண்டாகும் கல்லீரல் புற்றுநோயினைக் கட்டுப்படுத்தாது. இருப்பினும் மிக அதிக எண்ணிக்கையிலான கல்லீரல் புற்றுநோய்க்கு இந்த வகை வைரஸ்களே முக்கிய காரணகர்த்தாவாக இருப்பதால் இந்தத் தடுப்பு மருந்து மிக முக்கியத்துவம் வாய்ந்ததாகக் கருதப்படுகின்றது.

1980-ஆம் ஆண்டுகளின் முற்பகுதியிலிருந்தே இந்தத் தடுப்பு மருந்து பயன்படுத்தப்பட்டு வருகிறது. உலக சுகாதார நிறுவனம் குழந்தை பிறந்த உடன் இந்தத் தடுப்பு மருந்தினைச் செலுத்தப் பரிந்துரைக்கிறது. மூன்று தவணைகளாக இந்தத் தடுப்பு மருந்து அளிக்கப்பட வேண்டும். புற்றுநோய்க்கு எதிராகக் கண்டுபிடிக்கப்பட்ட முதல் ‘நோய் தடுக்கும்’ தடுப்பு மருந்து என இதைக் கூறலாம். மிகச் சிறப்பாக வேலை செய்யக்கூடிய தடுப்பு மருந்து இது.

புற்றுநோயை ஏற்படுத்தவல்ல மற்றுமொரு முக்கியமான வைரஸ் ஹ்யூமன் பாப்பில்லோமா வைரஸ் (Human Papillomavirus or HPV). இந்த வகை வைரஸ்கள் கர்ப்பப்பை, பிறப்புறுப்பு, ஆசனவாய் மற்றும் குரல்வளைகளில் ஏற்படும் புற்றுநோய்களுக்கு முக்கியக் காரணி. இந்த வைரஸ்களுக்கு எதிராகக் கொடுக்கப்படும் தடுப்பு மருந்தானது இவ்வகையான புற்றுநோய்கள் வராமல் மிகச் சிறப்பான முறையில் பாதுகாக்கின்றது. 2006-ஆம் ஆண்டு வாக்கிலிருந்தே இந்தத் தடுப்பு மருந்து பயன்படுத்தப்பட்டு வருகின்றது. 11 வயதிற்கு மேற்பட்ட ஆண், பெண் இருபாலருக்கும், குறிப்பாகப் பாலியல் செயல்பாடுகள் தொடங்குவதற்கு முன் இத்தடுப்பு மருந்துகளை எடுத்துக் கொள்ளப் பரிந்துரைக்கப்படுகிறது. இந்த வைரஸிற்கு எதிராக மூன்று தடுப்பு மருந்துகள் சந்தையில் உள்ளன. இவை மிகச் சிறந்த பலனளிப்பதால் நீண்டகால நோக்கில் மேற்கூறிய வகையிலான புற்றுநோய் ஏற்படக் கூடியவர்களின் எண்ணிக்கை கணிசமாகக் குறையப் பிரகாசமான வாய்ப்புள்ளது.

வைரஸ் அல்லாத காரணிகளால் ஏற்படும் புற்றுநோய்களுக்கு இன்னமும் 'நோய் தடுக்கும்' தடுப்பு மருந்துகள் கண்டுபிடிக்கப்படவில்லை. இதற்கு முக்கியக் காரணம் புற்றுச்செல்களில் மட்டும் காணப்படக்கூடிய ஆனால் ஆரோக்கியமான செல்களில் இல்லாத ஆண்டிஜென்களைக் கண்டுபிடிப்பதில் உள்ள சிரமங்கள்.

'நோய் தீர்க்கும்' தடுப்பு மருந்துகள்!

'நோய் தீர்க்கும்' தடுப்பு மருந்துகள் ஒரு மனிதனின் உடலில் புற்றுநோய் ஏற்பட்டபின் பயன்படுத்தப்படுகின்றன. இதுவரை இரண்டு நோய் தீர்க்கும் தடுப்பு மருந்துகள் மட்டுமே மனிதர்களுக்குப் பயன்படுத்த அனுமதிக்கப்பட்டிருக்கின்றன. அதில் முதலாவது பிசிஜி தடுப்பு மருந்தாகும். இது ஆரம்பக் கட்ட சிறுநீர்ப்பை புற்றுநோய்க்காகப் பயன்படுத்தப்படுகிறது. நீங்கள் நினைப்பது புரிகிறது. பிசிஜி என்பது டிபி எனப்படும் காசநோய்க்கு எதிராகப் பயன்படுத்தப்படும் மருந்துதான். 1970-ஆம் ஆண்டுகளின் இறுதியில் தற்செயலாக இந்தத் தடுப்பூசி சிறுநீர்ப்பை புற்றுநோய் ஏற்படாமல் தடுப்பது கண்டுபிடிக்கப்பட்டது. எவ்வாறு இந்தத் தடுப்பு

மருந்து புற்றுநோயினைத் தடுக்கின்றது என்பதற்கான செயல்பாட்டு வழிமுறை (Mechanism of Action) இதுவரை கண்டறியப்படவில்லை. புற்றுநோயால் பாதிக்கப்பட்டவருக்குப் புற்றுக் கட்டிகளை அகற்றியபின் தொடர்ந்து ஆறு வாரங்கள் இந்தத் தடுப்பு மருந்து செலுத்தப்படும். பிறகு பராமரிப்பு சிகிச்சை ஒன்று முதல் மூன்று வருடங்களுக்கு அளிக்கப்படும்.

இப்பராமரிப்பு சிகிச்சையின் போது ஒவ்வொரு மூன்று மாதத்திற்கும் 3 முதல் ஆறு வாரங்களுக்கு இத்தடுப்பு மருந்து அளிக்கப்படுகிறது. இத்தடுப்பு மருந்து சிறுநீரகப்பை புற்றுநோய்க்கு எதிராகச் சிறந்தப்பலனை அளித்தபோதும் மற்றவகையான புற்றுநோய்களுக்கு எதிராகப் பலனளிப்பதில்லை. இதில் சில பக்கவிளைவுகளும் உண்டு. முக்கியமாக, சிறுநீரக மற்றும் பிறப்புறுப்புப் பாதையில் தொற்றுகளும் புண்களும் ஏற்பட்டு சிகிச்சை பெறுபவருக்குப் பல அசௌரியங்களை ஏற்படுத்துகின்றன. இருந்தபோதிலும் இந்தப் பக்கவிளைவுகள் தற்காலிகமானவை மற்றும் இவற்றினைத் தக்க சிகிச்சைகள் மூலம் கட்டுக்குள் கொண்டுவர முடியும் என்பவை சற்று ஆறுதல் தரக்கூடியவை.

புற்றுநோய்க்கு எதிராகப் பயன்படுத்தப்படும் மற்றொரு ‘நோய் தீர்க்கும்’ தடுப்பு மருந்து ஸிபுலுசெல்-டி (Sipuleucel-T vaccine) எனப்படும் ப்ரோஸ்டேட் சுரப்பியில் ஏற்படும் புற்றுநோய்க்கானது (Prostate cancer). குறிப்பாக கேஸ்ட்ரேஷன் ரெஸிஸ்டண்ட் ப்ரோஸ்டேட் புற்றுநோய் (Castration-resistant prostate cancer) எனப்படும் மீள் புற்றுநோய்க்கானது. இந்தத் தடுப்பு மருந்து நோயினால் பாதிக்கப்பட்டவரின் உடலிலிருந்தே தருவிக்கப்பட்ட டெண்ட்ரிடிக் செல்கள் (Dendritic cells or DC அல்லது டிசி) எனப்படும் ஒருவகையான நோயெதிர்ப்புச் செல்களைக் கொண்டு தயாரிக்கப்படுகிறது. இந்த டிசி முதலில் தகுந்த முறைகள் மூலம் தூண்டிவிடப்பட்டு பிறகு நோயாளிக்கு அளிக்கப்படுகிறது. தூண்டிவிடப்பட்ட டிசி செல்கள் பாதிக்கப்பட்டவரின் உடலிலுள்ள டி-செல்களைத் தூண்டிவிட்டு புற்றுச் செல்களை அழிக்கும். இந்தத் தடுப்பு மருந்து முன்னேறிய நிலையில் (Metastatic and advanced) உள்ள ப்ரோஸ்டேட் புற்றுநோயினால் பாதிக்கப்பட்டவரை நோயிலிருந்து முற்றிலுமாகக் குணப்படுத்துமா என்றால்

இல்லை. ஆனால் தடுப்பு மருந்து எடுத்துக் கொண்டவரின் ஆயுளைக் குறிப்பிடத்தக்க அளவிற்கு நீட்டிக்கிறது. இம்மருந்து மூன்று தவணைகளாக இரண்டு வார இடைவெளியில் நோயினால் தாக்கப்பட்டவருக்கு அளிக்கப்படுகிறது. சாதாரணத் தலைவலி, உடல்வலி, வயிற்று உபாதைகள் போன்ற சிறு தொந்தரவுகள் தவிர வேறு எந்தவிதமான பெரிய அளவிலான பக்கவிளைவுகளும் இம்மருந்துகளுக்குக் கிடையாது என்பது பெரிய ஆறுதல்.

ஒரு புதிய வகைத் தடுப்பு மருந்து

செயலிழக்கச் செய்யப்பட்ட அல்லது கொல்லப்பட்ட பாக்டீரியாவினைத்தான் சாதாரணமாக நோய்த் தடுப்பு மருந்து தயாரிக்கப் பயன்படுத்துவர். ஆனால் ஏப்ரல் 13, 2023 அன்று வெளியாகியுள்ள புகழ்பெற்ற 'சயன்ஸ்' பத்திரிக்கையில் (Science Journal) சற்று வித்தியாசமான முறையில் தயார் செய்யப்பட்ட ஒரு புதிய வகைத் தடுப்பு மருந்து பற்றிய ஆய்வுக் கட்டுரை வெளியாகியிருந்தது. அதில் உயிருள்ள பாக்டீரியாவையே தடுப்பு மருந்தாகப் பயன்படுத்தியிருந்தனர்.

நமது உடலின் குடல் பகுதியில் பல கோடிக்கணக்கான எண்ணிக்கையில் நுண்ணுயிரிகள் வாழ்வதை நாம் அறிவோம். நமது குடல் பகுதி மட்டுமல்ல, நமது தோல் பகுதியிலும் கூடப் பல கோடிக்கணக்கான பாக்டீரியா, வைரஸ், பூஞ்சை போன்ற நுண்ணுயிரிகள் வாழ்ந்து வருகின்றன. இவை காமென்சால் (Commensals) என்றழைக்கப்படுகின்றன. இவை, தான் தங்கியிருக்கும் மனிதர்களுக்குப் பொதுவாக எந்தவிதத் தீங்கும் இழைக்காது. மாறாக அவை பல்வேறு நன்மைகளையே நமக்கு வழங்கி வருகின்றன.

சில ஆண்டுகள் முன்பு வரை இந்த நுண்ணுயிரிகளை நமது உடல் பெரிதாகக் கண்டுகொள்வதில்லை. அதாவது இவற்றிற்கு எதிராக எந்த விதமான நோயெதிர்ப்பு செல்களையோ, மூலக்கூறுகளையோ வெளிப்படுத்துவதில்லை என்றுதான் எண்ணி வந்திருந்தோம். ஏனென்றால் இந்த நுண்ணுயிரிகள்தான் நமக்கு எந்தவிதமான பிரச்சினைகளையும் தருவதில்லையே. மாறாக நன்மைகளை வேறு செய்து வருகின்றன. பிறகு ஏன் தேவையில்லாமல் நமது உடல் நேரத்தினையும் சக்தியினையும்

விரயம் செய்து இவற்றிற்கு எதிராகச் செயல்படவேண்டும்? என்றுதான் எண்ணியிருந்தோம். ஆனால் உண்மை நிலவரம் அவ்வாறு இல்லை. சமீபத்திய ஆய்வுகள், நமது உடலானது இந்த நுண்ணுயிரிகளுக்கு எதிராகவும் டி-செல் வகை நோயெதிர்ப்புச் செல்களை உற்பத்தி செய்வதைத் தெரியப்படுத்தியுள்ளன. என்ன ஒரு வித்தியாசம்... இந்த டி-செல்கள் எந்நேரத்திலும் தாக்கத் தயார் நிலையில் இருந்தாலும் காமென்சால் நுண்ணுயிரிகளுக்கு எதிராகத் தாக்குதல் ஏதும் நடத்துவதில்லை. ஒரு வேளை இந்த நன்மை பயக்கும் நுண்ணுயிரிகள் தோலைத்தாண்டி இரத்தத்திற்குள் நுழைந்தால் தாக்குதல் நடத்துமோ என்னவோ...

நிற்க. இந்த அறிவியல் உண்மையினை அறிந்த விஞ் ஞானிகள் ஒரு புதிய முயற்சியினை மேற்கொண்டனர். நமது தோலின் மேற்பகுதியில் வளரும் பல்லாயிரக்கணக்கான பாக்டீரியாக்களில் ஒன்று ஸ்டாஃபைலோகாக்கஸ் எபிடெர்மிடிஸ் (Staphylococcus epidermidis) அல்லது சுருக்கமாக ஸ்டாஃப் எபிடெர்மிடிஸ். இந்தப் பாக்டீரியாவினுள் மரபணுப் பொறியியல் தொழில்நுட்பத்தின்மூலம் புற்றுச்செல்களுக்கான ஆண்டிஜென்-ஐ புகுத்தினர். பிறகு இந்த மரபணு மாற்றம் செய்யப்பட்ட பாக்டீரியாவினை சோதனைச் சாலையில் இருந்த எலிகளின் தோலின் மேற்பகுதியில் தடவினர். ஆம் தடவினர். ஊசி மூலம் உட்செலுத்தவோ அல்லது வாய் வழியாக அளிக்கவோ இல்லை. பிறகு அந்த எலிகளுக்குப் புற்றுச் செல்களை செலுத்தினர். என்ன ஆச்சரியம். சில நாட்களுக்குப் பிறகு எலிகளைச் சோதனை செய்து பார்த்தபொழுது அவை அந்தப் பாக்டீரியாவினுள் புகுத்தப்பட்டிருந்த ஆண்டிஜென்னிற்கு எதிராக நோயெதிர்ப்புக் கூறுகளை உற்பத்தி செய்திருந்தன. அந்த நோயெதிர்ப்புக் கூறுகள் புற்றுச் செல்களை வளர விடாமல் செய்திருந்தன. மாறாக மரபணு மாற்றம் செய்யப்படாத பாக்டீரியா அளிக்கப்பட்ட அல்லது பாக்டீரியாவே அளிக்கப்படாத எலிகளில் புற்றுச் செல்கள் கடுமையாக வளர்ந்திருந்தன.

அதுமட்டுமன்றி, ஏற்கனவே புற்றுக்கட்டிகளால் பாதிக்கப்பட்டிருந்த எலிகளுக்கு இந்த மரபணு மாற்றம் செய்யப்பட்ட பாக்டீரியாவை அளித்தபோதும், புற்றுக்கட்டிகள் வியக்கத்தக்க அளவிற்குக் கரையத் தொடங்கின அல்லது

முற்றிலும் அழிக்கப்பட்டிருந்தன. அதாவது இந்தச் சிகிச்சை முறையினை நோய் வருவதற்குமுன் தடுப்பு மருந்தாகவும் பயன்படுத்தலாம் அல்லது நோய் வந்தபின் நோயைக் குணமாக்கவும் பயன்படுத்தலாம்.

பொதுவாக டி-செல் தெரபியின் போது ஏற்படும் இன்ஃப்ளமேட்டரி ரெஸ்பான்ஸ் (Inflammatory responses) எனப்படும் அழற்சி இச்சிகிச்சையின்போது எலிகளுக்கு ஏற்பட்டிருக்கவில்லை என்பது கூடுதல் ஆச்சரியம். புற்றுநோய்க்கு எதிரான போரில் இந்த வகைச் சிகிச்சைமுறை ஒரு புதிய மற்றும் மிக முக்கியமான மைல் கல்லாகப் பார்க்கப்படுகின்றது. அதுமட்டுமன்றி, இந்த வகையான புதிய மேற்பூச்சு நோய்த் தடுப்பு மருந்துகளும் (Topical vaccines), நோய்த் தடுப்பு ஆய்வில் ஒரு முக்கிய திருப்புமுனையாகப் பார்க்கப்படுகிறது.

மனிதர்களிடத்தில் இம்மருந்து வேலை செய்யுமா?

இந்த ஆய்வுகள் அனைத்தும் இதுவரை எலிகள் அளவிலேயே நடத்தப்பட்டு உள்ளன. இன்னும் மனிதர்களுக்கு அளிக்கப்பட்டு ஆய்வு செய்யப்படவில்லை. ஆய்வு மையத்தில் எலிகளுக்குக் கொடுக்கப்பட்டு வெற்றிகரமாக அமையும் சோதனை முடிவுகள் சில நேரங்களில் மனிதர்களுக்குக் கொடுக்கப்பட்டுப் பரிசோதிக்கும்போது தோல்வியில் முடிந்திருக்கிறது. அதுபோல இந்த ஆய்வும் மனிதர்களிடத்தில் செய்யப்படும்போது தோல்வியில் முடியலாம். ஆனால் மேற்கூறிய தடுப்பு மருந்து மனிதர்களிடத்திலும் வெற்றி பெறும் என்று நம்புவதற்கான பல முகாந்திரங்கள் உள்ளன. முதலாவது, இந்த ஆய்வில் உபயோகப்படுத்திய பாக்டீரியாக்களைக் குரங்குகளிடத்தில் கொடுத்துச் சோதித்தபோது அவைகளிடம் எலிகளின் உடலில் தோன்றியது போலான டி-செல்களே தோன்றின. குரங்குகளின் உடலமைப்பு (Physiology and Anatomy) எலிகளைவிடப் பலவிதங்களில் மனிதர்களை ஒத்தது. எனவே மனிதர்களிடத்திலும் இந்த மரபணு மாற்றப்பட்ட பாக்டீரியாக்கள் புற்றுநோய்க்கெதிரான சரியான வகை டி-செல்களையே தோற்றுவிக்கும் என நம்பலாம். இரண்டாவது மிக முக்கியமான காரணம்- ஸ்டாஃப் எபிடெர்மிஸ் வகைப்

பாக்டீரியாக்கள் செலுத்திய சில வாரங்களில் எலிகளின் தோலிலிருந்து மறைந்துவிடும். ஏனென்றால் இந்த வகைப் பாக்டீரியாக்கள் எலிகளின் தோலில் இயற்கையாகவே குடியிருக்கக் கூடியவை அல்ல. ஆனால் மனிதத் தோல்களில் இந்த வகைப் பாக்டீரியாக்கள் நிரந்தரமாகக் குடியிருக்கக் கூடியவை. மேலும் மிக எளிதாக வளரக் கூடியவை (colonize more permenantly and efficiently). நமது தோலினை ஆய்வு செய்து பார்த்தால் இந்தவகைப் பாக்டீரியாக்களை எளிதில் காண முடியும். எனவே இவற்றின் மூலம் நோயெதிர்ப்பு மண்டலம் நீண்டகாலம் தூண்டப்பட்டுக் கொண்டே இருக்கும் என நம்பலாம்.

இப்புதிய தடுப்பு மருந்தின் நன்மைகள்

தற்போது நடைமுறையில் உள்ள புற்றுநோய்க்கான இம்யூனோதெரபி சிகிச்சை முறையானது மிகுந்த சிக்கலானது. இதற்குத் தேவையான டி-செல்கள் முதலில் நோயாளியிடமிருந்தோ அல்லது கொடையாளியிடமிருந்தோ பெறப்பட வேண்டும். பிறகு அவற்றில் மரபணு மாற்றங்கள் செய்து, ஆய்வகத்தில் பல்கிப் பெருகச் செய்து மீண்டும் நோயாளியின் உடலில் செலுத்தவேண்டும். இதற்காக ஆகும் காலமும் செலவும் மிக அதிகம். அது மட்டுமன்று. நோயாளிக்கு இவ்வகை டி-செல்களை உடலுக்குள் இரத்தத்தின் வழியாக மட்டுமே செலுத்த முடியும். அதற்காக நோயாளியின் உடலைப் பலவாறு தயார் செய்யவேண்டும். நோயாளி சில வாரங்கள் மருத்துவமனையில் தங்க வேண்டி வரும்.

இவற்றிற்கெல்லாம் மேலாக இவ்வகையான முன் தயாரிப்புகள் (pre-conditioning) மற்றும் சிகிச்சை முறைகள் அளிக்கக்கூடிய பக்கவிளைவுகள் அதிகம். ஆனால் மரபணு மாற்றம் செய்யப்பட்ட பாக்டீரியா மூலம் அளிக்கப்படும் சிகிச்சை முறை நடைமுறைக்கு வருமானால் அவை மிக எளிமையானதாக இருக்கும் என நம்பலாம். இந்த மேற்பூச்சு தடுப்பு மருந்து மூலம் புற்றுநோய்க்குச் சிகிச்சை அளிக்கும்போது நோயாளி மருத்துவமனையில் தங்கவேண்டிய அவசியம் இருக்காது. அல்லது குறைந்தபட்சம் நீண்ட காலம் தங்க வேண்டிய தேவை இருக்காது. நோயாளிக்கு இம்மருந்துகளை இரத்தத்தின்

வழியே செலுத்தாமல் அவரின் தோல் பகுதியில் தடவினால் போதும். இந்த எளிய முறைகள் இம்மருந்து நோயாளிக்குக் கிடைப்பதற்கான கால அளவினைக் குறைப்பதோடு சிகிச்சைக்கான செலவினையும் பலமடங்கு குறைத்துவிடும்.

புற்றுநோய்களுக்கு மட்டுமல்ல, பல்வேறு வகையான நுண்கிருமிகளுக்கு எதிரான நோய்த் தடுப்பு மருந்துத் தயாரிப்பிலும் இப்புதிய முறை உபயோகப்படும். கோவிட் போன்ற மிகப் பெரிய அளவிலான தொற்றுநோய்கள் ஏற்படும் பொழுது இந்த வகையான தடுப்பு மருந்துகள் மூன்று முக்கிய வகைகளில் பலனளிக்கக் கூடியவையாக இருக்கும். முதலாவது, விரைவில் மருந்துகள் கண்டுபிடிக்கப்பட்டு சந்தைக்குக் கொண்டுவர முடியும். மேலும் மிகக்குறுகிய காலக்கட்டத்தில் பலகோடிப் பேருக்கு நோய்த்தடுப்பு மருந்தினை அளிக்க முடியும். நினைத்துப் பாருங்கள். தோல்களில் ஒட்டிக் கொள்ளக்கூடிய வில்லைகள் இருந்தால் மக்கள் தங்களுக்குத் தாங்களே தடுப்பு மருந்துகள் அளித்துக் கொள்ள முடியும் அல்லவா? மருத்துவமனைக்கோ அல்லது தடுப்பு மருந்து வழங்கும் மையங்களுக்கோ சென்று பயிற்சி பெற்ற ஒருவரின் உதவியோடு கூட்டத்தில் நின்று ஊசி எடுத்துக் கொள்வதற்குப் பதில் மக்கள் அவர்களின் இல்லங்களிலேயே அவர்களாகவே தடுப்பு மருந்து எடுத்துக் கொள்ள முடியும். மூன்றாவது மிக முக்கியமான பயன், செலவு. இவ்வகை மருந்துகள் தயாரிப்பதற்கு ஆகும் செலவு தற்போது நடைமுறையில் உள்ள வகையான தடுப்பு மருந்துகளின் விலையைவிடப் பல மடங்கு குறைவாக இருக்கும் என எதிர்பார்க்கப்படுகிறது. கூடிய விரைவில் இம்மருந்துகள் சோதனைகளைத் தாண்டி புழக்கத்திற்கு வரும் என்று நம்புவோம்.

மனித நுண்ணுயிரிகள் தொகுப்பு
(The Human Microbiome)

அவங்க நல்லவங்களா? கெட்டவங்களா?

ஆள் பாதி ஆடை பாதி என்பது பழமொழி. ஆடை இல்லையேல் அவன் முழு மனிதன் கிடையாது. உண்மையில் மனிதர்களை முழுமையாக்குவதில் முக்கியப் பங்கு ஆடைகளை விட நுண்ணுயிரிகளுக்கே அதிகம். ஆம். ஆடை இல்லாமல் கூட உயிர் வாழும் மனிதர்கள் இப்புவியில் உண்டு. நுண்ணுயிரிகள் இல்லாமல் எம்மனிதராலும் ஒருநாள்கூட உயிருடன் இருக்க முடியாது. காலம் காலமாக, உலகம் முழுவதிலும் நாம் நுண்ணுயிரிகளை வில்லனைப் போலவே சித்தரித்து வந்திருக்கின்றோம். நுண்ணுயிரிகள் என்றால் நோய் பரப்புபவை என்றுதான் நம்மில் பெரும்பாலோனோருக்குத் தெரியும். இதையும் தாண்டிச் சிலரே இந்த நுண்ணுயிரிகள் உணவுப் பொருட்கள் தயாரிக்கப் பயன்படுவதை அறிந்து வைத்திருப்பர். ஆனால் நாம் ஆரோக்கியமாக இருக்கத் தேவையான முக்கியக் காரணிகளில் ஒன்று நமது உடலிலேயே வாழும் பல கோடிக்கணக்கான நுண்ணுயிரிகள் என்பது பலருக்குத் தெரிவதில்லை. நமது உடலில் மனிதனுக்கே உரிய செல்களைவிடப் பலமடங்கு அதிக எண்ணிக்கையில் நுண்ணுயிரிகள் வாழ்கின்றன.

நமது உடலில் உள்ள நுண்ணுயிரிகளின் தொகுப்பினை மைக்ரோபையோம் (microbiome) அல்லது நுண்ணுயிர்கள் தொகுப்பு என்கிறோம். இவற்றில் பாக்டீரியா (Bacteria), பூஞ்சை (Fungi), வைரஸ் (Viruses), ஆர்கியா (Archaea) எனப் பலதரப்பட்ட வகையான நுண்ணுயிரிகள் அடங்கும். நாம் உண்ணும் சிலவகையான உணவுகளைச் செரிப்பதில் தொடங்கி, நமது அறிவுத்திறனைத் தீர்மானிப்பது வரை இவற்றின் பங்கு வியப்புக்குரியது. நுண்ணுயிரிகளால் நோய்கள் ஏற்படுவது நாம் அனைவரும் அறிந்ததே. ஆனால் பலர் அறியாதது, சில குறிப்பிட்ட வகையான நுண்ணுயிரிகள் நமது உடலில் இல்லாவிட்டால் கடுமையான உடல்நலக் குறைபாடுகள் மற்றும் நோய்கள் ஏற்படும் என்பதினை.

இந்தக் கோடிக்கணக்கான நுண்ணுயிரிகள் ஒவ்வொன்றிலும் ஆயிரக்கணக்கில் மரபணுக்கள் இருக்கும். கூட்டிக் கழித்துப் பார்த்தால் நமது உடலில் நமக்குச் சொந்தமான மனித மரபணுக்களைவிட இந்த நுண்ணுயிரிகளுக்குச் சொந்தமான மரபணுக்களின் எண்ணிக்கை 100 மடங்காவது அதிகமாக இருக்கும். இந்த நுண்ணுயிரிகளின் மரபணுக்கள் மூலம் உற்பத்தியாகும் புரதங்கள் அனைத்தும் நமது உடலிலேயே வந்து சேர்வதால் அந்தப் புரதங்களின் விளைவுகளையும் நம் உடல் ஏற்றுக் கொண்டுதான் ஆகவேண்டும். நல்வாய்ப்பாக இந்த விளைவுகள் பெரும்பாலும் மனிதர்களுக்குக் கணக்கிலடங்கா நன்மைகளைத் தருபவனாகவே உள்ளன.

ஒவ்வொன்றும் ஒருவிதம்

நமது உடலில் இத்தகைய பல்வேறு வகையான நுண்கிருமிகள் இருப்பினும் அவை நம்மில் அனைவரிடத்திலும் அச்சு அசலாக ஒரே மாதிரியாக இருப்பதில்லை. நாம் சாப்பிடும் உணவு, வாழ்க்கை முறை, நமது சுற்றுச்சூழல், நமது இனம், வயது எனப் பலதரப்பட்டக் காரணிகள் நம்மில் எவ்வகையான நுண்ணுயிரிகள் வாழ்கின்றன என்பதைத் தீர்மானிக்கின்றன. ஒரு குழந்தை சுகப்பிரசவத்தின் மூலம் பிறக்கின்றதா அல்லது அறுவைச் சிகிச்சை மூலம் பிறக்கின்றதா என்பது கூட அக்குழந்தையின் உடலில் எவ்வகையான நுண்ணுயிரிகளின் தொகுப்பு உள்ளது என்பதைத் தீர்மானிக்கும். குழந்தை

சுகப்பிரசவத்தின் மூலம் பிறக்கும் பொழுது, தாயின் யோனியில் உள்ள நுண்ணுயிரிகள் தொகுப்பு (Vaginal microbiome) குழந்தைக்கும் கடத்தப்படுகின்றது. அதுபோல அக்குழந்தை தாய்ப்பால் குடித்து வளர்கின்றதா அல்லது புட்டிப்பால் குடித்து வளர்கின்றதா என்பதும் அக்குழந்தையின் நுண்ணுயிர்த் தொகுப்பினைத் தீர்மானிக்கிறது. பிறகு அக்குழந்தை எவ்விதம் வளர்கிறது, என்ன மாதிரியான உணவுகளை உட்கொள்கின்றது என்பதைப் பொறுத்து அக்குழந்தையின் மைக்ரோபையோம் மாறுபட்டுக் கொண்டே இருக்கும்.

உதாரணத்திற்கு, ஒரு குழந்தை கூட்டுக் குடும்பத்தில் ஒரு கிராமச் சூழ்நிலையில் வளர்வதாக வைத்துக் கொள்வோம். அக்குழந்தைக்கு அதனைத் தொட்டு, முத்தமிட்டு, தூக்கிக் கொஞ்சி, உணவு ஊட்டி வளர்க்கும் பலரது நுண்ணுயிர்த் தொகுப்பும் கடத்தப்படும். பிறகு அக்குழந்தை தெருவில், புழுதியில் விளையாடி வருமேயானால் அதன் மூலமும் நுண்ணுயிர்த் தொகுப்பு மாறுபடும். மொத்தத்தில் அதிக அளவு மாறுபட்ட, வேறுபட்ட மனிதர்களோடும் இயற்கையோடும் இணைந்து வளரும் குழந்தையின் நுண்ணுயிர்த் தொகுப்பு மிகுதியான மாறுபாட்டோடு இருப்பதோடு அக்குழந்தைக்குச் சிறந்த நன்மைகளையும் வழங்கும். மாறாகத் தனிக்குடும்பச் சூழலில் வெகுசில மனிதர்களுடன் மட்டுமே பழகும், அடிக்கடி தேவையில்லாமல் தூய்மி கொண்டோ அல்லது சோப்புக் கொண்டோ கை கழுவப்பட்டு, புழுதியிலோ அல்லது அழுக்கிலோ விளையாடாமல் டெட்டால் போன்ற கிருமி நாசினிகள் கொண்டு சுத்தம் செய்யப்பட்ட தரையில் மட்டுமே தவழ்ந்து, கிருமி நாசினி கொண்டு சுத்தம் செய்யப்பட்ட விளையாட்டுப் பொருட்களை மட்டுமே பயன்படுத்தி விளையாடும் குழந்தைகளுக்குத் துரதிர்ஷ்டவசமாக இத்தகைய நன்மை செய்யும் நுண்கிருமிகள் போதுமான அளவிற்குச் சென்று சேராமல் போகும் வாய்ப்புள்ளது.

அளவான சுத்தம் (மட்டுமே) சுகம் தரும்

இதில் ஒரு விஷயம் முக்கியம். மேலே உள்ள பத்தியினைப் படிக்கும் போது ஏதோ 'சுத்தம் கேடு தரும்' என்று சொல்வது போலத் தோன்றலாம். இல்லை. இங்குக் கூறப்படும் கருத்தினைத்

தெளிவாகப் புரிந்து கொள்ள வேண்டும். கண்டிப்பாகச் சுத்தம் மிக முக்கியம். கழிவறையினை உபயோகித்தபின் கண்டிப்பாகக் கையினை நன்றாகச் சோப்புக் கொண்டு கழுவித்தான் ஆகவேண்டும். கோவிட் போன்ற தொற்றுகள் பரவும்போது கண்டிப்பாகச் சில தற்காப்பு நடைமுறைகளைப் பின்பற்றித்தான் ஆகவேண்டும். சாக்கடையில் வெறுங்கையில் விளையாடிவிட்டு வந்து அல்லது ஈ மொய்த்த உணவுகளை உட்கொண்டுவிட்டு வந்து எனக்கு ஏன் நோய் வந்தது என்று கேட்கக் கூடாது. மருத்துவர்களும், விஞ்ஞானிகளும் அறிவுறுத்தும் சுத்தம் என்பது ஒரு வரைமுறையினைக் கொண்டது. அளவிற்கு மிஞ் சினால் அமிர்தமும் நஞ்சு என்பது போல ஓர் அளவிற்கு மேல் பின்பற்றப்படும் சுத்தமும் நல்லது கிடையாது. மிகத் தீவிரமாக அளவிற்கு மிஞ்சி சுத்தத்தினைக் கடைப்பிடிப்பது பெரும்பாலான சூழ்நிலைகளில் பல்வேறு நன்மைகள் நமக்குக் கிடைப்பதைத் தடுப்பதோடு, சில சமயங்களின் தீங்கையும் விளைவிக்கும்.

மற்றொரு முக்கிய விஷயம்... இந்தச் சுத்தம், அசுத்தம் பற்றிய அறிவுரைகள் எல்லாம் ஆரோக்கியமானவர்களுக்கே. சில நேரங்களில் சில தரப்பிலான மக்கள் கண்டிப்பாகச் சுத்தம் பற்றிய மிகுந்த விழிப்புடன் இருந்தே ஆகவேண்டும். உதாரணமாகப் புற்றுநோய் சிகிச்சையின் காரணமாகவோ அல்லது உடல் உறுப்பு தானம் பெற்றோ அல்லது வேறுசில காரணங்களினாலோ தமது உடலில் நோயெதிர்ப்புச் சக்தி குறைவாக உள்ளவர்கள் மிகுந்த சுத்தத்துடன் இருப்பது பொதுவாக நன்மையினையே தரும்.

சரி, மீண்டும் விஷயத்திற்கு வருவோம். இந்த நுண்கிருமிகள் ஒவ்வொரு மனிதரிடத்தும் வேறுபட்டுள்ளது மற்றும் என்ன காரணங்களினால் இந்த வேறுபாடு உள்ளது எனத் தோராயமாகத் தெரிந்திருந்தாலும் விஞ்ஞானிகள் இன்னும் துல்லியமான காரணங்களைக் கண்டறியவில்லை. ஆனால் மனிதனுடைய நுண்ணுயிர்த் தொகுப்பில் ஏற்படும் மாற்றங்களும், அந்த மாற்றங்களின் விளைவாக நுண்ணுயிரிகளின் மரபணுத் தொகுப்பில் ஏற்படும் மாற்றங்களும் மேலும் இவையனைத்தும் நமது உடலில் உள்ள பல்வேறு சுரப்பிகள், நோயெதிர்ப்பு மண்டலம் மற்றும் நரம்பு மண்டலங்களுடன் வினைபுரிவதன்

மூலமாகப் பல்வேறு விதமான உடல்நல மாற்றங்கள் ஏற்படுவது உறுதி செய்யப்பட்டுள்ளது.

மலம் மாற்றுச் சிகிச்சை (Fecal transplant)

நமது உடலின் ஒவ்வொரு பகுதியிலும் ஒவ்வொருவிதமான நுண்ணுயிரிகள் வாழ்கின்றன. தோல், சுவாச மண்டலம், குடல் பகுதி என ஒவ்வொன்றிலும் தனித்துவமான நுண்ணுயிரிகள் இருக்கும். பல்வேறு நோய்களுக்கு இந்த நுண்ணுயிர்த் தொகுப்பின் சமநிலையில் ஏற்படும் மாறுபாடு ஒரு தனி மனிதனின் மரபணுத் தொகுப்பைவிட மிக முக்கியக் காரணியாக இருப்பதைப் பல்வேறு ஆய்வுகள் ஐயமற நிரூபித்துள்ளன. உதாரணமாக க்லோஸ்ட்ரிடியம் டிஃபிசிலெ (Clostridium difficile) எனப்படும் ஒருவகை பாக்டீரியாவினால் ஏற்படும் தொற்றினை எடுத்துக் கொள்வோம். இந்தப் பாக்டீரியாத் தொற்றினால் பாதிக்கப்பட்ட நபர் கடும் வயிற்றுப்போக்கினால் அவதிப்படுவார். இத்தகைய நபர்களின் குடல் பகுதியில் வாழும் நுண்ணுயிரிகள் ஆரோக்கியமானவர்களின் குடலில் வாழும் நுண்ணுயிரிகள் போல அல்லாமல் சமநிலை பிறழ்ந்து இருக்கும். இதனை நோயாளிகளின் மலத்தில் உள்ள நுண்ணுயிரிகளை ஆய்வதின் மூலம் அறிந்து கொள்ள முடியும். இத்தகைய பிரச்சினையில் சிக்கித் தவித்துக் கொண்டிருப்பவர்களுக்கு என்ன தீர்வு தெரியுமா? ஓர் ஆரோக்கியமானவரின் மலத்திலிருந்து பெறப்பட்ட நுண்ணுயிர் தொகுப்பினை மலம் மாற்றுச் சிகிச்சை மூலம் பாதிக்கப்பட்டவருக்கு அளிப்பதே. ஆம், கேட்பதற்குச் சற்று அருவெறுப்பாக இருந்தாலும் ஆண்டிபயாடிக் எனப்படும் மருந்துகள் மூலம் அளிக்கப்படும் சிகிச்சையினை விட இந்த மலம் மாற்றுச் சிகிச்சை முறை மிகச் சிறந்த பலன் அளிக்கின்றது.

இதுபோலவே உடல் பருமன் உடையவர்களின் மைக்ரோபையோம் மெல்லிய தேகம் கொண்டவர்களிடமிருந்து மாறுபட்டுள்ளதும் கண்டுபிடிக்கப்பட்டுள்ளது. மெல்லிய தேகம் கொண்ட ஒருவரின் மலத்திலிருந்து எடுக்கப்பட்ட மைக்ரோபயோமை உடல் பருமன் உடையவர்களுக்கு மலம் மாற்றுச் சிகிச்சை மூலம் அளிக்கும்பொழுது உடல் பருமன் குறைவதும் ஆய்வுப் பூர்வமாக நிரூபிக்கப்பட்டுள்ளது.

இத்தகைய மலம் மாற்றுச் சிகிச்சை முறை உலகின் பல இடங்களில் சில குறிப்பிட்ட நோய்களுக்குத் தீர்வாக அளிக்கப்பட்டு வந்தாலும் தற்போதைய நிலையில் இன்னும் பரவலாகப் பயன்படுத்தப்படவில்லை. கூடிய விரைவில் இந்தச் சிகிச்சைமுறை போதுமான ஆய்வுகள் செய்து முடிக்கப்பட்டுப் பரவலான அளவில் பயன்படுத்தப்படுவதற்கான வாய்ப்புகள் அதிகம் உள்ளன.

மனிதக் குடலில் வாழும் நுண்ணுயிரிகளின் தொகுப்பு (The Human Gut Microbiome)

மனித நுண்ணுயிர்த் தொகுப்பு, குறிப்பாக மனிதனின் குடல் பகுதியில் வாழும் நுண்ணுயிர்களின் தொகுப்பு மற்றும் அதனுடன் இணைந்த மனித உடல்நலத்தின் மீதான ஆர்வம் விஞ்ஞானிகள் மற்றும் மருத்துவர்கள் மத்தியில் கடந்தசில வருடங்களாக அதிகரித்து வருகிறது. இதற்கு முக்கியக் காரணம் மனிதக் குடல் பகுதியில் வாழும் நுண்ணுயிரிகள் நமது உடல் நலத்தில் ஏற்படுத்தும் நம்ப முடியாத அளவிலான மாற்றங்கள்தான். குடல் நுண்ணுயிர் தொகுப்பில் ஏற்படும் மாற்றங்கள் நேரடியாகவோ அல்லது மறைமுகமாகவோ மனித உடல் நலத்தில் மாற்றங்களை ஏற்படுத்துகின்றன. இன்னும் சொல்லப்போனால் குடல் பகுதியில் உள்ள நுண்ணுயிரிகள் குடல் பகுதியிலிருந்து தொலைதூரத்தில் உள்ள உறுப்புகளையும் மற்றும் அதன் செயல்களையும்கூடக் கட்டுப்படுத்துகின்றன.

இங்கு நாம் நுண்ணுயிரிகள் எனக் குறிப்பிட்டு வருபவை வைரஸ், பூஞ்சை மற்றும் இன்னபிற வகையான நுண்ணுயிரிகளையும் குறித்தாலும், குடல் நுண்ணுயிரித் தொகுப்பு சம்பந்தப்பட்ட பெரும்பான்மையான ஆய்வுகள் பாக்டீரியாக்களை அடிப்படையாகக் கொண்டே நடத்தப்பட்டு வந்திருக்கின்றன. எனவே கீழே விவரித்துள்ள ஆய்வு முடிவுகள் பாக்டீரியாவை அடிப்படையாகக் கொண்டவை.

குடல் நுண்ணுயிர்த் தொகுப்பும் நாட்பட்ட நோய்களும் (Chronic Diseases)

இந்தக் குடல் நுண்ணுயிரித் தொகுப்பில் என்னென்ன வகையான பாக்டீரியாக்கள் உள்ளன, அவற்றின் வேலைகள்

என்ன என்பதற்கும் நமக்கு ஏற்படும் நாட்பட்ட நோய்களுக்கும் நெருக்கமான தொடர்பு இருப்பதை ஆய்வுகள் கண்டறியத் தொடங்கியுள்ளன. மனித நோயியலில் இந்த நாட்பட்ட நோய்கள் மிக முக்கியமானவை. இவை உலகம் முழுவதிலும் பல கோடிக்கணக்கான மக்களின் வாழ்க்கைத் தரத்தினையும் உற்பத்தித் திறனையும் கடுமையாகக் குறைப்பதோடு மட்டுமல்லாமல் உயிர்களையும் பலிவாங்கி வருகின்றன. வாழ்வியல் முறை நோய்கள் (Lifestyle Diseases) என்றும் இவற்றுள் சில அழைக்கப்படுகின்றன. உதாரணத்திற்கு, வகை 1 சர்க்கரை நோய், வகை 2 சர்க்கரை நோய், உடல் பருமன், இரத்த அழுத்தம், சிலவகையான இதயம் சம்பந்தப்பட்ட கோளாறுகள், ஆடிஸம், ஆஸ்த்மா, குடல் அழற்சி நோய்கள் போன்றவற்றினைக் கூறலாம்.

நாட்பட்ட நோயினால் பாதிக்கப்பட்டவர்களின் குடல் நுண்ணுயிர் தொகுப்பினை ஆய்வு செய்யும்பொழுது சில குறிப்பிட்ட வகைத் தீங்கு விளைவிக்கும் பாக்டீரியாக்களின் எண்ணிக்கை சராசரியை விட அதிகமாக இருப்பதையும் சில நன்மை செய்யும் பாக்டீரியாக்களின் எண்ணிக்கை சராசரியை விடக் குறைவாக இருப்பதையும் அறிய முடிகிறது. ஒவ்வொரு வகையான நாட்பட்ட நோய்க்கும் வெவ்வேறு விதமான பாக்டீரியாக்களின் எண்ணிக்கையில் ஏற்படும் ஏற்ற இறக்கங்கள் காரணமாக உள்ளன. இங்கு தீங்கு விளைவிக்கும் பாக்டீரியாக்களைப் பற்றிய ஒரு முக்கிய குறிப்பு. சாதாரணமாக இந்தப் பாக்டீரியாக்கள் நமது குடல் பகுதியில் இருக்கும்பொழுது அவை நமக்கு எந்தவிதமான தீங்கினையும் விளைவிப்பதில்லை. அவற்றின் எண்ணிக்கை அதிகமாகும் பொழுதோ அல்லது குடல் பகுதியின் மேற்பரப்பு பாதிக்கப்பட்டு கசிவுத்தன்மை அதிகமாகும்பொழுதுதான் அவை நமக்குத் தீங்கினை ஏற்படுத்துகின்றன.

குடல் நுண்ணுயிர்த் தொகுப்பும் மனநல நோய்களும்

குடல் நுண்ணுயிர்த் தொகுப்பில் ஏற்படும் மாற்றங்கள் மனநல நோய்களையும்கூட ஏற்படுத்தக் கூடியவை என்பதை நம்புவது சற்றுக் கடினமாகத்தான் இருக்கும். ஆனால் ஆய்வு முடிவுகள் அதைத் தான் சுட்டிக் காட்டுகின்றன. ஆங்கிலத்தில் இதனை

"குடல்-மூளை அச்சு" (gut–brain axis) என்று கூறுகின்றனர். நரம்பு மண்டலம், நோயெதிர்ப்பு மண்டலம், நாளமில்லாச் சுரப்பிகள் மண்டலம் என மூன்று முக்கிய மண்டலங்களின் மூலம் இந்தக் குடல் நுண்ணுயிரிகள் மூளையுடன் தொடர்பு கொள்கின்றன. இந்த நுண்ணுயிரிகள் சுரக்கும் புரதங்கள் மற்றும் சில வேதிப்பொருட்கள் இந்த மண்டலங்களில் உள்ள வேதியியல் மூலக்கூறுகளுடன் வினைபுரிவதன் மூலமாக மனநலத்தில் மாற்றங்கள் ஏற்படுகின்றன. நாட்பட்ட நோய்களைப் போன்றே ஒவ்வொரு வகையான மனநல நோய்க்கும் வெவ்வேறு விதமான பாக்டீரியாக்களின் எண்ணிக்கையில் ஏற்படும் வேறுபாடுகள் காரணமாக உள்ளன.

குடல் நுண்ணுயிர்த் தொகுப்பில் எவ்வாறு மாற்றம் ஏற்படுகிறது?

சாதாரணமாகச் சமநிலையில் உள்ள நுண்ணுயிர்த் தொகுப்பில் ஒருசில பாக்டீரியாக்கள் திடீரென அதிகமாகலாம் அல்லது குறையலாம். இது பல்வேறு காரணங்களினால் நடக்கக்கூடும். உதாரணத்திற்கு ஆண்டிபயாடிக் மருந்துகளின் உபயோகம். ஆண்டிபயாடிக்குகள் பொதுத் தாக்குதல் (Carpet bombing) நடத்தக் கூடியவை. அதாவது ஒரு தொற்றுநோய் ஒரு குறிப்பிட்ட பாக்டீரியாவினால் ஏற்படுகின்றது என வைத்துக்கொள்வோம். அதற்காக ஒருவர் ஆண்டிபயாடிக் எடுத்துக்கொண்டால் அந்த ஆண்டிபயாடிக் நோய் உண்டாக்கும் பாக்டீரியாவினை மட்டும் கொல்லாமல் பொதுவாகக் குடல் பகுதியில் உள்ள அனைத்துப் பாக்டீரியாக்களையும் தாக்கும். இதில் சில வகைப் பாக்டீரியாக்கள் எளிதில் பாதிக்கப்பட்டு அவற்றின் எண்ணிக்கை கணிசமாகக் குறையக்கூடும். வேறுசில பாக்டீரியாக்களோ அவற்றின் எண்ணிக்கையில் எந்தச் சிறு பாதிப்பும் இல்லாமல் தொடர்ந்து வளரக்கூடும். இச்சூழ்நிலை அடிக்கடி தொடருமானால், நுண்ணுயிர்த் தொகுப்புச் சமநிலையில் கணிசமான பாதிப்பு ஏற்படும். இதனால்தான் ஆண்டிபயாடிக் மருந்துகளைத் தேவையின்றி அடிக்கடி எடுத்துக்கொள்ளக்கூடாது என மருத்துவர்கள் அறிவுறுத்துகின்றனர்.

சமநிலை பாதிப்பிற்கான மற்றொரு முக்கியக் காரணம் குடல் கசிவுத் தன்மை. குடலின் கசிவுத் தன்மையினைக் காப்பதில்

நார்ச்சத்து நிறைந்த உணவுப்பொருட்களுக்கு மிகுந்த பங்கு உண்டு. நார்ச்சத்துக் குறைவு ஏற்பட்டு, குடலின் மேற்பகுதியில் உள்ள செல்களிடையே விரிசல் ஏற்படும்பொழுது குடல் பகுதியில் வாழும் பாக்டீரியாக்கள் இரத்த ஓட்டத்தில் கலந்து உடலின் மற்ற பாகங்களுக்குச் செல்லும் வாய்ப்புண்டு. அவ்வாறு செல்லும் பாக்டீரியாக்கள், தான் எப்போதும் இருக்கும் சூழலிலிருந்து மாறுபட்ட வேற்றுச் சூழலில் வேறுவிதமாக வளரத் தொடங்கும். வேறு விதமான வேதியியல் கூறுகளை அல்லது தான் எப்போதும் வெளிப்படுத்தும் வேதிக்கூறுகளை மாறுபட்ட அளவில் உற்பத்தி செய்ய ஆரம்பிக்கும். அது தொடர் விளைவுகளை ஏற்படுத்தி நமது உடல் நலனில் மாறுபாடுகளை ஏற்படுத்தத் தொடங்கும்.

பாக்டீரியாக்கள் மூலம் நோய்களைக் குணப்படுத்த முடியுமா?

இந்த ஆய்வு முடிவுகளைப் பார்க்கும்பொழுது ஒரு கேள்வி வருவது இயற்கை. பாக்டீரியாக்களின் வகைகளில் ஏற்படும் மாற்றங்கள் இந்த நாட்பட்ட நோய்களுக்குக் காரணமெனில் நன்மை செய்யும் பாக்டீரியாக்களை உணவின் மூலமோ அல்லது ப்ரோபயாடிக் எனப்படும் தனியாக வளர்க்கப்பட்ட பாக்டீரியாக்கள் அடங்கிய திரவங்கள் மூலமாகவோ அளித்தால் இந்த நோய்களைத் தீர்க்க முடியுமா? வாய்ப்புகள் இருப்பதாகத்தான் ஆய்வுகள் கூறுகின்றன. உதாரணத்திற்கு அதிக நார்ச்சத்து மிக்க உணவுப் பொருட்கள் சிறந்த முறையில் இரத்தத்திலுள்ள சர்க்கரையின் அளவினைக் குறைப்பதாகக் கண்டறியப்பட்டுள்ளது. இதன் மூலம் இதய சம்பந்தமான நோய்கள் ஏற்படும் வாய்ப்பு குறைவதும் தெரிய வந்துள்ளது. அதைப்போலவே பல்வேறு வகையான தாவர உணவுகளை (Variety of plant based foods) உட்கொள்வதும் குடல் நுண்ணுயிரிகளின் வகைகளை ஆரோக்கியமான நிலையில் வைத்துக்கொள்ள உதவுகின்றது. குறிப்பாக இந்த வகையான ஆரோக்கியமான உணவு பழக்கவழக்கங்கள் எஸ்சிஎஃப்ஏ (Single chain fatty acids (SCFA)) எனப்படும் ஒருவகையான வேதியியல் பொருளைச் சுரக்கும் பாக்டீரியாக்களின் எண்ணிக்கையினை அதிகப்படுத்துவதன் மூலமாக உடல் ஆரோக்கியத்தினை மேம்படுத்துகின்றன.

எஸ்சிஎஃப்ஏ-வினை போன்றே வேறு சில வேதிப் பொருட்களும் இந்தக் குடல்வாழ் பாக்டீரியாக்களினால் சுரக்கப்படுவதும் அதன் மூலம் பல்வேறு நல்ல உடல் ஆரோக்கியம் சம்பந்தமான மாற்றங்களும் ஏற்படுவது உறுதிப்படுத்தப்பட்டுள்ளதால் இந்த வேதிப்பொருட்களையே நேரடியாக மருந்தாகப் பயன்படுத்தும் முயற்சிகளும் மேற்கொள்ளப்பட்டு வருகின்றன. இன்னும் சில ஆய்வுகளில் நன்மை தரும் பாக்டீரியாக்களை (ப்ரோபையோட்டிக்ஸ் - Probiotics) அளிப்பதன் மூலம் நோய்கள் குணமாவதும் கண்டுபிடிக்கப்பட்டுள்ளது.

நாட்பட்ட நோய்கள் என்ன காரணங்களினால் ஏற்படுகின்றன என்ற தெளிவு இல்லாமல் இருந்த நிலையில் சமீபத்திய இந்த ஆய்வுகள் மூலம் தெரிய வந்துள்ள பாக்டீரியாக்களுக்கும் நாட்பட்ட நோய்களுக்குமான தொடர்பு இந்நோய்களுக்கான தீர்வினைக் கண்டுபிடிப்பதில் முக்கியமான ஒன்றாகக் கருதப்படுகின்றது. இந்த ஆய்வுகள் முடிவு பெற்று நமது உபயோகத்திற்கு ப்ரோபையோடிக்ஸ் அடிப்படையிலான மருந்துகள் கிடைக்க இன்னும் சில ஆண்டுக் காலங்கள் ஆகலாம்.

இந்த ஆய்வுகள் ஆரம்பக் கட்டத்தில் இருந்தாலும் வெளிவந்து கொண்டிருக்கும் பல்வேறு ஆய்வு முடிவுகள் தினந்தோறும் புதிய நம்பிக்கைகளைத் தந்து கொண்டிருக்கின்றன. இதற்கு முக்கியக் காரணமாக மரபணுத் தொகுப்பு வரிசைப்படுத்தும் தொழில்நுட்பத்தின் வளர்ச்சியும் மற்றும் வரிசைப்படுத்தப்பட மரபணுத் தொகுப்பிணை ஆராய்வதற்குத் தேவையான கணினி சார்ந்த துறைகளின் வளர்ச்சியையும் கூறலாம். அதுமட்டுமன்றி, ஒருகாலத்தில் முடியவே முடியாதென்றிருந்த, பல்வேறு விதமான நுண்ணுயிரிகளைத் தனியாக அதன் சூழலிலிருந்து பிரித்து வளர்ப்பதற்குத் தேவையான தொழில்நுட்பமும் தற்போது கணிசமான அளவிற்கு வளர்ந்துள்ளது. கண்டிப்பாக இத்துறையின் மூலம் மனிதர்களின் நாட்பட்ட நோய்களுக்கும் மனநலம் சம்பந்தமான பிரச்சினைகளுக்கும் தீர்வு கிடைக்கும் என்ற நம்பிக்கை உள்ளது. மருத்துவத்துறையில் பல புரட்சிகளை இந்தத் துறை ஏற்படுத்தும் என்பதில் மாற்றுக் கருத்தில்லை.

நீண்ட ஆயுள் அறிவியல்
(The longevity Science)

இறப்பினைத் தள்ளிப் போட முடியுமா?

இறப்பினைக் கண்டு அஞ்சாதவர் இந்த உலகில் இருக்க முடியாது. ஒரு சில பேர் இருக்கக்கூடும். ஆனால் பெரும்பாலானோர்க்கு இறக்கும் நாள் தெரிந்துவிட்டால் வாழ்க்கை நரகம்தான். அனைவரையும் ஆட்டிப் படைக்கக்கூடிய இறப்பினைத் தள்ளிப் போட முடியுமா? ஒரு நாள், இரு நாள் இல்லை... பல வருடங்கள்!

நாம் பேசுவது தீர்க்க முடியாத நோயினால் பாதிக்கப்பட்டவர்களுக்கு மருந்து கொடுத்து நோயின் தீவிரத்தினைக் குறைத்து ஆயுளை நீட்டிப்பது பற்றி அல்ல. ஆரோக்கியமாக வாழும் ஒருவரின் ஆயுளை நீட்டிப்பது பற்றி. ஒருவர் 80 வயது வரை வாழக்கூடியவர் என்றால் அவரின் வயதினை இன்னொரு 10 முதல் 20 வருடங்கள் வரை நீட்டித்து வாழவைப்பது பற்றி. இதைக் கொஞ்சம் கொஞ்சமாக நீட்டித்து 150 அல்லது 200 வயது வரை வாழ வைப்பது பற்றி. இது சாத்தியமா? சாத்தியம் என்கிறது அறிவியல். இந்த நூற்றாண்டின் மிகப் பெரிய அறிவியல் வேட்டை உயிர் தொழில்நுட்பத் துறையைப் பொறுத்த வரையில் புற்றுநோய்க்குத் தீர்வு

கண்டுபிடிக்கும் முயற்சிக்கு அடுத்தபடி ஆயுளை நீட்டிக்கும் முயற்சியாகத்தான் இருக்கும்.

இது சற்றுக் கடினமான பணி என்றாலும் அறிவியல் ரீதியாகச் சாத்தியமாகக் கூடியதுதான். ஆரோக்கியமான ஒரு மனிதன் இறப்பதற்கு முக்கியக் காரணம் வயது மூப்புதான். வயது மூப்பினைத் தள்ளிப்போட்டால் இறப்பினையும் தள்ளிப் போட முடியும் அல்லவா? வயது மூப்பினைத் தள்ளிப்போட வேண்டுமென்றால் முதலில் வயது மூப்பு என்றால் என்ன என்பது பற்றிய தெளிவான வரையறை நமக்கு வேண்டும். பிறகு வயது மூப்பிற்கான அறிவியல் ரீதியான அடையாளங்களை வரிசைப்படுத்த வேண்டும். பிறகு அந்த அடையாளங்களை எவ்வாறு குறைப்பது அல்லது நிறுத்துவது என்பது பற்றிய ஆய்வுகள் வேண்டும். இதனைத் தான் அறிவியல் அறிஞர்கள் செய்து கொண்டு வருகின்றனர்.

ஏன் வயது மூப்பினைத் தள்ளிப் போட வேண்டும்?

இந்த வயது மூப்பினைத் தள்ளிப்போடும் முயற்சிக்கான காரணம் இன்னும் சில காலம் இந்தப் பூமியில் வாழ்ந்துவிட்டுப் போகலாமே என்பது அல்ல. சிலருக்கு அந்த ஆவல் இருக்கலாம். ஆனால் உண்மையான காரணம் ஆரோக்கியமாக வாழ்வது. வயது மூப்படையும் போது சில வியாதிகள் நம்மைத் தானாகவே வந்தடைகின்றன. இதனால் வாழ்க்கைத் தரம் குறைவதோடு பலர் குடும்பத்திற்கும் சமுதாயத்திற்கும் பாரமாக அமையும் துர்ப்பாக்கிய நிலைமை வந்துவிடுகின்றது.

அறிவியல் ரீதியாக வயதாவது என்றால் என்ன?

வயது மூப்பினை, நமது உடலில் உள்ள செல்கள் ஒவ்வொன்றும் அவற்றின் இளமைத் தன்மையை இழந்து அதன் மூலமாக உடலில் உள்ள உறுப்புகள் ஒருங்கிணைந்து இயங்கும் தன்மையினை இழந்து இறப்பிற்கான சாத்தியக்கூறுகள் அதிகரிப்பது என வர்ணிக்கலாம். வேறு விதமாகக் கூறுவதென்றால், வயது மூப்பு என்பது நமது செல்களுக்கும் அவற்றின் பாகங்களுக்கும் காலம் காலமாக ஏற்படும் சிறுசிறு பிரச்சினைகள் ஒன்று சேர்ந்து பெரிய அளவில் ஒரு கட்டத்தில் வெளிப்படுவதும், அதனைச் சரிசெய்வதற்காக நமது செல்களிலேயே உள்ள அமைப்புகளில்

ஏற்படும் குறைபாடுகளும் மேலும் இவற்றினால் ஏற்படும் உடலியில் மாற்றங்களும் எனலாம்.

செல்களும் அவற்றின் இயங்குத் தன்மையும் மேற்கூறியவாறு கொஞ்சம் கொஞ்சமாகச் சீரழிவதுதான் வயது மூப்பினால் ஏற்படும் பல்வேறு அறிகுறிகளுக்கும் நோய்களுக்கும் காரணம். இதில் தோல் சுருக்கம், கூன் விழுந்த முதுகு, கை கால் நடுக்கம், கண் பார்வை மங்குதல், தசைகள் வலுவிழப்பது உள்ளிட்ட புறத் தோற்ற மாறுபாடுகளும் புற்றுநோய், இதய நோய்கள், ஞாபக மறதி உள்ளிட்ட பல நோய்களும் அடக்கம்.

வயது மூப்பு சம்பந்தமான ஆய்வுகள் கடந்தசில ஆண்டுகளாக வேகம் பிடிக்கத் துவங்கியுள்ளன. சுமார் 20-30 ஆண்டுகளுக்கு முன் புற்றுநோய் சம்பந்தமான ஆய்வுகள் எவ்வளவு முக்கியத்துவம் பெற ஆரம்பித்தனவோ அந்த அளவு முக்கியத்துவம் தற்போது வயது மூப்பினை (அல்லது இறப்பினை) தள்ளிப் போடுவது சம்பந்தமான ஆய்வுகளுக்கும் கிடைத்துள்ளன.

12 அடையாளங்கள்

முதலில் வயது மூப்பிற்கான அறிவியல் ரீதியான அடையாளங்கள் என்ன என்றுத் தெரிந்து கொள்வோம். உயிரியல் வல்லுநர்களைப் பொறுத்தவரை வயது மூப்பிற்குப் பன்னிரண்டு அடையாளங்கள் உள்ளன. அவை (1) உறுதியற்ற மரபணுத் தொகுப்பு (Genomic instability) (2) டெலோமியர் தேய்வு (Telomere attrition) (3) எபிஜெனடிக் எனப்படும் ஒருவகையான மரபணுத் தொகுப்பு மாற்றங்களில் ஏற்படும் பிறழ்வுகள் (Epigenetic alterations) (4) நமது செல்களில் உள்ள புரதங்களின் சமநிலையில் ஏற்படும் தொய்வு (Loss of proteostasis) (5) செல்களினுள் உள்ள மைடோகாண்ட்ரியா (Mitochondria) எனப்படும் உள் உறுப்புகள் (Organelles) செயல் பிறழ்வடைவது (Dysfunction) (6) செல்கள் ஊட்டச்சத்துக்களை உணரும் திறன் மாறுபடுவது (Deregulated nutrient sensing) (7) செல்கள் முதுமை அடைவது (Cellular senescence) (8) ஸ்டெம் செல்கள் சோர்வடைவது (Stem cell exhaustion) (9) செல்களுக்கிடையேயான செய்தி பரிமாற்றத்தில் ஏற்படும் பிழைகள் (Altered intercellular communication).

மேற்கூறப்பட்டவை தவிரக் கூடுதலாக மூன்று அடிப்படை அடையாளங்கள் சமீபத்தில் சேர்க்கப்பட்டிருக்கின்றன. அவை (1) ஆடோஃபேஜி எனப்படும் செல்லிலுள்ள கழிவுகள் அகற்றும் உறுப்புகளில் ஏற்படும் தொய்வுகள் (Disabled macroautophagy) (2) நாட்பட்ட அழற்சி (Chronic inflammation) மற்றும் (3) குடல் நுண்ணுயிர் தொகுப்பில் ஏற்படும் சமநிலையின்மை (Dysbiosis).

இந்த அடையாளங்கள் அனைத்தும் ஒன்றுக்கொன்று தொடர்புடையவை. ஒரு காரணி மற்றொரு காரணியினைத் தூண்ட முடியும். உதாரணத்திற்கு மரபணுத் தொகுப்பில் ஏற்படும் பிழைகள் ஸ்டெம் செல்கள் உற்பத்தியினைக் குறைக்கக்கூடும் அல்லது செல்களிடையேயான செய்திப் பரிமாற்றத்தினைப் பாதிக்கக்கூடும்.

இந்தப் பட்டியல் வரும் காலங்களில் நீளலாம். ஆனால் இந்த 12 அடையாளங்கள் பல்வேறு விதச் சோதனைகளுக்குப் பிறகு கண்டறியப்பட்ட மற்றும் அனைவராலும் ஒப்புக் கொள்ளப்பட்டவை. இந்த அடிப்படை விசயங்களை மேற்கோளாகக் கொண்டு வயது மூப்பினைத் தள்ளிப்போடும் மருந்துகள் பல கண்டுபிடிக்கப்பட்டு வருகின்றன. இவை ஒவ்வொன்றினைப் பற்றியும் சற்று விரிவாகப் பார்த்துவிடுவோம்.

உறுதியற்ற மரபணுத் தொகுப்பு (Genomic instability)

நமது உடல் சீராக இயங்குவதற்கு நமது செல்கள் ஆரோக்கியமாக இருக்க வேண்டும். நமது செல்கள் ஆரோக்கியமாக இருப்பதற்கு மரபணுத் தொகுப்பு எந்தவிதப் பிழைகளுமின்றி இருக்க வேண்டும். அங்கொன்றும் இங்கொன்றுமாக பிழைகள் இருப்பின் குறையொன்றுமில்லை. அதிகமாகும்பொழுது தான் பிரச்சினை. வயதாகும் பொழுது ஏற்படும் இரு பெரும் மாற்றங்கள் இந்தப் பிழைகள் அதிகமாக உடலில்சேர முக்கியக் காரணமாகின்றன. முதல் மாற்றம்: இந்தப் பிழைகளைச் சரி செய்யும் இயந்திரங்கள் இளமையில் செயல்பட்டது போல வயதானபின் சிறப்பாகச் செயல்பட முடியாமல் போவது. இரண்டாவது மாற்றம்: அபோப்டோஸிஸ் (Apoptosis) நிகழ்வு நடப்பதில் ஏற்படும் தொய்வு. அதாவது பிழைகள் அதிகமாகும்பொழுது அப்பிழைகளுடைய செல்கள் நமது

உடலிலிருந்து அகற்றப்பட வேண்டும். உண்மையில் செல்கள் பிழைகள் அதிகமாகும்பொழுது தம்மைத் தாமே அழித்துக்கொள்ளும். இதற்கு அபோப்டோஸிஸ் என்று பெயர். ஆனால் வயதாகும் பொழுது இந்த அபோப்டோஸிஸ் நடக்கும் வேகம் குறைய ஆரம்பித்துவிடுகின்றது. இவை தவிர மற்றக் காரணிகளும் இந்த மரபணுத் தொகுப்பு உறுதிக் குலைவிற்குத் தூண்டுகோலாக அமைய முடியும். ஆனால் இந்த இரு காரணங்களும் முக்கியமானவை.

வயது ஏற ஏற நமது மரபணுக்களில் அவ்வப்போது ஏற்படும் பிழைகள் ஒன்று சேர்ந்து, ஆரோக்கியமான செல்கள் கட்டுப்பாட்டுடன் பெருகும் திறனை இழப்பதுதான் புற்றுநோய்க்கு முக்கியக் காரணம் எனப் புற்றுநோய் சம்பந்தமான அத்தியாயத்தில் நாம் ஏற்கனவே பார்த்துள்ளோம். இதே காரணம் வயது மூப்பிற்கும் பொருந்தும்.

அவ்வாறு மரபணு பாதிக்கப்பட்ட செல்கள் அதிகமாகும்பொழுது ஒரு கட்டத்தில் அச்செல்களினால் ஆன உறுப்புகளின் செயல் வேகம் தொய்வடையத் தொடங்கும். இதனால் தான் வயதானபின் பல்வேறு உறுப்புகள் கொஞ்சம் கொஞ்சமாக அதன் திறனை இழக்க ஆரம்பிக்கின்றன.

எவ்வாறு மரபணுக்கள் பாதிப்பினைக் குறைப்பது?

மரபணுக்கள் பாதிப்பினை எப்படியாவது சரி செய்ய முடியுமாயின் அல்லது குறைந்தபட்சம் குறைக்க முடியுமாயின் வயதாவதினைக் கண்டிப்பாகத் தள்ளிப்போட முடியும். மரபணுப் பாதிப்புகளைச் சரி செய்வதற்கான ஆய்வுகள் பல்வேறு தளங்களில் நடைபெற்று வந்தாலும் எந்த மருந்தும் இன்னும் பயன்பாட்டிற்கு வரவில்லை. இதற்கு இன்னும் 5-10 ஆண்டுகள் நாம் காத்திருக்க வேண்டி இருக்கலாம். ஆனால் நாம் நமது அன்றாடப் பழக்கவழக்கங்களில் சில மாற்றங்கள் செய்வதன் மூலம் மரபணுக்களுக்கு ஏற்படும் பாதிப்பினைக் குறைக்க முடியும். உதாரணமாக என்னென்ன காரணங்களினால் மரபணுப் பாதிப்பு அதிகமாகின்றதோ அவற்றினைக் குறைத்துக் கொள்வது. சூரியனின் புறஊதாக் கதிர்களிடமிருந்து நம்மைக் காத்துக் கொள்வது, கதிர்வீச்சு அபாயமுள்ள இடங்களைத் தவிர்ப்பது அல்லது தக்க பாதுகாப்புக் கவசங்களை அணிந்து

கொண்டு செல்வது, புகைப்பிடிப்பதினைத் தவிர்ப்பது, சில மரபணுப் பிழை ஏற்படுத்தக்கூடிய வேதிப்பொருட்களிடமிருந்து பாதுகாத்துக் கொள்வது போன்றவையும் அவற்றுள் அடங்கும்.

மரபணுத் தொகுப்பின் உறுதித்தன்மையை பாதிக்கும் காரணிகள்

உயிரிகளின் மரபணுத் தொகுப்பானது இருவிதமான காரணிகளினால் பாதிக்கப்படக்கூடும். ஒன்று புறக்காரணிகள் (exogenous) மற்றொன்று அகக்காரணிகள் (endogenous). வேதியியல் கூறுகள், கதிர்வீச்சு, சூரியனின் புற ஊதாக் கதிர்கள், உடல்நலத்திற்கு ஒவ்வாத உணவுப் பொருட்கள், சிலவகையான உயிரியல் காரணிகள் உள்ளிட்டவை புறக்காரணிகளுள் அடங்கும். நமது செல்களுக்குள்ளே இருந்தே செயல்படுபவை அகக் காரணிகள் ஆகும். அகக்காரணிகளைப் புறக்காரணிகள் போல வரிசைப்படுத்துவது சற்றுச் சிரமமானது. ஏனெனில் செல்களின் பல்வேறு உறுப்புகளில் ஏற்படும் பல்வேறு விதமான பிரச்சனைகளினால் மரபணுத் தொகுப்பின் உறுதித்தன்மை பாதிக்கப்படக்கூடும்.

நமது செல்களில் உள்ள மரபணு சரியான நிலையில் இயங்குவதற்கும், அவற்றின் கட்டமைப்பிற்கும், செல் பிரிதலின்போது இந்த மரபணுக்கூறுகள் பிரிவதற்கும், மேலும் புறக்காரணிகளினால் ஏற்படும் பிரச்சினைகளைச் சரி செய்வதற்கும் நமது செல்களில் பல நூற்றுக்கணக்கான மூலக்கூறுகளும் நொதிகளும் இயங்கி வருகின்றன. இவற்றில் எவை பாதிக்கப்பட்டாலும் அது மரபணுத் தொகுப்பின் உறுதித் தன்மையினைப் பாதிக்கும். இவை சம்பந்தமான அனைத்தும் அகக் காரணிகளுக்குள் அடங்கும்.

புறக் காரணி அல்லது அகக் காரணி என வகைகள்தான் இரண்டே ஒழிய, அவற்றின் மூலம் ஏற்படக்கூடிய விளைவுகள் அனைத்தும் ஒரே மாதிரியாகத்தான் இருக்கும். இந்த விளைவுகளானது வெவ்வேறு வடிவங்களில் வெளிப்படும் வாய்ப்புகள் உண்டு. உதாரணத்திற்கு, இந்தக் காரணிகளின் தாக்குதலின் விளைவாக மரபணு வரிசையில் ஒருசில பேஸ்கள் அழிக்கப்பட்டோ (Deletion), அல்லது ஒரு சில தேவையில்லாத புதிய பேஸ்கள் செருகப்பட்டோ (Insertion), அல்லது மரபணுவின் ஒரு பகுதி அழிக்கப்பட்டோ இருக்கலாம் (Large deletions).

அல்லது மரபணுவின் ஒரு பகுதி அது இருக்க வேண்டிய இடத்திலிருந்து பெயர்க்கப்பட்டு வேறொரு இடத்திற்கு மாற்றப்பட்டிருக்கலாம் (Transposition). அதுமட்டுமன்றிச் சில நேரங்களில் மரபணுவானது துண்டாக்கப்பட்டிருக்கலாம் (Double or single stranded cut). மரபணுத் தொகுப்பு, செல்களில் நிலைத்து நிற்கத் தேவையான கட்டமைப்புச் சார்ந்த புரதங்கள் (Architectural proteins) பாதிக்கப்பட்டாலும் மரபணுத் தொகுப்பு அதன் பணியினைச் செய்ய முடியாது. மரபணுத் தொகுப்பில் ஏற்படும் இந்த மாற்றங்கள் அனைத்தும் வயது மூப்பினைத் துரிதப்படுத்தக்கூடியவை.

இயற்கையே இவற்றிலிருந்து பாதுகாக்கக்கூடிய வகையில் பல்வேறு முன்னேற்பாடுகளைச் செய்து வைத்துள்ளது. இதில் வருத்தமான விஷயம் என்னவென்றால் வயது மூப்பின்போது இந்தப் பாதுகாப்பு அரண்கள் கொஞ்சம் கொஞ்சமாகச் செயலிழக்கத் தொடங்கி விடுகின்றன. முரணான ஒரு விஷயமும் உண்டு. வயது மூப்பின்போது மேற்கூறிய பிரச்சினைகள் வருவது ஒருபுறம் இருக்க, மேற்கூறிய பிரச்சினைகளும் வயது மூப்பினை அதிகப்படுத்தும். இது சிலருக்குப் புரிந்து கொள்ளச் சற்று சிரமமான விஷயமாக இருக்கக்கூடும். பின்வரும் விளக்கங்களைப் படிக்கும்போது தெளிவு கிட்டும்.

நமது உடலில் இரண்டு விதமான மரபணுத் தொகுப்புகள் உள்ளன. ஒன்று நியூக்ளியர் டிஎன்ஏ எனப்படுவது. மற்றொன்று மைடோகாண்ட்ரியல் டிஎன்ஏ. நியூக்ளியர் டிஎன்ஏ தான் நமது உடலில் பெரும்பாலான விஷயங்களைக் கட்டுப்படுத்துகின்றது என்ற போதிலும் மைட்டோகாண்ட்ரியல் டிஎன்ஏ-விற்கும் சில முக்கியமான வேலைகள் உண்டு. இவை இரண்டில் எந்த டிஎன்ஏ விற்கு பாதிப்பு ஏற்பட்டாலும் அதன் மூலம் வயது மூப்பு துரிதமாவதற்கு வாய்ப்பு உண்டு.

நமது செல்களில் உள்ள மரபணுக்கள் குரோமோசோம்கள் (Chromosomes) எனப்படும் ஒரு வகையான கற்றையாக ஒருங்கிணைக்கப்பட்டிருக்கும். மனிதர்களைப் பொறுத்தவரை நமக்கு மொத்தம் 46 குரோமோசோம்கள் உண்டு (மொத்தம் 23 ஜோடிகள்). இந்த 46 குரோமோசோம்களைச் சேர்த்துத்தான் மரபணுத்தொகுப்பு என்கிறோம். ஆனால் சிலருக்கு இந்த

குரோமோசோம்கள் சரியான எண்ணிக்கையில் அமையாமல் ஒன்று அல்லது இரண்டு குரோமோசோம்கள் கூடுதலாகவோ அல்லது குறைவாகவோ இருக்கக்கூடும். அவ்வாறு மாறுபட்டு இருப்பின் அம்மனிதர்களுக்குத் தேவையான மரபணுக்கள் அளவிற்கு அதிகமானதாகவோ அல்லது குறைவானதாகவோ இருந்து அதற்கேற்றாற்போல விளைவுகளையும் ஏற்படுத்தும். சிலருக்குப் பிறப்பிலேயே இக்குறைபாடுகள் இருப்பினும் வயதாக ஆக இக்குறைபாடுகள் தானாகவே தோன்ற ஆரம்பித்துவிடுகின்றன.

எவ்வாறு மரபணுக் கோளாறுகள் வயது மூப்பினைத் துரிதப்படுத்துகின்றன?

மேற்கூறியவாறு ஏற்படும் டிஎன்ஏ அளவிலான மாறுபாடுகள் அனைத்தும் கடைசியில் ஒன்றே ஒன்றினைத்தான் செய்கின்றன. அதாவது ஒரு மரபணு ட்ரான்ஸ்க்ரைப் (Transcribe) செய்யப்படும் விதத்தினைப் பாதிக்கின்றன. ட்ரான்ஸ்க்ரைப் செய்யப்படுவது என்றால் என்ன என்று ஏற்கனவே ஒரு அத்தியாயத்தில் நாம் பார்த்திருக்கிறோம். சுருக்கமாக இங்கே. மரபணு என்பது ஒரு நமக்குத் தேவையான தகவல்கள் அடங்கிய ஒரு பேழை என வைத்துக் கொள்வோம். அந்தப் பேழையானது நமது செல்களில் உள்ள நியூக்ளியஸ் எனப்படும் ஓர் உறுப்பில் மேலே குறிப்பிட்டுள்ள க்ரோமோசோம்கள் வடிவில் அடக்கப்பட்டுள்ளது. இந்தத் தகவல்கள் அனைத்தும் குறிவிளக்கம் (Decode) செய்யப்பட வேண்டும். அதாவது புரதங்களாக மாற்றப்பட வேண்டும்.

ஒரு செல்லினுள் பல்லாயிரக்கணக்கான மரபணுக்கள் இருக்கும். அவை அனைத்திற்கும் ஒரே நேரத்தில் தேவை இருக்காது. அது மட்டுமன்றி ஒவ்வொரு வகையான திசுவிற்கும் வேறுவேறு விதமான மரபணுக்களின் தேவை இருக்கும். மேலும் இந்தப் புரதங்களின் அளவு சூழலிற்குத் தகுந்தாற்போல் மாறுபட்டு இருக்கும். எனவே தேவைக்குத் தகுந்தாற்போல் இந்தப் புரதங்களின் உற்பத்தியினை மேற்கொள்ள நமது செல்கள் கொண்டிருக்கும் உத்திதான் ட்ரான்ஸ்க்ரிப்ஷன் எனப்படுகிறது. இதன்படி தேவையான புரதங்களை உற்பத்தி செய்வதற்கு டிஎன்ஏ-விலிருந்து எம்ஆர்என்ஏ (mRNA) எனப்படும் தூதுவர்

ஆர்என்ஏக்கள் (messenger RNAs) நியூக்ளியஸிலிருந்து புரதங்கள் உற்பத்தி செய்யப்படும் இடத்திற்கு அனுப்பப்படுகின்றன.

இந்த ட்ரான்ஸ்க்ரிப்ஷன் (Transcription) பாதிக்கப்படும்பொழுது தேவையான புரதங்கள் கிடைக்காமல் செல்களின் ஒரு சில செயல்கள் பாதிக்கப்படுகின்றன. பல்வேறு மரபணுக்களின் ட்ரான்ஸ்க்ரிப்ஷன்கள் பல்வேறு செயல்களைப் பாதிக்கும்பொழுது அவை ஒருங்கிணைந்து (Accumulated effect) ஒரு திசுவின் செயலைப் பாதிப்பதுடன் இதன் தொடர் விளைவாக அந்த மரபணுக்கள் மூலம் நமது உடல் நிறைவேற்றிக் கொள்ளும் தேவைகளும் பாதிக்கப்படுகின்றன. இந்த மரபணுக் குறைபாடுகள் நமது உடலில் உள்ள எந்த ஒரு செல்லிலும் ஏற்படலாம். ஆனால் ஸ்டெம் செல்கள் (Stem cells) எனப்படும் ஆதாரச் செல்களில் ஏற்பட்டால் அது வயது மூப்பினைப் பெருமளவிற்குப் பாதிக்கின்றது. ஏனென்றால் பொதுவாகவே செல்கள் ஒரு குறிப்பிட்ட காலம் வரைதான் உயிர் வாழும். பிறகு இறந்த அந்த செல்களின் இடத்தினை நிரப்ப வேறொரு செல் இந்த ஸ்டெம் செல்களிலிருந்துதான் உற்பத்தி செய்யப்பட வேண்டும்.

ஸ்டெம் செல்களின் மரபணுக்களில் பாதிப்பு ஏற்பட்டு அந்த செல்கள் அழிக்கப்பட்டுவிட்டால் புதிய செல்கள் கிடைக்காது. புதிய செல்கள் கிடைக்காவிட்டால் என்ன நடக்கும்? அந்த குறிப்பிட்ட உறுப்பு வீரியம் குறைந்து வேலை செய்யும். அதன் செயல்திறன் பாதிக்கப்படும். கொஞ்சம் கொஞ்சமாக இது தீவிரமடைந்து அந்த உறுப்பு செயலிழந்து விடும். இதயம், மூளை உள்ளிட்ட மிக முக்கிய உறுப்புகள் செயலிழந்தால் என்ன ஆகும்.? இறக்க நேரிடும். இதுதான் வயது மூப்பின்போது நடக்கிறது.

இளமையில் முதுமை - ஒரு கொசுறு செய்தி

ப்ரோஜீரியா (Progeria) எனப்படும் ஒருவகையான மரபணு சார்ந்த ஒரு நோய் உண்டு. இந்நோயினால் பாதிக்கப்பட்டவர்கள் மிகச் சிறு வயதிலேயே வயோதிகர்கள் போலத் தோற்றமளிப்பர். அதாவது அவர்களிடத்தில் வயது மூப்பிற்கான காரணிகள் அனைத்தும் வயதானபின் வருவதற்குப் பதிலாக மூன்று நான்கு வயதிலேயே தென்பட ஆரம்பித்துவிடும். இந்நோயினால்

பாதிக்கப்பட்டவர்களின் மரபணுவினை ஆராய்ந்ததின் விளைவாகப் பல்வேறு வயது மூப்பு சம்பந்தப்பட்ட மரபணு ரீதியான காரணிகளை விஞ்ஞானிகள் கண்டறிந்தனர். இந்நோயினால் பாதிக்கப்பட்டவர்களைக் குணப்படுத்த மருந்து ஏதும் இல்லை எனினும் இந்நோயின் தீவிரத்தினைக் குறைக்கச் சில மருந்துகள் பயன்படுத்தப்படுகின்றன. சுருக்கமாகச் சொல்லின், இந்த மருந்துகள் வயது ஆகும் வேகத்தினை இந்நோயாளிகளிடம் குறைக்கின்றன. இம்மருந்துகளைச் சாதாரணமாக வயதாகும் ஒருவருக்கு அளித்து வயது மூப்பினைத் தள்ளிப்போட முடியுமா என்று ஆய்வுகள் நடந்து வருகின்றன.

தெய்வத்துக்கே வரும் சோதனை

நமக்கெல்லாம் ஒரு சோதனை வந்தால் தெய்வத்திடம் போய் முறையிடலாம். அந்தத் தெய்வத்துக்கே சோதனை வந்தால்.? நமது உடலில் மரபணுப் பிழைகளைச் சரி செய்வதற்கென்றே சில மரபணுக்கள் உள்ளன என்று பார்த்தோம் அல்லவா? இவற்றினைப் பொதுவாகப் பழுதுபார்க்கும் மரபணுக்கள் எனலாம். சாதாரண மரபணுக்களில் பிழை வந்தால், இந்த பழுதுபார்க்கும் மரபணுக்களிலிருந்து உருவாகும் புரதங்களும் நொதிகளும் போய் உடனடியாகப் பிரச்சினைகளைச் சரி செய்யும். ஆனால் அந்த பழுதுபார்க்கும் மரபணுக்களிலேயே பிழை ஏற்பட்டால் என்ன செய்வது?

நடுத்தர வயதுடைய ஓர் ஆரோக்கியமான மனிதரின் உடலில் இருக்கும் ஓர் ஆரோக்கியமான செல்லினை எடுத்துக்கொண்டால் கூட அதில் ஆயிரக்கணக்கான மரபணுப் பிழைகள் இருக்கும். நமது மரபணுத் தொகுப்பின் மிகப் பெரும்பான்மையாக இருப்பது இன்ட்ரான் (intron) எனப்படும் மரபணுக்களுக்கிடையேயான புரதங்களைக் குறிக்காத ஓர் அர்த்தமற்ற பகுதி என்பதால் இந்த மரபணுப் பிழைகள் உடலின் செயல்பாட்டில் மிகப் பெரிய அளவிலான மாற்றங்கள் எதையும் உடனடியாக ஏற்படுத்துவதில்லை. (குறிப்பு: அர்த்தமற்ற பகுதி என்று குறிப்பிட்டுள்ளதால் இவற்றினைக் குறைத்து மதிப்பிட வேண்டாம். இவற்றிற்கு வேறுவிதமான பல முக்கியப் பணிகள் உண்டு. அதனைப் பற்றி ஏற்கனவே பேசியுள்ளோம். இவை புரதங்களைக் குறிக்கும் மொழியில்

இல்லை என்பதனால் மட்டுமே இங்கு அர்த்தமற்ற பகுதி எனக் குறிப்பிடுகின்றோம்).

ஆனால் காலப்போக்கில் இந்தப் பிழைகள் புரதங்களைக் குறிக்கும் பகுதியிலும் கணிசமான அளவிற்கு வெளிப்பட ஆரம்பிக்கும். இந்தப் புரதங்களைக் குறிக்கும் பகுதி பழுதுபார்க்கும் மரபணுக்களைச் சார்ந்ததாக இருக்கும் பட்சத்தில் பிரச்சினைகள் கொஞ்சம் கொஞ்சமாகக் கைமீறிப் போக ஆரம்பித்துவிடும். செல்கள் விரைவிலேயே முதிர்ச்சி அடைய ஆரம்பிக்கும் அல்லது இறக்க நேரிடும். இந்த நிகழ்வு சங்கிலித் தொடர் போலத் தொடர்ந்து திசுக்களும் உடல் உறுப்புகளும் கோளாறு செய்ய ஆரம்பிக்கும். சரி, இப்போது என்ன செய்யலாம்? ஏற்கனவே மரபணுப் பிழைகளால் ஏற்படும் நோய்களை மரபணுப் பொறியியல் (Genome Engineering or Genome Editing) எவ்வாறு குணமாக்கலாம் என்று படித்திருக்கின்றோம் அல்லவா? அந்தத் தொழில்நுட்பத்தினைப் பயன்படுத்தி இந்த பழுதுபார்க்கும் மரபணுக்களில் ஏற்படும் பிழைகளைச் சரி செய்ய முடியாதா? அதன் மூலம் வயது மூப்பினை, இறப்பினைத் தள்ளிப் போட முடியாதா? கண்டிப்பாக முடியும்.

ஆயுளை நீட்டிக்கும் மரபணுக்கள்

வயதாவதினை அல்லது இறப்பினைத் தள்ளிப்போடும் அறிவியலின் (Longevity science) முக்கிய ஆய்வே மரபணுப் பொறியியலை ஒட்டித்தான் உள்ளது. இந்த ஆய்வுகளை இரண்டு பாகங்களாகப் பிரிக்கலாம். ஒன்று, எந்தப் பழுதுபார்க்கும் மரபணுக்களில் ஏற்படும் பிரச்சினைகள் மனித ஆயுளைக் குறைக்கின்றன என்று கண்டறிவது (Target identification). பொதுவாக இந்தப் பழுதுபார்க்கும் மரபணுக்களில் ஏற்படும் பிரச்சினைகள் ஒரு குறிப்பிட்ட புரதத்தினை அல்லது நொதியினை அதிகமாக உற்பத்தி செய்வதன் காரணமாகவோ அல்லது குறைவாக உற்பத்தி செய்வதன் காரணமாகவோ செல்களின் ஆயுளைக் குறைக்கின்றன. எனவே இந்த ஆய்வின் அடுத்த கட்டம், எவ்வாறு மரபணுப் பொறியியல் மூலம் இந்தச் சமநிலையை நிலைநிறுத்துவது என்பதாக உள்ளது.

உதாரணத்திற்கு BubR1 என்றொரு மரபணு இருக்கின்றது. இந்த மரபணுவானது செல் பிரிதலைக் கட்டுப்படுத்தும் முக்கியமான மரபணுக்களில் ஒன்று. இதில் ஏதேனும் ஒரு பிரச்சினை அல்லது பிழை ஏற்பட்டிருந்தால் செல்கள் சரியாகப் பிரிய இயலாது என்பதை விஞ்ஞானிகள் கண்டறிந்தனர். செல்கள் சரியாகப் பிரியாவிட்டால் அவை இறக்க நேரிடும் அல்லது தவறான புரதங்கள் உற்பத்தியாகும் வாய்ப்புள்ளது. நமது உடலில் உள்ள செல்களில் இந்த மரபணுக்களில் பல நேரங்களில் பிழைகள் ஏற்படுவதினையும் அதனால் அந்த செல்கள் விரைவிலேயே இறக்க நேரிடுவதையும் ஆய்வாளர்கள் கண்டறிந்திருந்தனர். அடுத்தக் கட்டமாக இந்த BubR1 மரபணுக்களைச் செயற்கையாக அளிக்கும் பட்சத்தில் அந்தச் செல்களை இறப்பிலிருந்து காக்க முடியுமா என்பதைக் கண்டறிவதற்காகச் சோதனைச் சாலை எலிகளுக்கு அந்த மரபணுக்களை அளித்துப் பார்த்தனர். என்ன ஆச்சரியம்! இந்த BubR1 மரபணுக்களைச் செயற்கையாக அளிக்கும் பட்சத்தில் அதனைப் பெறும் சோதனைச் சாலை எலிகள் மற்றச் சாதாரண எலிகளைவிட நீண்ட காலம் வாழ்வதை ஆய்வுகள் உறுதிப்படுத்தின.

இதுபோல சிர்டுயின் 6 (sirtuin 6) என்றொரு நொதி. இதன் பணிகள் பல. அவற்றுள் முக்கியமானது டிஎன்ஏ-க்களில் ஏற்படும் வெட்டுக்களைச் (cuts) சரி செய்வது. இந்த மரபணுவைச் செயற்கையாகச் சோதனைச் சாலைகளில் உள்ள எலிகளிடத்தில் செலுத்தியபோதும் அந்த எலிகள் நீண்ட காலம் வாழ்வது கண்டறியப்பட்டுள்ளது.

டிஎன்ஏ-கள் சேதமாவதற்குப் பல்வேறு புற மற்றும் அகக்காரணிகள் பார்த்தோமல்லவா.? அவற்றுள் ஒன்று இந்த ராஸ் (ROS or Reactive Oxygen Species) எனப்படும் ஆக்ஸிஜன் வாயுவிலிருந்து உருவாகும் ஒருவகையான மூலக்கூறு. இது நிலையற்ற தன்மை கொண்டது. அதாவது மிக எளிதில் மற்ற மூலக்கூறுகளுடன் வினைபுரியக் கூடியது. செல்களினுள் இந்த மூலக்கூறுகள் அதிகரிக்கும்பொழுது அவை எளிதில் டிஎன்ஏ, ஆர்என்ஏ மற்றும் புரதங்களுடன் வினைபுரிந்து அவற்றிற்குச் சேதங்களை ஏற்படுத்திவிடுகின்றன. இதனால் அந்தச் செல்கள் கூடிய விரைவில் மடிந்து விடும் நிலை உண்டாகிறது. இந்த

ராஸ்-ஐ சமாளிக்க நமது உடல் பல்வேறு உபாயங்களைக் கையாண்டு வருகின்றது. அவற்றுள் ஒன்றுதான் OGG1 (8-oxoguanine DNA glycosylase 1) எனப்படும் நொதி. இந்த நொதியினை மருந்து கொண்டு தூண்டிவிடும்போது ராஸ் மூலக்கூறுகளைச் சிறந்த முறையில் கட்டுப்படுத்தி, செல்களின் வாழ்நாளை நீட்டிக்க முடிவதை ஆய்வுகள் நிரூபித்துள்ளன.

மேலே கூறியுள்ளதைப் போலப் பல ஆய்வுகள் மேற்கொள்ளப்பட்டு செல்களின் வாழ்நாளினை நீட்டிக்கும் பல்வேறு இலக்குகள் (potential targets) கண்டறியப்பட்டுள்ளன. இந்தக் கண்டுபிடிப்புகள் அனைத்தும் டிஎன்ஏ-விலுள்ள பழுதுகளை நீக்கும் மரபணுக்களைச் செயற்கையாகத் தூண்டிவிடுவதன் மூலமாகவோ அல்லது செயற்கையாக அந்த மரபணுக்களைக் கொடுப்பதன் மூலமாகவோ மனிதனின் வாழ்நாளினை நீட்டிக்க முடியும் என்பதினைச் சுட்டிக்காட்டுகின்றன.

மைடோகாண்டிரியல் டிஎன்ஏ (Mitochondrial DNA)

நமது செல்களில் பல்வேறு சிறுசிறு உள்ளுறுப்புகள் உள்ளன. அவற்றுள் ஒன்றுதான் மைடோகாண்டிரியா (Mitochondria) என்பது. இதனை செல்களின் ஆற்றல் மையம் (Energy Centre) என்று கூறுவர். இங்குதான் நம் உடலுக்குத் தேவையான ஆற்றல், நாம் உண்ணும் உணவு மற்றும் சுவாசிக்கும் காற்று (ஆக்ஸிஜன்) ஆகியவற்றினை மூலப் பொருட்களாகக் கொண்டு தயாரிக்கப்படுகின்றது. இந்த மைடோகாண்டிரியாவிற்கெனத் தனியாக ஒரு டிஎன்ஏ உண்டு. இந்த டிஎன்ஏ நியூக்ளியஸில் உள்ள டிஎன்ஏ போன்ற கட்டமைப்பையே கொண்டிருந்தாலும் நியூக்ளியர் டிஎன்ஏ-வினை விட மிக அதிக அளவில் சேதாரங்களைச் சந்திக்கக்கூடியது. அதற்குக் காரணங்கள், (1) நியூக்ளியஸ் டிஎன்ஏ வில் உள்ளது போன்று இவற்றுக்கு ஹிஸ்டோன் எனப்படும் டிஎன்ஏ-க்களை பாதுகாக்கும் புரதங்கள் குறைவு. (2) இந்த மைடோகாண்டிரியல் டிஎன்ஏ-கள் மிக வேகமாகப் பிரதியெடுக்கப்பட்டு விடக்கூடியவை (High replicative index). அதனால் பிழைகளும் எளிதில் ஏற்பட்டுவிடும். (3) இவை மட்டுமன்றி இந்த உறுப்பில் ஆக்ஸிஜன் அதிக அளவு ஆற்றல் தயாரிப்புக்காகப்

பயன்படுத்தப்படுவதால் இங்கு மேற்கூறிய ராஸ் அதிகம் உற்பத்தியாகி டிஎன்ஏ-வினைச் சேதப்படுத்தும். இந்தக் காரணங்களினால் மைடோகாண்டிரியல் டிஎன்ஏக்கள் மிக அதிக அளவில் சேதங்களைச் சந்தித்துக்கொண்டே இருக்கும். இந்த அதிகப்படியான சேதங்கள் வயது மூப்பில் ஒரு முக்கியப் பங்கு வகிக்கலாம் என்று நம்பப்படுகிறது. இந்தச் சேதங்களைக் குணப்படுத்துவது சம்பந்தமான ஆய்வுகளும் வயது மூப்பினை நீட்டிக்கும் அறிவியலில் மிக முக்கிய பங்காற்றுகின்றன.

கட்டுமானப் புரதங்களில் ஏற்படும் பிழைகள்

டிஎன்ஏ-க்களில் ஏற்படும் பிழைகள் மட்டுமல்ல. டிஎன்ஏ-க்களைத் தாங்கி நிற்கும் கட்டுமானப் பொருட்களில் ஏற்படும் பாதிப்புகள் கூட வயது மூப்பிற்குக் காரணமாக இருக்கின்றன. நியூக்ளியர் லாமினா (Nuclear Lamina) என்றொரு புரதம் உள்ளது. க்ரோமோசோம்கள் (Chromosomes) நியூக்ளியஸில் ஒழுங்காக நிலை நிறுத்தப்பட்டிருப்பதற்கு இந்தக் கட்டமைப்புப் புரதம் (Structural protein) மிக முக்கியம். மேலே நாம் குறிப்பிட்டிருக்கும் ப்ரோஜெரியா (Progeria) எனப்படும் சிறு வயதிலேயே வயது முதிர்ச்சியடைந்தது போலத் தோற்றமளிக்க வைக்கும் நோய்க்கு (Accelerated Aging Syndromes) இந்த லாமினாவினைக் கட்டமைக்கும் புரதங்களில் ஏற்படும் பிழைகளே காரணம். LMNA மற்றும் BANF1 எனப்படும் இரண்டு மரபணுக்களில் ஏற்படும் பிழைகள் இந்த லாமினாவைச் சற்று தடுமாற வைக்கின்றன. விளைவு க்ரோமோசோம்கள் தனது நிலைத்தன்மையினை இழந்து அதன் பணிகளைச் சரிவரச் செய்ய முடிவதில்லை. அது மட்டுமன்றி ப்ரோஜெரின் (Progerin) எனப்படும் ஒரு புரதமும் அளவிற்கு அதிகமாக இந்த ப்ரோஜெரியா நோயினால் பாதிக்கப்பட்டவர்களிடத்தில் காணப்படுகிறது.

சாதாரணமாகவே ஆரோக்கியமான ஒருவருக்கு வயது மூப்பு ஏற்படும்பொழுதும் இந்த லாமினாவில் பிரச்சினை ஏற்படுவது இயற்கை. குறிப்பாக வயதாகும் பொழுது நம் அனைவருக்கும் இந்த ப்ரோஜெரின் புரதம் அதிகப்படியாக உற்பத்தி செய்யப்படுகிறது. எனவே ஆய்வாளர்களின் இயல்பான கேள்வி, இந்த ப்ரோஜெரின் புரதத்தினைக் குறைப்பதன் மூலம்

வயது மூப்பினைத் தள்ளிப் போட முடியுமா என்பதாக இருந்தது. இதனை உறுதி செய்து கொள்வதற்காகச் சோதனைச் சாலையில் ப்ரோஜெரியா நோயினால் பாதிக்கப்பட்ட எலிகளிடத்தில் (Progeria mouse models) நடத்தப்பட்ட ஆய்வுகளில், இந்த ப்ரோஜெரின் என்ற புரதங்களின் உற்பத்தியினைக் குறைப்பதன் மூலம் அந்த எலிகள் ஆயுள் நீட்டிக்கப்பட்டது சந்தேகத்திற்கு இடமின்றி நிரூபிக்கப்பட்டது. இதற்காகப் பிரத்தியேகமாகத் தயாரிக்கப்பட்ட ஆண்டிஸென்ஸ் ஒலிகோ நியூக்ளியோடைட்ஸ் (Antisense Oligonucleotides) என்ற வகையினைச் சார்ந்த மருந்துகள் எலிகளுக்குக் கொடுக்கப்பட்டு ப்ரோஜெரின் மற்றும் அதனை ஒத்த ப்ரிலாமின் ஏ (Prelamin A) எனப்படும் புரதங்களின் உற்பத்தி குறைக்கப்பட்டது. இந்த ஆய்வின் வெற்றி, இந்த வகை மருந்துகள் ப்ரோஜெரியா நோயினால் பாதிக்கப்பட்டவர்களுக்குச் சிகிச்சை அளிக்க அனுமதிக்கப்படுவதற்கு வழிவகுத்தது. இதன் அடுத்தகட்டமாக, இந்த மருந்துகளும் மற்றும் இதனையொத்த வேறு சில மருந்துகளையும் பயன்படுத்தி ஆரோக்கியமான மனிதர்களின் வயது மூப்பினைத் தள்ளிப்போட முடியுமா என ஆய்வுகள் தற்போது நடைபெற்று வருகின்றன.

குரோமோசோம் எனும் பிரபஞ்ச அதிசயம்

இயற்கை விநோதமானது. ஒருபுறம் அதன் பிரம்மாண்டம் நம்மைப் பிரமிக்க வைக்கும். மறுபுறம் அதன் நுணுக்கமோ நம்மை ஆச்சரியத்தில் தள்ளும். பிரபஞ்சத்தினை எடுத்துக் கொள்வோம். நமது பூமியும் அதனைப் போன்ற கோள்களும் சூரியனைச் சுற்றி வருவதையும், சூரியனும் மற்ற நட்சத்திரங்களும் கேலக்ஸியின் அங்கமாக வேறு ஏதோ ஒன்றினைச் சுற்றி வருவதையும் அறிவோம். இதுபோலப் பல ட்ரில்லியன் கணக்கான கேலக்ஸிகள் இந்தப் பிரபஞ்சத்தில் இருப்பதையும் நாம் அறிவோம். இந்தப் பிரபஞ்சத்தின் எல்லை என்ன என்பது நமக்கு இதுவரை தெரியாது. பிரமாண்டத்திற்குப் பிரபஞ்சம் ஓர் உதாரணம் என்றால் அதற்கு நேர் எதிரான கண்ணுக்குத் தெரியாத அணுக்களின் உலகம் ஆச்சரியத்தின் மறு எல்லை.

மேற்கூறியவற்றினைப் போலவே மனித செல்களுக்குள்ளும் ஆச்சரியங்கள் பல புதைந்துள்ளன. நமது உடலில் பல

கோடிக்கணக்கான செல்கள் உள்ளன. கிட்டத்தட்ட 50 ட்ரில்லியன் செல்கள். ஒவ்வொரு செல்களிலும் சுமார் 2 மீட்டர் நீளமுள்ள டிஎன்ஏ-க்கள் உள்ளன. அதாவது நமது உடலில் உள்ள மொத்த டிஎன்ஏ-க்களின் நீளம் சுமார் 100 ட்ரில்லியன் மீட்டர். புரியும்படி சொல்ல வேண்டுமானால் இந்தத் தூரத்தினைக் கடக்கப் பூமியிலிருந்து சூரியனுக்கு 300 முறை சென்றுவர வேண்டும். அல்லது பூமியைச் சுமார் 25 இலட்சம் முறை சுற்றிவர வேண்டும்.

இவ்வளவு பெரிய டிஎன்ஏ எவ்வாறு நமது உடலில் உள்ள மிகச் சிறிய செல்களுக்குள் அழகாகச் சுருட்டி வைக்கப்பட்டிருக்கின்றது என்பது ஒரு மிகப் பெரிய ஆச்சரியம். சிறிய செல்கள் என்றால் பெரும்பாலும் வெறும் கண்களினால் காண முடியாத அளவிற்கு மிகச் சிறியவை. உதாரணத்திற்கு நமது தோலில் உள்ள ஒரு செல்லினை எடுத்துக் கொள்வோம். அதன் அளவு சுமார் 30 மைக்ரோ மீட்டர் மட்டுமே. அதாவது நமது தலைமுடியின் அகலத்தில் பாதி. நாம் அடிக்கடி பேசி வரும் மரபணுத் தொகுப்பானது இந்த செல்லில் நியூக்ளியஸ் (Nucleus) எனப்படும் ஓர் உள் உறுப்பில் (Organelle) அடைத்து வைக்கப்பட்டிருக்கும். இந்த நியூக்ளியஸ் செல்லின் கிட்டத்தட்ட பாதியினை ஆக்கிரமித்திருக்கும். அதாவது இந்த நியூக்ளியஸானது நமது முடியின் அகலத்தில் நான்கில் ஒரு பங்கு மட்டுமே. இந்தச் சிறிய நியூக்ளியஸிற்குள்தான் சுமார் 2 மீட்டர் நீளமுள்ள டிஎன்ஏ-வானது சுருட்டி அல்லது மடித்து வைக்கப்பட்டுள்ளது. டிஎன்ஏ.வினைச் சுருட்டி வைத்துவிட்டால் போதுமா? அது என்ன பாதுகாத்து மட்டும் வைத்திருக்க வேண்டிய பொருளா? அதில் ஏகப்பட்ட விஷயங்கள் அல்லவா இருக்கின்றன.? அந்த விஷயங்களைத் தேவையான நேரங்களில் தேவையான இடங்களில் பயன்படுத்த வேண்டும் அல்லவா? எனவே அதற்குத் தகுந்தாற்போல் தேவையான பாகங்களைத் தேவையான நேரத்தில் அணுகக் கூடிய விதத்தில் (Easily accessible) அல்லவா அது மடித்து வைக்கப் பட்டிருக்க வேண்டும்.? நம் மரபணுத்தொகுப்பில் பல்லாயிரக்கணக்கான மரபணுக்கள் உள்ளன. இந்த மரபணுக்களைத் தேவையான நேரங்களில் படித்து அதில் கோடிட்டுள்ளதைப் போன்று புரதங்களை உற்பத்தி செய்வதற்குத் தேவையான இயந்திரங்கள்

(Machineries) அமர்ந்து வேலை செய்ய இடம் வேண்டுமே? அதே நேரத்தில் சேதப்படுத்தும் காரணிகள் அதனைத் தாக்கிச் சேதப்படுத்தி விடாமல் இருக்கத் தகுந்த பாதுகாவலர்களும் அங்கு தங்கியிருக்க இடம் வேண்டுமே... இதெல்லாம் எப்படிச் சாத்தியமாகும்.? சாத்தியமாகி இருக்கிறதே. அதனால்தான் க்ரோமோசோம்கள் மடித்து வைக்கப்பட்டிருக்கும் விதத்தினைப் பிரபஞ்சத்தின் மற்றுமொரு அதிசயம் என்று குறிப்பிட்டுள்ளோம்.

நியூக்ளியோசோம்

இப்போது எவ்வாறு இந்த டிஎன்ஏ மடித்து வைக்கப்பட்டுள்ளது என்பதை ஓர் உதாரணம் மூலம் தெரிந்து கொள்வோம். ஒரு நூல் கண்டினை எடுத்துக் கொள்வோம். அதில் உள்ள நூல் முழுவதையும் அப்படியே நீளமாகப் போட்டுவைத்தால் என்ன ஆகும்? அதிக இடத்தினை அடைத்துக் கொள்வதுடன் சிக்கலாகவும் ஆகி விடும் அல்லவா? அதையே ஒரு சிறு அட்டை உருளையின் மீது சுற்றி வைத்தால் பல நூறு மீட்டர் நீளம் உள்ள நூலினை ஒரு சில சென்டிமீட்டர் அகலத்திற்குள் அடைத்துவிட முடிகிறதே! இதைப் போலத்தான் நமது செல்களுக்குள் ஹிஸ்டோன் (Histone) எனும் புரதங்களினால் ஆன ஒரு உருளையினைச் சுற்றி இந்த டிஎன்ஏக்கள் சுற்றி வைக்கப்பட்டிருக்கின்றன. ஆனால் நூல் கண்டினைப் போன்று ஒரே ஒரு உருளையில் சுற்றி வைக்கப்படாமல் பல்லாயிரக்கணக்கான உருளைகளில் சுற்றி வைக்கப்பட்டிருக்கின்றன. இவ்வாறு பல உருளைகளில் சுற்றி வைக்கப்பட்டிருப்பதற்கு ஒரு காரணம் உண்டு. இந்த அமைப்பு தேவையான மரபணுக்களைத் தேவையான நேரங்களில் அணுக எளிதாக இருக்கும். இந்த அமைப்பிற்கு நியூக்ளியோசோம் (Nucleosome) என்று பெயர். இதைப்போலப் பல ஆயிரக்கணக்கான நியூக்ளியோசோம்கள் ஒன்றன் மீது ஒன்றாக நெருக்கமாக அமைக்கப்பட்டிருப்பதால் மிக நீண்ட டிஎன்ஏ-வினை அழகாக ஒரு சிறிய செல்லிற்குள் சுருட்டி வைக்க முடிகிறது. இவ்வாறு இந்த டிஎன்ஏ சுருட்டி அல்லது மடித்து வைக்கப்பட்டிருக்கும் விதம் மிக முக்கியமானது. இந்த அமைப்பில் ஏற்படும் பாதிப்புகளாலும் நமக்கு வயது மூப்பு ஏற்படுவதற்கு வாய்ப்புள்ளது என்கிறன ஆய்வுகள்.

எபிஜெனடிக் காரணிகள் (Epigenetic factors)

நமது மரபணுத் தொகுப்பில் சுமார் 20,000 முதல் 30,000 வரையிலான மரபணுக்கள் இருப்பதாகப் பார்த்தோம் அல்லவா? இவை அனைத்தும் எல்லா நேரங்களிலும் எல்லா செல்களிலும் தேவைப்படாது என்பதும் நமக்குத் தெரியும். சில புரதங்கள் கண்களுக்கு மட்டும் தேவைப்படும். சில புரதங்கள் சிறுநீரகங்களுக்கு மட்டும் தேவைப்படும். மேலும் சில புரதங்கள் வயிற்றுக்கு மட்டும் தேவைப்படும். இந்த புரதங்களும் எல்லா நேரங்களிலும் தேவைப்படாது. உதாரணமாக, வயிற்றுப் பகுதியில் உள்ள செல்களில் உற்பத்தி செய்யப்படவேண்டிய ஒரு புரதம் நாம் உணவு உண்ணும் நேரத்திற்கு மட்டும் தேவைப்படலாம். மற்ற நேரங்களில் அதற்குத் தேவை இல்லாமல் இருக்கலாம். இவ்வாறு புரதங்களின் தேவை காலத்திற்கும் இடத்திற்கும் தகுந்தாற்போல் மாறிக்கொண்டே இருக்கும். ஆனால் நம் உடலில் உள்ள அனைத்துச் செல்களிலும் அனைத்துப் புரதங்களையும் உற்பத்தி செய்யத் தேவையான மரபணுக்கள் இருக்கின்றனவே? அப்படியென்றால் எவ்வாறு ஒரு செல் தன்னுள் உள்ள மரபணுக்களைக் கட்டுப்படுத்தி சில குறிப்பிட்ட புரதங்கள் மட்டும் உற்பத்தி செய்ய வழி வகுக்கிறது? ட்ரான்ஸ்க்ரிப்ஷன் (Transcription) எனப்படும் ஒரு செயல்பாடு மூலமாக இந்தப் புரதங்கள் உற்பத்தி செய்யப்பட வேண்டிய நேரமும் இடமும் முறைப்படுத்தப்படுகின்றது என்று ஏற்கனவே இதைப் பற்றி சிறிது பேசியுள்ளோம். ஆனால் இந்த அமைப்பு மட்டும் போதாது. எபிஜெனடிக் மாற்றங்கள் (Epigenetic alterations) எனப்படும் டிஎன்ஏ, க்ரோமோசோம் மற்றும் ஹிஸ்டோன் புரதங்களில் ஏற்படும் மாற்றங்களும் இந்த முறைப்படுத்தலுக்கு முக்கிய பங்காற்றுகின்றன.

மேலே விளக்கியுள்ள ஹிஸ்டோன் புரதங்கள் பாதிப்படைந்தாலும், அல்லது ஹிஸ்டோன் புரதங்களில் ஏற்படும் வேதியியல் மாற்றங்களில் (உம். அசிடைலேஷன், மெதிலேஷன்) தவறுகள் ஏற்பட்டாலும் அந்தப் பகுதியிலுள்ள மரபணுக்கள் வெளிப்படுத்துதலில் (Gene expression) மாற்றங்கள் ஏற்படும்.

ஹிஸ்டோனில் ஏற்படும் வேதியியல் மாற்றங்கள் போன்றே டிஎன்ஏ-க்களிலும் சில வேதியியல் மாற்றங்கள் நடைபெறுகின்றன.

இந்த வேதியியல் மாற்றங்களும் ஹிஸ்டோன் மாற்றங்களைப் போன்றே அவை எங்கு நடைபெறுகின்றனவோ அந்தந்தப் பகுதியில் உள்ள மரபணுக்களை வெளிப்படுத்தவோ அல்லது வெளிப்படுத்தாமல் கட்டுப்படுத்தி வைக்கவோ உதவுகின்றன. இவை மட்டுமல்ல. க்ரோமேடின் மறுவடிவமைப்பு காரணிகள் (chromatin remodeling factors) எனப்படும் சில புரதங்களும் நியூக்ளியஸில் காணப்படுகின்றன. இவற்றின் முக்கியப் பணியும் க்ரோமோசோம்களின் கட்டமைப்பினை மாற்றி அமைப்பதன் மூலம் மரபணுக்களை வெளிப்படுத்தச் செய்வது அல்லது வெளிப்படுத்தாமல் கட்டுப்படுத்தி வைப்பதே. இவை அனைத்தையும் நாம் எபிஜெனடிக் காரணிகள் என்கிறோம். அதாவது டிஎன்ஏவிலுள்ள மரபணு வரிசைத் தொடரினைத் (Gene sequences) தாண்டி டிஎன்ஏ மற்றும் அதனைச் சார்ந்த கட்டமைப்புகளில் மாற்றங்களை ஏற்படுத்துவதன் மூலமாக மரபணுக்களின் வெளிப்படுத்துதலைக் (Gene expression) கட்டுப்படுத்தும் காரணிகள் எபிஜெனடிக் காரணிகள் என்று கூறலாம். பெரும்பான்மையாக இந்தக் காரணிகளில் ஏற்படும் பாதிப்புகள் டிஎன்ஏ மடித்து வைக்கப்பட்டிருக்கும் முறையினைப் பாதிப்பதனால் டிஎன்ஏ-வின் அந்தப் பகுதியிலுள்ள மரபணுக்கள் வெளிப்படுத்தப்படுவதில் சிக்கல்கள் ஏற்படுகின்றன. விளைவு? செல்கள் பாதிக்கப்பட்டுக் கூடிய விரைவிலேயே அவை முதிர்வு அடைந்துவிடும் அல்லது இறக்க நேரிடும்.

மரபணு வெளிப்படுத்துதலில் ஏற்படும் மாற்றங்கள் (Gene expression changes)

சுருக்கமாகச் சொல்லப்போனால் மேற்கூறிய எபிஜெனடிக் காரணிகள் அனைத்தும் மரபணுக்கள் வெளிப்படுத்தப்படும் விதத்தினை டிஎன்ஏ மடித்து வைக்கப்பட்டிருக்கும் முறையினைப் பாதிப்பதன் மூலமாக மாற்றி அமைக்கின்றன. வயது மூப்பு ஒரு வகையில் மரபணுக்கள் தவறாக வெளிப்படுத்தப்படுவதனால் ஏற்படுவதே. அதாவது மரபணுக்களில் ஏற்படும் பிழையினாலோ அல்லது மரபணுக்களில் ஏற்படும் பிழைகளைச் சரி செய்யும் புரதங்கள் மற்றும் நொதிகளில் ஏற்படும் பிழைகளினாலோ ஏற்படுபவை. மனிதர்கள் மற்றும் வேறுசில விலங்குகளிடத்தில் நடத்தப்பட்ட வயது மூப்பு சம்பந்தமான ஆய்வுகளும் எபிஜெனடிக் மாற்றங்களில் ஏற்படும் தவறுகளால் உற்பத்தி

செய்யப்படும் பொருத்தமற்ற புரதங்கள் வயது மூப்பிற்குக் காரணமாக இருப்பதைச் சுட்டிக் காட்டுகின்றன. இந்தத் தவறுகள் பெரும்பாலும் அழற்சி (Inflammation), புரதங்களின் மடிப்பு (Protein folding), மைடோகாண்டிரியா செயல்பாடு ஆகியவற்றினைப் பாதிக்கின்றன. இந்தத் தவறுகளைச் சரி செய்வதன் மூலமாகவும் வயது மூப்பினைத் தள்ளிப்போட முடியும் என விஞ்ஞானிகள் நம்புகின்றனர்.

மூப்பினை வெல்லுதல்

இதுகாறும் உயிரினங்கள் வயது மூப்பு அடைவதற்கான 12 காரணிகளில் இரண்டு காரணிகளைப் பற்றி விரிவாகப் பார்த்தோம். முதலாவது காரணி நமது மரபணுத் தொகுப்பு நிலைத்தன்மையின்மை (Genome instability). குறிப்பாக மரபணுத் தொகுப்பில் ஏற்படும் பிழைகளைத் திருத்தும் மரபணுக்களில் ஏற்படும் பிழைகள். இரண்டாவது எபிஜெனடிக் காரணிகள் (Epigenetic factors) எனப்படும் மரபணுத் தொகுப்பில் உள்ள மரபணுக்கள் வெளிப்படுத்தலில் (Gene expression) ஏற்படும் மாற்றங்கள். இவ்விரண்டு காரணிகளைச் சரிசெய்ய முடியுமாயின் கண்டிப்பாக நம்மால் வயது மூப்பினைத் தள்ளிப்போட முடியும். ஏன்... நம்மால் சில வயது இளமையாகக்கூட ஆக முடியும். ஏற்கனவே சுட்டிக்காட்டி உள்ளது போல இந்த வயது மூப்பினைத் தள்ளிப்போடும் ஆய்வுகளின் நோக்கம் மனிதர்களை நீண்ட காலம் வாழ வைப்பது அல்ல. மாறாக வயது மூப்பினால் ஏற்படக்கூடிய நோய்களிலிருந்து மனிதர்களைக் காப்பதுதான்.

வில் தலை திமிங்கலங்கள் (Bowhead whales)

நம்மைவிட நீண்ட ஆயுட்காலம் வாழும் உயிரினங்களை ஆய்வு செய்ததில் வெளிப்பட்ட உண்மையானது அந்த உயிரினங்கள் இயற்கையாகவே குறைவான அளவில் மரபணுப் பிழை ஏற்படும் தன்மையினைக் கொண்டிருக்கின்றன என்பதுவே. அதற்கு முக்கியக் காரணம் அந்த உயிரினங்களில் அமைந்துள்ள மரபணுப் பிழைகளைச் சரிசெய்யும் நுட்பம். உதாரணத்திற்கு வில் தலைத் திமிங்கலங்களை எடுத்துக் கொள்ளலாம். புவியில் வாழும் உயிரினங்களில் ஐந்தாவது மிகப் பெரிய உயிரினமான இவை சுமார் 60 அடி நீளம் வரை வளரக்கூடியன. இவற்றின் எடை சுமார் 60,000 முதல்

90,000 கிலோகிராம் வரை இருக்கும். மேலும் இவை சுமார் 200 ஆண்டுகள் வரை வாழக்கூடியவை. வெறும் 60 கிலோ எடை மற்றும் சராசரியாக 90 வயது வரை வாழக்கூடிய மனிதனிடத்திலேயே சுமார் 50 ட்ரில்லியன் செல்கள் இருக்கும் பொழுது, இந்த வில் தலைத் திமிங்கலங்களின் உடலில் எத்தனை ட்ரில்லியன் செல்கள் இருக்கும் என எண்ணிப் பாருங்கள். இவ்வளவு அதிக எண்ணிக்கையிலான செல்கள் சுமார் 200 ஆண்டுக்காலம் இருக்கும் பொழுது புள்ளியியல் ரீதியாகவும் நிகழ்தகவு ரீதியாகவும் (Statistically and by probability) இவற்றிற்கு இயற்கையாகவே அதன் மரபணுத் தொகுப்பில் நிறையப் பிழைகள் ஏற்பட்டு அவற்றின் ஆயுள் குறைந்திருக்க வேண்டும். ஆனால் நடைமுறையில் அவ்வாறு இல்லை. அதற்கு முக்கியக் காரணமாக விஞ்ஞானிகள் கருதுவது அவற்றின் மரபணுப் பிழைகளைச் சரிசெய்ய மிகச் சிறந்த அமைப்பு அவற்றின் செல்களில் இருப்பது தான்.

குறிப்பாக CIRBP (cold-inducible RNA-binding protein) எனப்படும் ஓர் புரதம். இந்தப் புரதம் வில் தலை திமிங்கலங்களின் செல்களில் மிக அதிகமாகக் காணப்படுகிறது. இந்தப் புரதங்களின் முக்கிய வேலை மிகக் கடுமையான புறச்சூழலிருந்து (கடும் குளிர், ஆழ்கடலில் இருக்கும் ஆக்ஸிஜன் பற்றாக்குறை மற்றும் சூரியனின் புற ஊதாக் கதிர்கள்) வில் தலைத் திமிங்கலத்தின் டிஎன்ஏ-வினைப் பாதுகாப்பது. ஆய்வாளர்கள் இந்தப் புரதத்தினை ஆய்வகத்தில் வளர்க்கப்பட்ட மனிதச் செல்களுக்கு அளித்துப் பார்த்தபொழுது அந்தச் செல்களுக்கு வழக்கமாக ஏற்படும் டிஎன்ஏ பாதிப்பு கிட்டத்தட்ட 1.6 மடங்கு குறைவது கண்டுபிடிக்கப்பட்டது. அதன் விளைவாக அந்தச் செல்கள் புற்றுநோய்ச் செல்களாக மாறுவதும், விரைவில் மூப்படைவதும் மிகக் கணிசமாகக் குறைந்தது. இதனைப் போலப் பல்வேறு விலங்குகள் மனிதனைவிட மிக நீண்ட காலம் வாழும் தன்மையினைப் பெற்றிருக்கின்றன. அவற்றினை ஆய்வதன் மூலம் அவை நீண்ட காலம் வாழ்வதற்குக் காரணமான புரதங்கள் மற்றும் பிற காரணிகளைக் கண்டறிந்து மனிதர்களுக்குப் பயன்படுத்த முடியும்.

புற்றுநோய் போலவே வயது மூப்பு சம்பந்தமான ஆய்வுகளையும், அதன் பின்னுள்ள பல்வேறு காரணிகளையும் பற்றி எழுதுவதென்றால் அதற்கெனத் தனியாக ஒரு புத்தகமே போடலாம். அதனைப் பற்றி எழுதுவதற்கு அவ்வளவு விஷயங்கள் உள்ளன. உயிரித் தொழில்நுட்பத்தில் ஏற்பட்டுள்ள முன்னேற்றங்கள் பற்றி நாம் தெரிந்து கொள்ள இன்னும் பல விஷயங்கள் உள்ளன என்பதால் வயது மூப்பிற்குக் காரணமான மற்ற பத்துக் காரணிகளைப் பற்றி முடிந்தவரைச் சுருக்கமாக மட்டும் பார்த்துவிட்டு அடுத்த விஷயங்களுக்குச் சென்று விடுவோம்.

டெலோமியர் (Telomere)

வயது மூப்பிற்குக் காரணமான காரணிகளின் வரிசையில் அடுத்து வருவது டெலோமியர் எனப்படும் க்ரோமோசோம்களின் ஒரு பகுதி. அது என்ன டெலோமியர்?

க்ரோமோசோம்கள் கிட்டத்தட்ட ஆங்கில எழுத்து X வடிவில் இருக்கும். இந்த X எழுத்தின் முனைப்பகுதி அதாவது இந்த க்ரோமோசோம்களின் முனைப் பகுதி (The ends of chromosome) டெலோமியர் எனப்படுகின்றது. இவை ஒரே மாதிரியான டிஎன்ஏ வரிசைகளைத் திரும்பத் திரும்பக் கொண்டிருக்கும் (Repetitive DNA sequences). இவற்றிற்கு ஒரு மிக முக்கியப் பணி உண்டு. டிஎன்ஏவானது பிரதி செய்யப்படும் பொழுது (DNA replication) அவற்றினால் க்ரோமோசோம்களின் முனை அல்லது கடைசிப் பகுதியினைத் திறமாகப் பிரதி செய்ய இயலாது. இதனால் அவை காலப்போக்கில் தேய்ந்து கொஞ்சம் கொஞ் சமாக அதன் அளவை (நீளத்தினை) இழந்து வரும். அவ்வாறு தேய்ந்து வரும்பொழுது ஒரு கட்டத்தில் க்ரோமோசோம்களின் முனைப்பகுதி அல்லது டெலோமியர்கள் முற்றிலும் அழிந்து டிஎன்ஏ-க்களில் உள்ள மரபணுக்கள் க்ரோமோசோம்களின் முனைப்பகுதிக்கு வந்துவிடும். க்ரோமோசோம்களின் முனைப்பகுதிதான் திறம்படப் பிரதி செய்யப்பட முடியாதே. அந்த முனைப்பகுதியில் மரபணுக்கள் இருந்தால் என்ன ஆகும்? அந்த மரபணுக்களும் காலப்போக்கில் இழக்கப்பட்டுவிடும். மரபணுக்கள் இழக்கப்பட்டால் அந்த செல்கள் கூடிய விரைவில் வயது மூப்படைந்துவிடும் (Cellular senescence)

அல்லது மடிந்துவிடும் (Apoptosis). அவ்வாறு நடந்துவிடக் கூடாது என்பதற்காகத்தான் டெலோமியர்கள் உள்ளன. டெலோமியர்கள் இருக்கும் வரை மரபணுக்கள் தேய்மானம் இருக்காது.

டெலோமியர்கள் தேய்மானத்தினைத் தவிர்க்க நமது செல்களிலேயே டெலோமெரேஸ் (Telomerase) என்றொரு நொதி (Enzyme) உள்ளது. இந்த டெலோமெரேஸ் நொதி தேய்மானமடையும் டெலோமியர் பகுதியிலுள்ள டிஎன்ஏ-வினை மறு உற்பத்தி செய்துவிடும். அப்புறம் என்ன? எல்லாம் சுபம் தானே என்கிறீர்களா? அதுதான் இல்லை. இந்த டெலோமெரேஸ் நொதி இயற்கையாகவே நமது உடலிலுள்ள செல்களில் தேவையான அளவில் உற்பத்தி செய்யப்படுவதில்லை. குறிப்பாக வயதானவர்களின் செல்களில். வயது ஆகஆக இந்த டெலோமெரேஸ் உற்பத்தி கணிசமாகக் குறையத் தொடங்குகிறது. வயதானவர்களின் உடலிலுள்ள செல்களை ஆராய்ந்து பார்க்கும்பொழுது அவர்களின் செல்களிலுள்ள க்ரோமோசோம்களில் டெலோமியர்கள் இளம் வயதினரின் டெலோமியர்களைவிட நீளம் குறைந்து காணப்படுகின்றது. இதே கதைதான் சோதனைச் சாலை எலி உள்ளிட்ட மற்ற உயிரினங்களுக்கும். டெலோமியர் தேய்மானமாகும் வேகம் எல்லோருக்கும் ஒரே விதத்தில் இருக்காது. அது வயது, மரபணுத் தன்மை, சுற்றுச்சூழல், வாழ்க்கை முறை எனப் பல காரணங்களின் பொருட்டு ஒருவருடமிருந்து மற்றவருக்கு வேறுபடும்.

விஞ்ஞானிகள் செயற்கையாக ஆய்வுச் சாலை எலிகளின் டெலோமியர்களைக் குறைக்கும்பொழுது அந்த எலிகள் சாதாரணமான எலிகளைவிடக் குறைவான நாட்கள் வாழ்வது கண்டறியப்பட்டது. அதுபோல செயற்கையாக டெலோமியர் குறைக்கப்பட்ட எலிகளின் டெலோமியர் நீளத்தினைத் தகுந்த மருந்துகளின் மூலம் அதிகரிக்கும்பொழுது அவை நீண்ட காலம் வாழ்வதும் தெரிய வந்தது. இம்மாதிரியான ஆய்வுகள் டெலோமியர்களின் நீளத்திற்கும் மனிதர்கள் உள்ளிட்ட உயிரிகளின் ஆயுள்காலத்திற்கும் இருக்கும் தொடர்பினை ஐயமற நிரூபித்துள்ளன. எனவே பல்வேறு ஆய்வுச் சாலைகள் எவ்வாறு டெலோமியர்களின் நீளத்தினை நீட்டித்து அல்லது

தேய்மானத்தினைக் குறைத்து வயது மூப்பினைத் தள்ளிப் போடுவது என ஆய்ந்து வருகின்றனர். அதில் முக்கியமான பங்கு டெலோமெரேஸ் நொதியினைச் செயற்கையாக அளித்து ஆயுளை நீட்டிப்பது பற்றியது.

புரதங்களின் சமநிலை இழப்பு (Loss of Proteostasis)

என்னதான் மரபணுக்கள் நமது உடலின் அனைத்துச் செயல்களுக்கும் மூல ஆதாரமாக இருந்தாலும் அவை புரதங்களாக மாற்றப்பட்டால் மட்டுமே நமது உடல் செம்மையாக இயங்கும். புரதங்கள் உற்பத்தி செய்யப்பட்டால் மட்டும் போதாது. அவை தேவையான அளவில் (Quantity), முழுமையான நீளத்தில் (Length), சரியான வடிவத்தில் (Structure) உற்பத்தி செய்யப்பட வேண்டும். பிறகு அந்தப் புரதங்கள் தேவையான வேதியியல் மாற்றங்கள் (Post-translational modification) செய்யப்பட வேண்டும். இதில் எந்த ஒரு செயல் பாதிக்கப்பட்டாலும் புரதங்கள் அவற்றின் பணியினைச் சரிவரச் செய்ய இயலாது.

பல்வேறு காரணங்களால் மேற்கூறிய செயல்கள் பாதிக்கப்படக்கூடும். உதாரணத்திற்கு மரபணுக்களில் ஏற்படும் ஆக்ஸிகரண மாற்றங்கள் போலப் புரதங்களிலும் ஏற்படும் வாய்ப்பு உண்டு. இதனால் அப்புரதங்கள் அவற்றின் சரியான கட்டமைப்பினை அடைய இயலாமல் போய்விடும். புரதங்களின் கட்டமைப்பே அவற்றின் பணியினைத் தீர்மானிக்கின்றன என ஏற்கனவே ஓர் அத்தியாயத்தில் பார்த்திருக்கிறோம். ஒரு செல்லில் சில குறிப்பிட்ட புரதங்கள் அவற்றின் பணியினைச் செய்யவில்லை என்றால் அச்செல் கூடிய விரைவில் இறக்க நேரிடும். இதுவே ஓர் உறுப்பில் உள்ள பல செல்களில் நடக்கும்பொழுது அந்த உறுப்பின் செயல் பாதிக்கப்படும். வயது மூப்பிற்கு இதுவும் ஒரு காரணம்.

கட்டுப்பாடற்ற ஊட்டச்சத்து உணர்திறன்

நமது உடலிலுள்ள அனைத்துச் செல்களிலும் ஊட்டச்சத்துக்களை உணர்வதற்கான நூற்றுக்கணக்கான கூறுகள் (Components) உள்ளன. இது ஒரு சிக்கலான வலைப்பின்னல் (Network) போன்ற அமைப்பு. இந்த வலைப் பின்னலில் செல்களின்

வெளிப்புறத்தில் இருக்கும் ஏற்பிகள் (receptors) தொடங்கி, அதனைக் கடத்தி பல்வேறு தொடர் விளைவுகளை ஏற்படுத்தும் செல்களுக்குள்ளேயே அமைந்திருக்கக்கூடிய சமிக்ஞை அடுக்குகள் (Intracellular signaling cascades) வரை ஏராளமான புரதங்கள் உள்ளிட்ட கூறுகள் (Components) பங்கு கொண்டிருக்கும். இந்த வலைப்பின்னலில் உள்ள கூறுகளின் செயல்பாடுகள் குறையும்பொழுது வாழ்நாள் அதிகரிப்பதாக ஆய்வகங்களில் பல்வேறு விலங்குகளில் நடத்தப்பட்ட ஆய்வுகள் தெரிவிக்கின்றன.

இதனை உறுதிப்படுத்தும் விதமாக, வயதான மூதாட்டிகளிடம் நடத்தப்பட்ட ஆய்வுகளில் அவர்களின் உடலில் மேலே கூறப்பட்டுள்ள வலைப்பின்னலில் உள்ள கூறுகள் குறைந்திருக்கும்பொழுது அவர்கள் சிறந்த ஆரோக்கியத்துடன் இருப்பது கண்டறியப்பட்டுள்ளது. அவர்களிடத்தில் வயதானபின் பொதுவாக ஏற்படக்கூடிய உடல் நிலை மாற்றங்கள் காணப்படுவதில்லை அல்லது மிகத் தாமதமாகத்தான் ஏற்படுகின்றன. உதாரணமாக அவர்கள் சிறந்த நினைவுத்திறன் (Cognitive abilities) கொண்டவர்களாக இருக்கின்றனர். நீரிழிவு நோய் (Diabetes), இரத்த அழுத்தம் (Blood Pressure), எலும்புப்புரை (Osteoporosis) உள்ளிட்ட பிரச்சினைகளும் அவர்களிடத்தில் மிக அரிதாகவே காணப்படுகின்றன. மாறாக இந்த ஊட்டச்சத்து உணர்திறன் வலைப்பின்னலில் உள்ள கூறுகளை உடலில் அதிகமாகக் கொண்டுள்ளவர்கள் பல்வேறு வயது மூப்பு சம்பந்தமான அறிகுறிகளை ஒருங்கே கொண்டவர்களாக உள்ளனர்.

நன்று. தற்போது ஆய்வாளர்களின் கவனம் இந்த ஊட்டச்சத்து உணர்திறன் கூறுகளை மட்டுப்படுத்தும் மருந்துகள் கண்டுபிடிப்பதில் உள்ளது.

பொதுவாக இந்த ஊட்டச்சத்து உணர்திறன் கூறுகள் அதிகப்படியான ஊட்டச்சத்துக்களை (Overnutrition) எடுத்துக் கொள்வதால் தவறாகத் தூண்டி விடப்படுகின்றன அல்லது தேவைக்கு அதிகமாகத் தூண்டி விடப்படுகின்றன. எனவே இந்தக்கூறுகளை மருந்துகள் கொண்டு கட்டுப்படுத்துவதை விட நாம் உண்ணும் உணவுப்பழக்கத்தினை மாற்றியமைப்பதன்

மூலம் சிறப்பாகக் கட்டுப்படுத்த முடியும். உதாரணமாக இடைப்பட்ட உண்ணாவிரத உணவு முறை (Intermittent fasting) அல்லது கீட்டோ உணவு முறை (ketogenic diet) போன்றவை மிகச் சிறப்பான முறையில் ஊட்டச்சத்து உணர்திறன் கூறுகளைக் கட்டுப்படுத்துவதினை ஆய்வுகள் உறுதிப்படுத்தியுள்ளன. ஆனால் நடைமுறையில் இவை பெரிய அளவிற்குப் பயனளிக்கக் கூடியவை அல்ல. ஏனெனில் உணவு விஷயத்தில் மனிதர்கள் கட்டுப்பாட்டுடன் நீண்ட காலம் நடந்து கொள்வதில்லை.

மைடோகாண்டிரியல் செயலிழப்பு (Mitochondrial Dysfunction)

நமது செல்களில் மைடோகாண்டிரியா எனும் ஒரு நுண்ணுறுப்பு இருப்பதை அறிவோம். இவை நமக்குத் தேவையான ஆற்றலை உற்பத்தி செய்யும் மையங்கள். பல்வேறு காரணங்களினால் மைடோகாண்டிரியாவில் சில குறைபாடுகள் காலப்போக்கில் ஏற்பட்டு விடுகின்றன. நாம் ஏற்கனவே மைடோகாண்டிரியாவிலுள்ள டிஎன்ஏக்களில் ஏற்படும் மரபணுப் பிழைகள் குறித்து விவரித்துள்ளோம். தற்போது நாம் பேசுவது மைடோகாண்டிரியாவில் ஏற்படும் வேறுவகையான பிரச்சனை. மைடோகாண்டிரியாவில் உற்பத்தியாகும் சில பொருட்கள், குறிப்பாக ராஸ் (ROS) மற்றும் நொதிகள் (Enzymes), மைடோகாண்டிரியாவை விட்டுத் தவறுதலாக வெளியேறுவதால் ஏற்படும் விளைவுகள் பற்றி. அவ்வாறு அவை வெளியேறும்பொழுது அழற்சியினை உண்டு செய்து செல்களுக்குப் பாதிப்பினை ஏற்படுத்தி விடுகின்றன. இந்தப் பாதிப்புகளிலிருந்து செல்களைப் பாதுகாக்கப் பல்வேறு மருந்துகளைக் கண்டுபிடிக்கும் முயற்சியில் தற்போது விஞ் ஞானிகள் ஈடுபட்டு வருகின்றனர். உதாரணம் எலாமிப்ரிடைட் (Elamipretide) எனப்படும் ஒருவகையான புரதத் துண்டு (Peptide). இந்தப் புரதத் துண்டு மைடோகாண்டிரியாவினுள் உள்ள சவ்வுகளில் காணப்படும் கூறுகளுடன் வினைபுரிந்து சவ்வுகளைப் பலப்படுத்தி, மைடோகாண்டிரியாவின் உள்ளிருந்து எந்தவிதமான நொதிகளும் வெளியேறி விடாதபடி பாதுகாக்கிறது. இந்த மருந்து சோதனைச் சாலை விலங்குகளோடு மட்டும் இருந்துவிடாமல் மனிதர்களிடத்தும் கொடுத்துச்

சோதித்துப் பார்க்கப்பட்டு வயது மூப்பு சம்பந்தமான அறிகுறிகளிலிருந்து காப்பது உறுதிப்படுத்தப்பட்டுள்ளது.

செல்களுக்கு ஏற்படும் முதுமை (Cellular Senescence)

இவ்வுலகம் மட்டுமல்ல இந்தப் பிரபஞ்சத்தில் உள்ள அனைத்துப் பொருட்களுக்கும் ஓர் ஆயுட்காலம் உண்டு. நிரந்தரமாக இருக்கும் பொருள் என்று எதுவும் இல்லை. இது நமது உடலில் உள்ள செல்களுக்கும் பொருந்தும். பொதுவாக நமது உடலில் உள்ள செல்கள் ஒரு குறிப்பிட்ட காலத்திற்குப் பிறகு புதிய செல்களைத் தோற்றுவிக்கும். இதனைச் செல் பிரிதல் (Cell division) என்று கூறுவோம். அதாவது ஒரு செல் இரண்டாகப் பிரிவது. இந்தச் செல் பிரிதல் நிரந்தரமாக நடந்து கொண்டே இருக்காது. ஒரு குறிப்பிட்ட காலகட்டத்திற்குப் பிறகு இந்தச் செல்கள், பிரியும் தன்மையினை இழந்து இறந்துவிடும். இந்தத் தன்மையினையே செல்களுக்கு ஏற்படும் முதுமை (Senescence) என வர்ணிக்கின்றோம். சில திசுக்களில் உள்ள செல்கள் 50 முறை பிரியும் என்றால், இன்னும் சில செல்கள் தங்கள் வாழ்நாளில் நூறு முறைகூடப் பிரியும் தன்மையினைக் கொண்டிருக்கும். மாறாக, சில செல்கள் பிரியவே பிரியாது. உதாரணம் நரம்புச் செல்கள் (Nerve Cells).

பல்வேறு காரணங்களினால் இந்த முதுமை செல்களுக்கும் ஏற்படக்கூடும். அவற்றுள் முக்கியமானது அழற்சி (Inflammation) மற்றும் ஃபைப்ரோசிஸ் (Fibrosis) ஆகியவற்றினைத் தூண்டும் காரணிகள். ஃபைப்ரோசிஸ் எனப்படுவது நமது உடல் உறுப்புகளில் காயம் ஏதேனும் ஏற்பட்டால் அவற்றினைச் சரிசெய்யும் முயற்சியில் ஏற்படும் வடு போன்ற தடித்த திசு. செல்கள் முதுமை அடைவது ஒரு சாதாரணமான, பிரச்சனை ஏதும் ஏற்படுத்தாத ஒரு செயல். இன்னும் சொல்லப்போனால் பல நேரங்களில் இது நன்மை பயக்கும் செயலும் கூட. உதாரணத்திற்கு நமது உடலில் உள்ள திசுக்களில் ஏதேனும் காயம் ஏற்பட்டால் அந்தப் பாதிப்படைந்த செல்கள் முதலில் இந்த முதுமை நிலையினை அடையும். பிறகு நமது நோயெதிர்ப்பு மண்டலத்தில் உள்ள செல்கள் இந்த முதுமை அடைந்த செல்களை அப்புறப்படுத்தும். பிறகு நீக்கப்பட்ட செல்களுக்குப் பதிலாகப் புதிய செல்கள் உற்பத்தி செய்யப்படும்.

இங்கு பிரச்சனை எங்கு ஏற்படுகின்றதென்றால் நோயெதிர்ப்புச் செல்கள் இந்த முதுமைச் செல்களை முறையாக நீக்கம் செய்யாமல் இருக்கும்பொழுது தான். நமது வீட்டில் குப்பைக்கழிவுகள் முறையாக அகற்றப்படாமல் இருந்தால் என்ன ஆகும்.? முதலில் இடத்தினை அடைத்துக்கொண்டு நமக்குத் தேவைப்படும் வேலைகளைச் செய்யமுடியாத படிக்கு ஆகும். பிறகு அந்தக் குப்பைகளுக்குள் பூச்சிகள் வந்து தங்கும். கடைசியாக அந்தக் குப்பைகள் மக்கி நாற்றம் எடுத்து நம்மை அங்கு வாழ முடியாதபடிக்குச் செய்துவிடும் அல்லவா? இதுதான் நம் உடலுக்குள்ளும் நடக்கிறது. இந்த முதுமைச் செல்கள் தேங்கி அந்தந்த உறுப்புகள் முறையாகச் செயல்பட விடாமல் தடுத்து வயது மூப்பின் அறிகுறிகள் தென்படத் துவங்கி விடுகின்றன. இந்த முதுமை அடைந்த செல்களை இயற்கையாக நமது உடல் நீக்காவிட்டால் என்ன, நம்மால் செயற்கையாக மருந்துகள் கொடுத்து நீக்க முடியுமே. இதன் மூலமாக வயது மூப்பினையும் தள்ளிப்போட முடியுமே! இதற்கான வேலைகளும் தற்போது ஆய்வுச் சாலைகளில் நடைபெற்று வருகிறது.

முடக்கப்பட்ட மேக்ரோ ஆடோஃபேஜி நடைமுறை (Disabled Macroautophagy)

இது செல்களுக்கு ஏற்படும் முதுமையினை ஒத்த மற்றொரு பண்பு. நமது செல்களில் மேக்ரோ-ஆடோஃபேஜி என்றொரு செயல் நடைபெறும். இதன் முக்கியப் பணி செல்களிலுள்ள தேவையற்ற கழிவுகளை அகற்றுவதே. மேலும் செல்களில் தங்கிவிடும் நுண்ணுயிரிகளையும் அகற்றுவதில் இதற்கு முக்கியப் பங்குண்டு. வயதாகும்பொழுது இந்த மேக்ரோ-ஆடொஃபேஜி நடைபெறத் தேவையான மரபணுக்கள் வெளிப்படுவது கொஞ்சம் கொஞ்சமாகக் குறையத் தொடங்கி விடுகிறது. இதன் காரணமாக வயதானவர்களின் செல்களில் கழிவுகள் சேர ஆரம்பித்து செல்கள் மடியத் தொடங்கும். இந்த ஆடோஃபேஜி நடைமுறையினை மருந்துகள் கொண்டு ஊக்குவிப்பதன் மூலமாக செல்களில் கழிவுகள் தேங்காமல் செய்து மனிதர்களின் ஆயுளை நீட்டிக்க முடியும்.

செல்களுக்கு புத்துயிர் அளித்தல் (Cell Rejuvenation)

ஸ்டெம் செல்கள்களைப் பற்றி ஏற்கனவே ஒரு தனி அத்தியாயத்தில் விரிவாகவே பார்த்திருக்கின்றோம். நினைவு கூர்வதற்காக இங்கே மீண்டும் சுருக்கமாக. நமது உடலில் ஏதேனும் உறுப்புகள் பாதிக்கப்பட்டால் அந்த உறுப்புகளை மீளுருவாக்கம் செய்யச் சில ஆதாரச் செல்கள் இருக்கும். அந்த ஆதாரச் செல்களே ஸ்டெம் செல்கள் என அழைக்கப்படுகின்றன. இந்த ஸ்டெம் செல்கள் வேறுபடுத்தப்படாத செல்கள் (Undifferentiated cells) ஆகும். அதாவது, தோல், நுரையீரல் போன்ற உறுப்புகளாக வேறுபடுத்தப்படாத செல்கள். இன்னும் எளிமையாக விளக்குவதென்றால் கருவில் இருக்கும் செல்கள். இந்த செல்களால் உடலின் எந்த ஒரு உறுப்பினையும் தோற்றுவிக்க முடியும். இந்த ஸ்டெம் செல்களைத் தவிர்த்து நமது உடலில் உள்ள ஏனையச் செல்கள் அனைத்தினையும் வேறுபடுத்தப்பட்ட செல்கள் (Differentiated cells) என அழைக்கலாம்.

நமது உடலில் உள்ள அனைத்து வேறுபடுத்தப்பட்ட செல்களின் மூலத்தினை ஆராய்ந்து பார்த்தால் அவை ஒரு காலத்தில் ஸ்டெம் செல்களிலிருந்தே தோற்றுவிக்கப்பட்டிருக்கும். ஒரு முறை அவை வேறுபடுத்தப்பட்ட செல்களானபின் மீண்டும் அவை ஸ்டெம் செல்களாக இயற்கையாக மாறாது. ஆனால் இந்த வேறுபடுத்தப்பட்ட செல்களை செயற்கையாகத் தூண்டிவிட்டு ஸ்டெம் செல்களாக மாற்ற முடியும். இதற்கு ட்ரான்ஸ்க்ரிப்ஷன் காரணிகள் (Transcription factors) எனப்படும் புரதங்கள் மட்டும் தேவைப்படும்.

வயது மூப்பு ஏற்படும்பொழுது ஏராளமான பல்வேறு புற மற்றும் அகக்காரணிகளினால் நமது உடலில் உள்ள செல்களுக்குப் பாதிப்பு ஏற்படும் அல்லவா.? அதனை ஒவ்வொன்றாகச் சரிசெய்வதென்பது மிகச் சிரமமான காரியம். அதற்குப் பதிலாக இந்த பாதிக்கப்பட்ட வேறுபடுத்தப்பட்ட செல்களையெல்லாம் திரும்ப ஸ்டெம் செல்களாக மாற்றினால் என்ன ஆகும்.? அவை கரு நிலைக்கு அதாவது எந்தப் பிரச்சினைகளும் இல்லாத ஒரு தூய நிலைக்கு மாறும். அதற்காக அவற்றினை ஒரேயாகக் கரு நிலைக்கும் கொண்டு சென்றுவிட முடியாது. ஏனென்றால்

அப்படி ஒரு நிலை ஏற்பட்டால் எல்லா உறுப்புகளில் உள்ள செல்களும் அவற்றின் தனித்தன்மையினை இழந்து எந்த ஓர் உறுப்பும் அவற்றிற்காக ஒதுக்கப்பட்ட பணியினைச் செய்ய இயலாது. எனவே ஸ்டெம் செல் நிலைக்கு முழுவதுமாகச் சென்றுவிடாமல் ஆனால் அந்த நிலைக்குச் செல்லத் தேவையான புரதங்களைக் கொண்டு சிறிதளவு சிகிச்சை செய்வதன் மூலம் வயது மூப்பின்போது செல்களில் ஏற்படும் பிரச்சனைகளைச் சரி செய்ய முடியும் என பல்வேறு ஆய்வுகள் நிரூபித்துள்ளன.

செல்களுக்கு இடையேயான தகவல் பரிமாற்றங்கள் (Intercellular Communication)

செல்கள் தமக்கு உள்ளாக மட்டுமல்லாமல் பல்வேறு உறுப்புகளில் உள்ள செல்களுடனும் சேர்ந்து இயங்கினால் மட்டுமே நமது உடலும் அதன் செயல்களும் முழுமை பெறும். இத்தகைய செல்களுக்கிடையேயான பொருள் மற்றும் உணர்வுப் பரிமாற்றங்கள் பல்வேறு முறைகளில் நடைபெறுகின்றன. இத்தகைய பரிமாற்றங்களுக்கு முக்கியப் பங்கு வகிப்பவை இரத்த ஓட்ட மண்டலம் (Circulatory system), நரம்பு மண்டலம் (Nervous system) மற்றும் நாளமில்லாச் சுரப்பிகள் மண்டலம் (Endocrine system) ஆகும். இவற்றுள் இரத்தத்தின் பங்கு பற்றி மட்டும் இங்கு பார்ப்போம். இரத்தத்தில் பல்வேறு கரையக்கூடிய கூறுகள் (Soluble components) உள்ளன. இந்தக் கூறுகள் நமது வயதிற்குத் தகுந்தாற்போல் மாறிக் கொண்டே இருக்கும். அதாவது வயதான ஒருவரின் இரத்தத்தில் உள்ள கூறுகள் இளம் வயதுடைய ஒருவரின் கூறுகளிடமிருந்து முற்றிலும் வேறுபட்டிருக்கும்.

இதில் உள்ள ஒரு சுவாரசியமான விஷயம் என்னவென்றால் இந்தக் கூறுகளுக்கு வயது மூப்பினைக் கடத்தும் தன்மை இருப்பது. அதனைப் போல வயது மூப்பினைத் தாமதப்படுத்தும் தன்மையும் இவற்றிற்கு உண்டு. விலங்குகளிடத்தில் நடத்தப்பட்ட பல்வேறு ஆய்வுகள் இதனை உறுதி செய்திருக்கின்றன. உதாரணமாக, வயது முதிர்ந்த ஒரு விலங்கிடமிருந்து பெறப்பட்ட இரத்தத்தினை ஓர் இளம் வயது விலங்கிற்குச் செலுத்தும்பொழுது அந்த இளம் விலங்கின் உடலில் வயது மூப்பிற்கான அறிகுறிகள் தென்பட ஆரம்பிக்கிறது.

நேர்மாறாக ஒரு வயதான விலங்கின் இரத்தத்தினை உப்புக் கரைசல் (Saline buffer) கொண்டு நீர்க்கச் செய்யும்பொழுது அதன் செல்களில் இளம் வயதினரின் செல்களில் உள்ள அடையாளங்கள் தெரிய வருகின்றன. இந்த ஆய்வு முடிவுகள் நமது இரத்தத்தில் வயது மூப்பிற்கான கூறுகள் இருப்பதை உறுதி செய்கின்றன. பீடா 2 மைக்ரோக்லோபுலின், ஐஎல்-6, டிஜிஎஃப்-பீடா போன்றவை இந்தக் கூறுகளில் அடங்கும். இந்தக் காரணிகளைக் கட்டுப்படுத்தக்கூடிய மருந்துகளைக் கண்டுபிடிப்பதன் மூலம் வயது மூப்பினைத் தள்ளிப்போட முடியும்.

வயது மூப்பும் அழற்சியும் (Inflammaging)

வயது மூப்பின்போது ஏற்படும் பல மாற்றங்களில் மிக முக்கியமான ஒன்று அழற்சி (Inflammation). வயதானவர்களின் உடலில் அழற்சிக்கான அடையாளமான பல்வேறு கூறுகள் அதிக அளவில் காணப்படுகின்றன. அழற்சி அதிகமாகும் பொழுது நோயெதிர்ப்பு சக்தியானது குறைய ஆரம்பிக்கும். அழற்சியும் நோயெதிர்ப்பு குணமும் ஒன்றுக்கொன்று மிக நெருக்கமான தொடர்பு உடையவை. இன்னும் தெளிவாகச் சொல்லப்போனால் நோயெதிர்ப்பு மண்டலத்தில் ஏற்படும் குறைபாடே அழற்சிக்கு முக்கியக் காரணியாக உள்ளது. இந்த அழற்சி பல்வேறு தொடர் விளைவுகளை ஏற்படுத்தி உடலில் உள்ள செல்களுக்கும் திசுக்களுக்கும் சேதங்களை விளைவிக்கின்றன. இதன் விளைவாக உறுப்புகள் தங்கள் செயல்திறனைக் கொஞ்சம் கொஞ்சமாக இழக்க ஆரம்பிக்கின்றன. பல்வேறு காரணங்களினால் அழற்சி ஏற்படக்கூடும். உதாரணம் உடலின் உள்ளுறுப்புகளில் படிந்துள்ள கொழுப்பு (Visceral Fats). இந்தக் கொழுப்புகள் சுரக்கும் சில அழற்சி தூண்டிகள் (Pro-inflammatory and chemotactic compounds) அழற்சியினை ஏற்படுத்தும். இதுபோன்ற அழற்சித் தூண்டிகளைக் கட்டுப்படுத்தும் மருந்துகள் கண்டுபிடிப்பதன் மூலமும் வயது மூப்பினைக் கட்டுப்படுத்த முடியும்.

டிஸ்பயோசிஸ் (Dysbiosis)

டிஸ்பயோசிஸ் என்றால் என்ன? நமது உடலில் உள்ள, குறிப்பாக நமது குடலில் வாழும் நுண்ணுயிரிகளின் வகைகள்

(Types), நடவடிக்கைகள் (Behaviours) மற்றும் பரவலில் (Distribution) ஏற்படும் மாற்றங்களை டிஸ்பயோசிஸ் என்று ஆங்கிலத்தில் குறிப்பிடுகின்றனர். இந்த நுண்ணுயிரிகள் நாம் உண்ணும் உணவினைச் செரிக்க வைப்பதில் தொடங்கி, சில உயிர்ச்சத்துகள், அமினோ அமிலங்கள், வளர்சிதை மாற்றப் பொருட்கள் (Metabolites) உற்பத்தி செய்வது மற்றும் தீங்கு தரும் கிருமிகளிலிருந்து உடலைப் பாதுகாப்பது வரையில் பல்வேறு முக்கியப் பங்குகள் வகிக்கின்றன. அது மட்டுமன்றி இந்த நுண்ணுயிரிகளும் உடலின் மூளை உள்ளிட்ட நரம்பு மண்டலங்களும் மிக நெருக்கமாக இணைந்து பணியாற்றுவதும் நாம் அறிந்த ஒன்றே. இத்தகைய, உடலின் நலனைப் பாதுகாப்பதில் முக்கியத்துவம் வாய்ந்த நுண்ணுயிரிகளின் தொகுப்பில் ஏற்படும் மாற்றங்கள் உடல் பருமன், நீரிழிவு நோய், நரம்பு மண்டலம் சார்ந்த பிரச்சனைகள், இதய நோய்கள், புற்றுநோய் உள்ளிட்ட பல்வேறு நோய்கள் ஏற்பட வழிவகுக்கின்றன. இவற்றுள் பெரும்பான்மையான நோய்கள் வயது முதிர்ந்தவர்களுக்கு ஏற்படும் நோய்களாகும். இந்த நுண்ணுயிரிகளுக்கும் வயது முதிர்ந்தவர்களைத் தாக்கும் நோய்க்கும் உள்ள தொடர்பின் காரணமாக ஆய்வாளர்களிடையே நுண்ணுயிர் தொகுப்பின் மூலம் வயது மூப்பினைத் தள்ளிப்போடுவது சம்பந்தமான ஆர்வம் நாளுக்கு நாள் அதிகரித்து வருகின்றது.

நாம் உண்ணும் உணவு, வாழ்வியல் முறை, மரபணுக் காரணிகள் மற்றும் சுற்றுச் சூழல் உள்ளிட்ட பல்வேறு காரணங்களின் காரணமாக இந்த நுண்ணுயிர்த் தொகுப்பானது ஒவ்வொரு மனிதரிடத்தும் ஒவ்வொரு விதமாக இருப்பதால் நுண்ணுயிர்த் தொகுப்பிற்கும் வயது மூப்பிற்குமான தொடர்பினை வெளிக்கொணர்வது சிரமமாக உள்ளது. இருப்பினும் மெட்டா பகுப்பாய்வு (Meta analysis) எனப்படும் மிகப்பெரிய அளவில் நடத்தப்பட்ட ஆய்வுகள் சில உண்மைகளை வெளிப்படுத்தியுள்ளன. பொதுவாக நுண்ணுயிர்த் தொகுப்பானது ஒரு குழந்தை பிறந்த சில வருடங்களுக்குள் நிர்ணயிக்கப்பட்டு விடுகின்றது. பிறகு அது அக்குழந்தையின் வாழ்நாள் முழுவதும் பெரும்பான்மையாக மாறுவதில்லை. ஆனால் சில முக்கியமான மாற்றங்கள் வயதாகும்பொழுது நிகழ்வது

கண்டுபிடிக்கப்பட்டுள்ளது. குறிப்பாக நூறாண்டுகளுக்கு மேல் வாழ்பவர்களின் நுண்ணுயிர்த் தொகுப்பினை ஆய்வு செய்ததில், Bacteroides and Roseburia எனும் வகையினைச் சார்ந்த பாக்டீரியாக்களின் எண்ணிக்கை குறைவதும் Bifidobacterium and Akkermansia எனும் வகையினைச் சார்ந்த பாக்டீரியாக்களின் எண்ணிக்கை அதிகமாவதும் கண்டறியப்பட்டது. வேறுசில ஆய்வுகள் ஆரோக்கியமான வயதானவர்களிடத்தில் வேறு வகையான பாக்டீரியாக்களின் எண்ணிக்கை அதிகமாவதையும் அல்லது குறைவதையும் கண்டறிந்து கூறின. இதிலிருந்து ஆரோக்கியமான, வயது மூப்பினை ஊக்குவிக்கும் வெவ்வேறு வகையான பாக்டீரியாக்கள் இருப்பதை அறிய முடிகிறது. ஆனால் இந்த அனைத்து நன்மை செய்யும் பாக்டீரியாக்களும் ஒரு விஷயத்தினை மாறாமல் செய்கின்றன. அதாவது அவை வெளிப்படுத்தும் வளர்சிதை மாற்றப் பொருட்கள் (Metabolites) நோயெதிர்ப்பு மண்டலத்தினை வலிமைப்படுத்தவும் அதே நேரம் அழற்சியினைக் கட்டுப்படுத்தவும் (Anti-inflammatory) செய்கின்றன.

முக்கிய மூன்று

வயது மூப்பினை ஊக்குவிக்கும் 12 காரணிகள் அல்லது அடையாளங்கள் அனைத்தும் ஒன்றுக்கொன்று மிக நெருக்கமான தொடர்புடையவை. அதாவது ஒரு காரணி மற்றொரு காரணி உருவாகக் காரணமாக அமையலாம் அல்லது மற்றொரு காரணியின் வீரியத்தினை ஊக்குவிக்கலாம். அதேபோல ஒரு காரணியினைக் கட்டுப்படுத்தும் மருந்து வேறுசில காரணிகளையும் கட்டுப்படுத்தக் கூடும். இந்த 12 காரணிகளில் மூன்றினை மிக முக்கியமானவையாகக் கூற முடியும். (1) புற மற்றும் அகக் காரணிகளால் நமது மரபணுத்தொகுப்பில் ஏற்படும் பாதிப்புகள் மற்றும் மாற்றங்கள் (2) புறக் காரணிகளால் நமது உடலில் உள்ள புரதத் தொகுப்பில் ஏற்படும் மாற்றங்கள் (3) மனித நுண்ணுயிர் தொகுப்பில் ஏற்படும் மாற்றங்கள். ஏனெனில் இந்த மூன்று காரணிகள்தான் பெரும்பாலும் ஏனைய மற்றக் காரணிகள் தோன்றக் காரணமாக அமைகின்றன. இந்த மூன்று காரணிகளைக் கட்டுப்படுத்துவதுதான் மருத்துவ உலகின் மிக முக்கியமான குறிக்கோளாக அடுத்த பத்தாண்டுகளுக்கு இருக்கப் போகிறது. இவற்றினைக் கட்டுப்படுத்துவதன் மூலம்

வயது மூப்பின்போது அதிகமாகத் தோன்றும் புற்றுநோய் உள்ளிட்ட நோய்களைக் கட்டுப்படுத்துவது மட்டுமன்றி அதன் தொடர் பயனாக வாழ்நாளையும் நீட்டிக்க முடியும்.

நிற்க. இந்த மருந்துகள் வரும்பொழுது வரட்டும். இவை கண்டுபிடிக்கப்பட்டு அதன் மூலம் நம் வாழ்நாளை நீட்டிப்பது ஒருபுறம் இருந்தாலும், நம்மால் செய்ய முடியக் கூடிய உடற்பயிற்சி, முறையான உணவுப் பழக்கம், மன அழுத்தம் இல்லாத வாழ்க்கை முறை, நல்ல தூக்கம் ஆகியவற்றினைப் பின்பற்றினாலே நம் வாழ்நாளைக் குறிப்பிடத்தக்க அளவில் நீட்டிக்க முடியும். இந்த நான்கு பழக்கமும் ஆயுளை நீட்டிக்கும் என்பது பொத்தாம் பொதுவாகக் கூறப்பட்டது அல்ல. பல்வேறு ஆய்வுகள் இதனை ஐயமற நிரூபித்துள்ளன. இவை பெரும்பாலும் நோயெதிர்ப்பு மண்டலத்தினைத் திடப்படுத்தி, அழற்சியினைக் குறைக்கும் தன்மையினைக் கொண்டுள்ளன. இவற்றினை முறையாகப் பின்பற்றி வருவதன் மூலம், ஆயுள் நீள்கிறதோ இல்லையோ, குறைந்தபட்சம் ஹெல்தி ஏஜிங்க் (Healthy aging) எனப்படும் ஆரோக்கியமான முறையில் வயது மூப்படைய முடியும். அதாவது வயது மூப்பினால் ஏற்படக்கூடிய ஞாபக மறதி, இதய நோய், மூட்டு வலி போன்ற பிரச்சினைகள் குறைந்து அல்லது இவை இல்லாமலே கூடக் கடைசி வரை வாழ்ந்து முடிக்க முடியும்.

நுண்ணுயிர்க் கொல்லி எதிர்ப்புத் தன்மை

(Antimicrobial resistance)

மனிதனின் சராசரி ஆயுள் சில நூறாண்டுகளுக்கு (Bronze and Iron age) முன்பு வரை சுமார் 30-40 வரையாகவே இருந்தது. ஆனால் தற்பொழுது இந்தியர்களின் சராசரி ஆயுள் சுமார் 70. வளர்ச்சியடைந்த நாடுகளில் மனிதர்களின் ஆயுள் சுமார் 80-90 வயது வரை கூட உள்ளது. இந்த அசாத்திய வளர்ச்சிக்குக் காரணங்கள் பல. அவற்றுள் அதிமுக்கியக் காரணமாக இருந்த ஒரு கண்டுபிடிப்பு துரதிர்ஷ்டவசமாகச் சற்றுக் கவலை கொள்ளும் வேகத்தில் தனது திறனை இழந்து வருகிறது. அத்தோடு மட்டுமல்லாமல் இந்த இழப்பினைச் சரி செய்யப் போதுமான அளவிற்குப் புதிய கண்டுபிடிப்புகளுக்கான முயற்சி எதனையும் நாம் பெரிய அளவில் முன்னெடுக்காமலேயே இருந்து வருகிறோம். கடந்த அத்தியாயத்தில் மனிதனின் ஆயுளை நீட்டிப்பதைப் பற்றி விரிவாகப் பார்த்தோம். ஆனால் மேற்கூறியுள்ள நிலை தொடர்ந்தால், ஆயுள் நீள்வதற்குப் பதிலாக மீண்டும் குறையத் தொடங்கும்.

மனிதர்கள் மண்ணிற்கும் பொன்னிற்கும் பெண்ணிற்கும் சண்டையிட்டுக் கொண்டு இருப்பதை நாம் தினம் தினம் காண்கிறோம். மதம், இனம், மொழி ஆகியவற்றைக் காரணம்

காட்டி பிளவுபட்டு நிற்கிறோம். இந்தக் களேபரத்தில் நம் உண்மையான எதிரியைக் கண்டுகொள்ள மறுக்கிறோம். உண்மையில் நாம் எவ்வளவு பெரிய சிக்கலில் இருக்கிறோம் என்று தெரிந்தால் நாம் இவ்வாறு சண்டையிட்டுக் கொண்டு இருக்க மாட்டோம். தேவையில்லாத விஷயங்களில் மனம் ஊறிப் போயிருந்தால் தேவையான விஷயங்கள் மறந்து அல்லது மறைந்து போவது இயற்கைதானே. அப்படிதான் இந்தச் சிக்கலையும் கவனிக்கத் தவறியிருக்கிறோம்.

சரி... மேற்கொண்டு பூடகம் எதுவும் வேண்டாம். நேரடியாக விஷயத்திற்கு வந்துவிடுவோம். உண்மையில் நம் எதிரிகள் மதமோ, இனமோ, நம்மை வேறுபடுத்தும் மற்றக் காரணிகளோ அல்ல. வேறு சில. அவற்றுள் முதல் இரண்டு இடங்களைப் பிடிப்பவை, புவி வெப்பமயமாதல் (Climate change) மற்றும் நுண்ணுயிர்க் கொல்லி எதிர்ப்புத் தன்மை (Antimicrobial resistance). இவற்றுள் நுண்ணுயிர்க் கொல்லி எதிர்ப்புத் தன்மை பற்றித்தான் இப்பொழுது விரிவாகப் பார்க்க இருக்கிறோம்.

நுண்ணுயிர்க் கொல்லி எதிர்ப்புத் தன்மையின் தீவிரம்

ஒருவர் நடந்து செல்கிறார். திடீரென ஒரு கல் தடுக்கி கால் நகம் பெயர்ந்து விட்டதாக எடுத்துக் கொள்வோம். அந்த இடத்தில் பாக்டீரியாத் தொற்று ஏற்பட்டு மறுநாள் அவருக்குக் கடுமையான காய்ச்சல். மருத்துவரிடம் செல்கிறார். அவர் பரிசோதித்துவிட்டு பாக்டீரியாத் தொற்று ஏற்பட்டு இருப்பதாகக் கூறிவிட்டு சில ஆண்டிபயாடிக் (Antibiotics) மருந்துகளைத் தருகிறார். அதனை எடுத்துக் கொண்ட அவருக்கு ஓரிரு நாட்களில் உடலில் ஏற்பட்டிருந்த தொற்று சரியாகி நல்ல உடல் ஆரோக்கிய நிலையை அடைந்து விடுகிறார். இவ்வளவு எளிதாக நடந்து முடிந்த இந்த விஷயம், சிக்கலானால் என்ன ஆகும்.?

ஒருவேளை அவர் எடுத்துக் கொண்ட ஆண்டிபயாடிக் மருந்துகளினால் உடலில் தொற்றியிருந்த பாக்டீரியாக்களைக் கொல்ல முடியாவிட்டால் என்ன ஆகும்? காலில் தொற்றிய பாக்டீரியாக்கள் கட்டுப்படுத்தப்படாததால் சிறிது சிறிதாக உடல் முழுவதும் பரவி செப்ஸிஸ் (Sepsis) நிலைக்குச் சென்று நோயாளி இறந்து போக நேரிடலாம். ஆம் காலில்

ஏற்பட்ட சிறு காயம் மனிதரைக் கொல்லும் நிலைக்குக் கூடச் செல்லலாம். இது சற்று இட்டுக்கட்டிச் சொல்லப்பட்ட நிகழ்வு போலத் தோன்றினாலும், ஆண்டிபயாடிக்கின் மகத்துவத்தைக் கூறுவதற்காகச் சற்றுத் தீவிரமாகச் செய்யப்பட்ட கற்பனைதான் என்றாலும், தற்போதைய காலகட்டத்தில் இது ஒருவகையில் அரிதாக நடக்கக்கூடிய நிகழ்வுதான் என்றாலும் நுண்ணுயிர்க் கொல்லி மருந்துகள் தற்போதைய வேகத்தில் வீரியம் குன்றி வந்தால் உண்மையில் நடக்க வாய்ப்புள்ள ஒன்று. இன்னும் சொல்லப்போனால் ஒரு காலத்தில் நடந்த ஒன்றுதான். மேற்கூறியது போன்ற நிகழ்வுகள் நடக்காவிட்டாலும் கூட நுண்ணுயிர்க் கொல்லி மருந்துகளின் பயன் என்பது நவீன மருத்துவத்தில் மிக முக்கியமானது.

இந்த நுண்ணுயிர்க் கொல்லிகள் கண்டுபிடிக்கப்படுவதற்கு முன் மனிதர்கள் குறிப்பாகக் குழந்தைகள் பல்வேறு நோய்த் தொற்றுதலுக்கு ஆளாகி சிறுவயதிலேயே இறக்க நேரிட்டது. இவை கண்டுபிடிக்கப்பட்டபின் மனிதனின் வாழ்நாள் சுமார் 20 ஆண்டு காலம் வரை அதிகரித்துள்ளதாக ஆய்வுகள் கூறுகின்றன. விபத்தில் காயம் ஏற்பட்டாலும், வேறு வகையில் பாக்டீரியாத் தொற்று ஏற்பட்டாலும் அல்லது அறுவை சிகிச்சையின்போதும் இவற்றின் பங்கு என்பது தவிர்க்க முடியாதது. இத்தகைய முக்கியத்துவம் வாய்ந்த நுண்ணுயிர்க் கொல்லி மருந்துகள் மெல்ல மெல்லத் தனது வீரியத்தை இழந்து வருகின்றன. இல்லை, சரியாகச் சொல்ல வேண்டுமானால் இந்த மருந்துகளுக்கு எதிரான எதிர்ப்புச் சக்தியினை நுண்ணுயிரிகள் பெற்று வருகின்றன.

2019-ஆம் ஆண்டு நடத்தப்பட்ட ஓர் ஆய்வின்படி அந்த ஒரு ஆண்டில் மட்டும் உலகம் முழுவதிலும் நுண்ணுயிர்க் கொல்லி எதிர்ப்புப் பிரச்சனையால் நேரடியாகவும் மறைமுகமாகவும் இறந்தவர்கள் எண்ணிக்கை சுமார் 62 இலட்சம். உலக சுகாதார நிறுவனத்தின் அறிக்கையின் படி 2020-ஆம் ஆண்டு கோவிட் தொற்றினால் இறந்தவர்களின் எண்ணிக்கை சுமார் 30 இலட்சம். இந்த இரண்டு தரவுகளையும் ஒப்பிட்டுப் பாருங்கள். இதிலிருந்தே தெரிகிறதல்லவா, நுண்ணுயிர்க் கொல்லி எதிர்ப்பு எத்தகைய தலையாயப் பிரச்சினை என்று.

எவ்வாறு கோவிட் தொற்றின்போது இந்த உலகமே ஒன்று திரண்டு அதனை வெற்றிகரமாக எதிர்கொண்டு முறியடித்ததோ அத்தகைய அவசரக் கோலத்தில் ஒன்று சேர்ந்து செயல்பட வேண்டிய தருணத்தில் நாம் உள்ளோம். ஆனால் பரிதாபம்... இப்படி ஒரு பிரச்சனை இருப்பதே நம் மக்களில் 90 விழுக்காட்டினருக்குத் தெரியாது. தெரிந்த 10 விழுக்காட்டினரும் இதனைப் பற்றிப் பெரிதாக அலட்டிக்கொள்ளாமல் இருப்பது சோகத்தின் உச்சம். நமது அதிகார மையங்களுக்கு இப்படி ஒரு பிரச்சனை இருப்பது கண்டிப்பாகத் தெரிந்திருக்கும். ஆனால் அவர்கள் நிலைமையின் தீவிரத்தினை உணர்ந்திருக்கின்றனரா என்றுதான் தெரியவில்லை.

நுண்ணுயிர்க் கொல்லி மருந்துகள் என்றால் என்ன?

பெயரில் உள்ளது போன்று நமது உடலில் நுண்ணுயிர்த் தொற்று ஏற்பட்டால் அந்த நுண்ணுயிரிகளைக் கொல்ல நாம் உட்கொள்ளும் மருந்துகளே இவை. இந்த நுண்ணுயிரிகள் பாக்டீரியா, வைரஸ், பூஞ்சை (Fungi), ஒட்டுண்ணி (Parasites) என எந்த வகையான நுண்ணுயிரியாக வேண்டுமானாலும் இருக்கலாம்.

இந்த மருந்துகள் தனது வீரியத்தை இழக்கக் காரணம் என்ன?

பலவகைகளில் இது நிகழலாம். ஓர் உதாரணம் மட்டும் இங்கு பார்ப்போம். மருந்துகள் பல விதங்களில் (Mechanism of action) வேலை செய்யும். அதில் முக்கியமான ஒன்று, பாக்டீரியா வாழத் தேவையான புரதங்கள் அல்லது நொதிகளின் செயல்பாட்டினை முடக்குவது. அதாவது மருந்துகள் ஒரு குறிப்பிட்ட புரதம் அல்லது நொதியுடன் வினைபுரிந்து அந்தப் புரதத்தினைச் செயல்பட விடாமல் செய்துவிடும். வினைபுரிவது என்றால் என்ன? ஒரு பூட்டினையும் அதனைத் திறக்கும் சாவியினையும் கற்பனை செய்து கொள்ளுங்கள். பூட்டு என்பது நமது உடலில் உள்ள ஒரு புரதம். சாவி என்பது ஒரு பாக்டீரியா அல்லது வைரஸில் உள்ள புரதம். இந்தச் சாவியினைக் கொண்டுதான் மனித உடலின் ஏதோ ஒரு பாகத்தின் மேற்பரப்பில் உள்ள பூட்டு போன்ற ஒரு புரதத்தினைத் திறந்து நம் உடலுக்குள் இந்த நுண்ணுயிரிகள் செல்கின்றன.

அந்தச் சாவியின் பற்களுக்குள் பொருந்துவது போன்ற வேறு ஒரு பொருளைச் செய்து அந்தச் சாவியின் பற்களை அடைத்துவிட்டால் என்ன ஆகும். அந்தச் சாவியினால் பூட்டினைத் திறக்க முடியாது. அதாவது நுண்ணுயிரியினால் மனித செல்களுக்குள் நுழைய முடியாது. இதுபோன்ற ஒரு நிகழ்வுதான் நம் உடலில் ஆண்டிபயாடிக் சாப்பிடும்பொழுது நடைபெறுகின்றது. (உண்மையில் இது ஒரு மிகச் சிக்கலான செயல்முறை. புரிந்துகொள்வதற்காக எளிமையாகச் சொல்லப்பட்ட விளக்கம் இது). நாம் ஏற்கனவே பல அத்தியாயங்களில் பார்த்து வந்துள்ளோம். எல்லாப் புரதங்களுக்கும் அடிப்படை இந்த மரபணுக்கள் தாம். இந்த மரபணுக்களில் பல்வேறு விதமான பிழைகள் தொடர்ந்து ஏற்பட்ட வண்ணம் இருந்துகொண்டே இருக்கும். சில நேரங்களில் இந்தப்பிழைகள் தீவிரமாகி அந்தப் பாக்டீரியா இறந்துவிடுவது உண்டு. சில நேரங்களில் இந்தப் பிழைகள் பாக்டீரியாக்களுக்கு நன்மை தரும் வகையில் அமைந்து விடுவதும் உண்டு.

தற்செயலாக ஏற்படும் பல்லாயிரக்கணக்கான வகைப் பிழைகளில் ஏதாவது ஒன்று புரதத்தின் வடிவமைப்பினை மாற்றிவிடும். அவ்வாறு ஏற்படும் ஒரு மாற்றம் இந்த ஆண்டிபயாடிக் மருந்துகள் பொருந்தாதபடி நுண்ணுயிரியின் புரதத்தில் மாற்றத்தினை ஏற்படுத்தி இருக்கும். அதே நேரத்தில் இந்த மாற்றம் புரதங்களின் பணிகளுக்கும் பாதிப்பு ஏதும் ஏற்பட்டு விடாதபடி (அதாவது பூட்டினைத் திறப்பதில் எந்தச் சிக்கலும் ஏற்படுத்தாத மாற்றம்) ஏற்பட்டு விடுகின்றது. பிறகு என்ன ஆகும்? அந்த ஆண்டிபயாடிக் மருந்தினைக் கொண்டு அந்த மரபணு மாறுபட்ட நுண்ணுயிரியினைக் கொல்ல முடியாது. கட்டுப்படுத்த ஓர் ஆள் இல்லாத காரணத்தினால், அந்த புதிய பாக்டீரியா தறிகெட்டு வளர ஆரம்பிக்கும். ஒரு கட்டத்தில் அதன் பரவல் அதிகரித்து நோயாளியின் உடல் நலனுக்குப் பிரச்சினையினைத் தர ஆரம்பிக்கும்.

இந்தப் பிரச்சினைக்கு உயிரித் தொழில்நுட்பம் சொல்லும் தீர்வு என்ன?

நாம் உட்கொள்ளும் மருந்துகளை வேதியியல் ரீதியாகப் பொதுவாக இரண்டு வகைகளாகப் பிரிக்கலாம். முதலாவது

சிறிய மூலக்கூறுகள் (Small molecules) இரண்டாவது பெரிய மூலக்கூறுகள் (Macromolecules). பெரும்பான்மையான நுண்ணுயிர்க் கொல்லி மருந்துகள் முதல் வகையினைச் சார்ந்தவை. இந்த இரண்டு வகை மூலக்கூறுகளும் தமக்கே உரித்தான சாதக பாதகங்களைக் கொண்டுள்ளன. உதாரணமாகச் சிறிய மூலக்கூறுகள் பெயருக்கேற்றாற் போலச் சிறிய அளவில் இருக்கும். இதனால் அவை எளிதாகக் குடலால் உறிஞ்சப்பட்டு இரத்த ஓட்ட மண்டலத்தினை அடையும். அதாவது இந்த வகை மருந்துகள் வாய் வழியாக எடுத்துக்கொள்ளத் தகுந்தவை. எனவே நோயாளிகள் தாங்களாகவே இவ்வகை மருந்துகளை வீட்டிலிருந்தபடியே எடுத்துக்கொள்ளலாம். ஆனால் இந்த மூலக்கூறுகள் சிறிய அளவில் இருப்பதால் ஒரு நுண்ணுயிரியுடன் வினைபுரியும் போது அந்த நுண்ணுயிரியினைச் சார்ந்த புரதத்தின் மிகச் சிறிய பரப்புடனே (Surface contact) தொடர்பில் இருக்கும். இதனால் நுண்ணுயிரியின் புரதம் சிறிய அளவில் தன்னை மாற்றிக்கொண்டாலே இந்த வகை மருந்துகளிடமிருந்து நுண்ணுயிரிகள் தம்மைத் தற்காத்துக் கொள்ள முடியும். நுண்ணுயிரிக் கொல்லி எதிர்ப்புத் திறனை (Anti-microbial resistance) நுண்ணுயிரிகள் பெறுவதற்கு இவ்வகை மருந்துகள் எளிதில் வழிவகைச் செய்துவிடுகின்றன.

இதைத் தவிர்க்க வேண்டுமானால் பெரிய மூலக்கூறுகளால் ஆன நுண்ணுயிர்க் கொல்லிகளைப் பயன்படுத்தலாம். ஆனால் இதில் வேறுவிதமான சிக்கல் உள்ளது. இந்த மூலக்கூறுகள் பெரிய அளவில் இருப்பதால் நமது குடல் பகுதியினால் இவ்வகை மூலக்கூறுகளால் ஆன மருந்துகளைக் கிரகித்துக்கொள்ள இயலாது. எனவே இவ்வகை மருந்துகளை வேறு வகைகளில்தான் செலுத்த இயலும். உதாரணமாக இரத்தத்தில் நேரடியாகச் செலுத்துவது. இவ்வகை மருந்துகளைத் தயாரிக்கவும் நோயாளிகளுக்கு (மருத்துவமனையில் தங்கி) செலுத்தவும் ஆகும் செலவும் நேரமும் அதிகம். இருப்பினும் இந்த வகை மருந்துகள் மிகச்சிறந்த செயல்திறனுடன் இருப்பதோடு மட்டுமல்லாமல் இவற்றிற்கு எதிரான எதிர்ப்புத் தன்மையும் மெதுவாகவே நுண்ணுயிரிகளிடத்தில் வெளிப்படும். இந்தவகை மூலக்கூறுகளைச் சார்ந்த மருந்துகளுக்கு இதைத் தவிர மேலும் பல சாதக அம்சங்களும் உண்டு.

உயிரித் தொழில்நுட்பம் அறிமுகப்படுத்தும் நுண்ணுயிர்க்கொல்லிகள் அனைத்துமே பெரிய மூலக்கூறுகள் எனப்படும் இரண்டாவது வகையினைச் சார்ந்தவை. அவற்றுள் குறிப்பிடத்தகுந்தவையாக (1) பாக்டீரியோஃபேஜ் அல்லது ஃபேஜ் தெரபி (Bacteriophage or phage therapy) (2) இம்யூனோதெரபி (Immuno-therapy) (3) க்ரிஸ்பர் தெரபி (CRISPR therapy) ஆகியவற்றினைக் கூறலாம்.

எமனுக்கே எமன் இவன்

நமது மனித உடலைப் பாக்டீரியா உள்ளிட்ட நுண்ணுயிரிகள் தாக்கி நோய் உண்டாக்குவதைப் போல, பாக்டீரியாக்களையும் சில வகை வைரஸ்கள் தாக்குகின்றன. இந்த வகை வைரஸ்கள் பாக்டீரியோஃபேஜ் எனப்படுகின்றன. இவை பல வடிவங்களிலும், அளவுகளிலும் (Various sizes and shapes) காணப்படும். இவற்றினைப் பாக்டீரியா உண்ணி எனத் தமிழ் படுத்தலாம். பாக்டீரியாக்களைக் கொல்லக்கூடிய இந்த வைரஸ்களைக் கொண்டு பாக்டீரியாக்களினால் ஏற்படும் நோயினைக் குணப்படுத்தும் முறையே பாக்டீரியோஃபேஜ் தெரபி அல்லது சுருக்கமாக ஃபேஜ் தெரபி என்று அழைக்கப்படுகின்றது. இந்த வைரஸ்கள் பாக்டீரியாக்களைத் தாக்குமே தவிர மனிதர்களையோ மற்ற விலங்குகளையோ ஒன்றும் செய்யாது.

இது ஒன்றும் நவீனக் கண்டுபிடிப்பு அல்ல. இருபதாம் நூற்றாண்டின் ஆரம்பக் காலக் கட்டத்திலிருந்தே இந்தச் சிகிச்சை முறை நடைமுறையில் இருந்திருக்கின்றது. குறிப்பாக ஒன்றிணைந்த சோவியத் ஒன்றியத்தில் இது தொடர்பான ஆய்வுகள் சுமார் 100 ஆண்டுகளுக்கு முன்னரே தீவிரமாக இருந்தன. இந்த ஆய்வு தொடர்பான முடிவுகள் பெரும்பாலும் ஆங்கிலமல்லாத மொழியிலேயே வெளியிடப்பட்டதால் அவை உலகின் மற்றப் பகுதிகளில் வாழ்ந்த விஞ்ஞானிகள் மற்றும் மருத்துவர்கள் கவனத்திற்கு அதிகம் வராமலே இருந்தன. மேலும் இரண்டாம் உலகப் போர் காலகட்டத்தில் மேற்கு உலகினர் ரஷ்யர்களையும் அவர்களது கண்டுபிடிப்புகளையும் தவிர்த்ததால் இக்கண்டுபிடிப்பு உலக அளவில் அவ்வளவு முக்கியத்துவம் பெறாமல் போனது.

இவற்றையெல்லாம் விட முக்கியமாக பெனிசிலின் கண்டுபிடிக்கப்பட்ட பிறகு ஒப்பீட்டளவில் சிக்கலான இந்தச் சிகிச்சை முறை கவர்ச்சி இழந்து போனது. இருப்பினும் ரஷ்யா, போலந்து மற்றும் ஜார்ஜியா உள்ளிட்ட உலகின் சில நாடுகளில் இந்த வகைச் சிகிச்சை முறைகள் இன்றளவும் புழக்கத்தில் உள்ளன. புதிய ஆண்டிபயாடிக் கண்டுபிடிப்பதில் சிக்கல் ஏற்பட்டுவிட்ட பிறகு இந்த மருந்துகளின் மீதான ஆர்வம் நாளுக்கு நாள் அனைத்து நாடுகளிலும் அதிகரித்து வருகிறது. மனிதர்களுக்கு மட்டுமன்றிக் கால்நடைகளுக்கு ஏற்படும் பாக்டீரியா தொற்றுக்கும் இந்த ஃபேஜ் சிகிச்சை முறை பயன்படுத்துவது பற்றிய ஆய்வுகளும் நிறைய நடைபெற்று வருகின்றன.

கொத்துக் குண்டும் துல்லியத் தாக்குதலும் (Cluster bombing and surgical strike)

ஆண்டிபயாடிக்குகளைப் போரின் போது பயன்படுத்தும் கொத்துக் குண்டுகளோடு ஒப்பிடலாம். அவற்றிற்கு நல்லவர்கள் கெட்டவர்கள் தெரியாது. யார் நண்பன் யார் எதிரி எனத் தெரியாது. எங்கு அந்தக் குண்டுகள் போடப்படுகின்றனவோ அந்த இடத்தில் உள்ள அனைத்து உயிரிகளையும் கொன்றுவிடும். அதனைப் போன்றதுதான் இந்த ஆண்டிபயாடிக்குகளும். கடந்தசில அத்தியாயங்களுக்கு முன் நாம் மைக்ரோபயோம் (Microbiome) அல்லது நுண்ணுயிர்த் தொகுப்பு பற்றி விரிவாகப் பார்த்தோம் அல்லவா? அதாவது நமது உடலில், குறிப்பாகக் குடல் பகுதியில் நன்மை செய்யும் நுண்ணுயிரிகள் கோடிக்கணக்கில் உள்ளன. நாம் ஆண்டிபயாடிக்குகளை எடுத்துக் கொள்ளும்போது நமக்கு நோய் உண்டாக்கும் பாக்டீரியாக்களோடு சேர்த்து இந்த நன்மை உண்டாக்கும் பாக்டீரியாக்களும் மடிந்து போகும். ஆனால் ஃபேஜ் தெரபியில் அவ்வாறு இல்லை. ஃபேஜ் தெரபி என்பது துல்லியத் தாக்குதல் (Surgical strike) போன்றது. ஃபேஜ் தெரபியில் உள்ள மிக முக்கியமான நன்மைகளில் ஒன்று இந்த வைரஸ்களின் 'குறிப்புத்தன்மை" (Specificity). அதாவது ஒருவகையான பாக்டீரியாவிற்கு எதிராகக் கொடுக்கப்படும் ஃபேஜ் அந்த ஒரு வகையான பாக்டீரியாவினை மட்டுமே

அழிக்கும். இதனால் நன்மை செய்யும் பாக்டீரியாக்கள் அப்படியே பாதுகாக்கப்படும்.

சவால்கள்

ஃபேஜ் தெரபியில் பல நன்மைகள் இருந்தபோதும் அதை நடைமுறைக்குக் கொண்டுவருவதில் சில சிக்கல்கள் உள்ளன. முதலாவது அவற்றின் எண்ணிக்கை. இந்த உலகில் மிக அதிக எண்ணிக்கையில் வாழக்கூடிய உயிரினம் இதுவே (வைரஸ்கள் உயிரினமா இல்லையா என்பது தனி விவாதத்திற்குரிய ஒன்று). அதாவது உலகில் உள்ள அனைத்து வகையான உயிரினங்களின் எண்ணிக்கையினைச் சேர்த்தாலும் கூட ஃபேஜ்களின் எண்ணிக்கை மிக அதிகமாக இருக்கும். இப்புவியில் சுமார் 10^31-க்கும் (10க்கு அருகில் 30 பூஜ்ஜியங்களைச் சேர்த்துக்கொள்க) மேற்பட்ட ஃபேஜ் வைரஸ்கள் வாழ்வதாக ஆய்வுகள் கூறுகின்றன. பல்வேறு விதமான பாக்டீரியாக்களுக்கு எதிரான ஃபேஜ் வைரஸ்களைக் கண்டுபிடிப்பதற்கு இவ்வளவு அதிக எண்ணிக்கையில் இருக்கும் ஃபேஜ் வைரஸ்கள் ஒரு வரப்பிரசாதம் என்றபோதும் இந்த எண்ணிக்கையே சரியான வைரஸ்களைக் கண்டுபிடிப்பதற்குத் தடையாகவும் உள்ளன. அதாவது பல கோடிக்கணக்கான எண்ணிக்கையில் உள்ள ஃபேஜ் வைரஸ்களிலிருந்து நமக்குத் தேவையான ஒரு வைரசினை இனம் பிரித்துக் கண்டறிவது அவ்வளவு சுலபமான காரியம் அல்ல.

இரண்டாவது, நமது உடலில் அவற்றின் ஆயுட்காலம். ஆண்டிபயாடிக் போன்ற வேதியியல் மருந்துகள் நமது உடலுக்குள் சில காலம் மட்டுமே தங்கி இருக்கும். அதன் வேலை முடிந்த பிறகு கல்லீரல் அல்லது சிறுநீரகம் போன்ற நமது உடல் உறுப்புகளால் வெளியேற்றப்பட்டுவிடும். ஃபேஜ் வைரஸ்கள் வேதியியல் பொருட்கள் அல்ல. தக்க சூழ்நிலைகள் இருக்கும் பட்சத்தில் அவை பல்கிப் பெருகக்கூடியவை. அவை நமது உடலில் உள்ள பாக்டீரியாக்களைக் கொன்ற பிறகு என்ன ஆகின்றன என்பதைக் கண்டறிவதில் சில சிக்கல்கள் உள்ளன. இதனால் இந்த ஃபேஜ் வைரஸ்களைக் கொண்டு நடத்தப்படும் மருத்துவச் சோதனைகள் (Clinical trials) மிக நீண்ட ஆண்டுக் காலங்கள் எடுத்துக் கொள்கின்றன.

மூன்றாவது மிக முக்கியமான ஒன்று. இந்த ஃபேஜ் வைரஸ்கள் நமது உடலில் எந்த இடத்தில் பாக்டீரியாக்கள் வளர்கின்றனவோ அந்த இடத்தில் செயல்திறனுடன் இருக்க வேண்டியது அவசியம். உதாரணத்திற்குச் சிறுநீர்த் தொற்றினால் பாதிக்கப்பட்ட ஒருவருக்கு ஃபேஜ் வைரசினைக் கொண்டு சிகிச்சை அளிக்கும் பொழுது அந்த ஃபேஜ் வைரஸ்கள் சிறுநீரில் செயல்படும் திறனைக் கொண்டிருக்க வேண்டும். ஃபேஜ் வைரஸ்கள் பலவிதமான சூழலிலிருந்து கண்டெடுக்கப்படுகின்றன. கடல் நீரிலிருந்து கண்டெடுக்கப்படும் ஒரு ஃபேஜ் சிறுநீரில் அதே செயல் திறனுடன் செயலாற்றும் என்று கூற முடியாது.

மற்றொரு முக்கியமான விஷயம். ஃபேஜ் வைரஸ்களை மருத்துவ நோக்கில் தயாரிக்கும்பொழுது பாக்டீரியாவினைப் பயன்படுத்தித்தான் தயாரிக்க முடியும். அதாவது ஃபேஜ் வைரஸ்கள் பாக்டீரியாவினுக்குள் உட்புகுந்து பாக்டீரியாவின் பாகங்களைப் பயன்படுத்தி பல்கிப் பெருகும். பிறகு பாக்டீரியாவினைக் கொன்று அதிலிருந்து பல நூற்றுக்கணக்கான ஃபேஜ் வைரஸ்கள் வெளிவரும். அவ்வாறு பாக்டீரியாவினைக் கொன்று வெளிவரும் ஃபேஜ்கள் பாக்டீரியாவிலிருந்து பல்வேறு பொருட்களை வெளியேற்றும். அவற்றுள் பாக்டீரியாவினைச் சார்ந்த டிஎன்ஏ, புரதங்கள் மற்றும் நச்சுப் பொருட்களும் இருக்கும். இது போன்ற பொருட்களிலிருந்து ஃபேஜ் வைரஸ்களைத் தூய்மைப்படுத்திப் பிரித்தெடுப்பதும் சற்று சிரமமான காரியம்.

இவையெல்லாம் சவால்கள் என்றபோதிலும் செய்யவே முடியாத காரியங்கள் அல்ல. இந்தச் சவால்களையெல்லாம் தாண்டி ஃபேஜ் தெரபி நமக்குப் பயன்படும் வகையில் கூடிய விரைவில் பயன்பாட்டுக்கு வரும் என்ற நம்பிக்கை உள்ளது. ஆண்டிபயாடிக்குகளை இந்தச் சிகிச்சை முற்றிலுமாக இல்லாமல் செய்துவிடும் என்று கூற முடியாது. ஆனால் ஆண்டிபயாடிக்குகளுக்கு பக்கபலமான ஓர் இணைச் சிகிச்சை முறையாகக் கூடிய விரைவில் பங்கெடுக்கும் வாய்ப்புகள் உள்ளது.

மேலே நாம் பார்த்த ஃபேஜ் தெரபி ஒரு சிறந்த நம்பிக்கை அளிக்கக்கூடிய தெரபி என்றாலும் நாம் அதை மட்டுமே

நம்பியிருக்க இயலாது. ஏனெனில் ஃபேஜ்-வைரஸ்களுக்கு எதிராகவும் பாக்டீரியாக்கள் எதிர்ப்புத் தன்மையை வளர்த்துக் கொள்ளக்கூடும். அது மட்டுமன்றி ஃபேஜ் தெரபி பாக்டீரியாக்களுக்கு எதிராக மட்டுமே பயன்படுத்தக் கூடியது. இதர நுண்கிருமிகளான வைரஸ், பூஞ்சை போன்றவற்றிற்கு எதிராக இதனைப் பயன்படுத்த முடியாது.

தற்போது நாம் சந்தித்து வரும் நுண்ணுயிர்க் கொல்லி எதிர்ப்புத் தன்மைப் பிரச்சினைகளை எதிர்கொள்ளப் புதிய அணுகுமுறைகள் நிச்சயம் தேவை. நல்வாய்ப்பாக உயிரியல் தொழில்நுட்பம் அதற்கான பல்வேறு வழிமுறைகளை வழங்கி வருகிறது. அதிலொன்றுதான் இம்யூனோதெரபி (Immunotherapy). இந்த இம்யூனோதெரபி சிகிச்சை முறை ஃபேஜ் சிகிச்சை முறையினைப் போன்று ஆய்வளவில் மட்டுமல்லாமல் நடைமுறைப் பயன்பாட்டிலும் அதிக அளவில் பயன்படுத்தப்பட்டு வருகின்றது.

இம்யூனோதெரபி

நமது உடலின் நோயெதிர்ப்பு மண்டலத்தினைப் பயன்படுத்தி ஒரு நோயினைக் கட்டுப்படுத்தும் முறையினை இம்யூனோதெரபி என்கிறோம். புற்றுநோய் மருத்துவத்தில் இம்யூனோதெரபியின் பயன்பாடு குறித்துச் சில அத்தியாயங்களுக்கு முன்பு விரிவாகப் பார்த்தோம். இந்த இம்யூனோதெரபி முறையினைப் பயன்படுத்தி புற்றுச் செல்களை மட்டுமல்ல, வைரஸ் மற்றும் பாக்டீரியா உள்ளிட்ட நுண்கிருமிகளையும் அழிக்க முடியும்.

நுண்ணுயிரிகளைக் கொல்லும் இம்யூனோதெரபி சிகிச்சை முறையினை இருவகையாகப் பிரிக்கலாம். முதலாவது ஆக்டிவ் இம்யூனோதெரபி (Active Immunotheraphy). இதில் நமது நோயெதிர்ப்பு மண்டலம் நாம் உட்கொள்ளும் மருந்தினால் தூண்டப்பட்டு, பிறகு தூண்டப்பட்ட நோயெதிர்ப்பு செல்கள் நுண்கிருமிகளை அழிக்கும். இரண்டாவது பாஸிவ் இம்யூனோதெரபி (Passive Immunotherapy). இதில் நோயெதிர்ப்பு மண்டலத்தின் கூறுகள் நமது உடலுக்கு வெளியே தயாரிக்கப்பட்டு சிகிச்சையின் போது பயன்படுத்தப்படும். இந்த இருவகை சிகிச்சை முறைகளுமே தற்போது பயன்பாட்டில் உள்ளன.

இம்யூனோதெரபியில் பல்வேறு வகையான மருந்துகள் இருப்பினும் அவற்றில் பெரும்பானாவற்றைப் பற்றி புற்றுநோய் பற்றிய முந்தைய அத்தியாயங்களில் விரிவாகப் பார்த்துவிட்டதால் மோனோக்லோனல் ஆண்டிபாடிஸ் (Monoclonal Antibodies) எனப்படும் ஒருவகையினைப் பற்றி மட்டும் இங்கு பார்க்கலாம்.

மோனோக்லோனல் ஆண்டிபாடீஸ்

மோனோக்லோனல் ஆண்டிபாடிகள் பாஸிவ் இம்யூனோதெரபி வகையினைச் சார்ந்தவை. இவ்வகை மருந்துகளின் சாதக அம்சம் இவை நமது உடலுக்குள் செலுத்தப்பட்ட உடனேயே நோய்க் கிருமிகளுக்கு எதிராக வேலை செய்ய ஆரம்பித்துவிடும். மருத்துவத்துறையில் இம்மருந்துகள் பல்வேறு புரட்சிகளைச் செய்துள்ளன. தீர்க்க முடியாத பல நோய்களைத் தீர்த்துள்ளன. மோனோக்லோனல் ஆண்டிபாடிகளைப் பற்றித் தெரிந்து கொள்வதற்கு முன் நாம் ஆண்டிபாடிகளைப் பற்றித் தெரிந்து கொள்ள வேண்டும். ஆண்டிபாடி என்பவை நமது நோயெதிர்ப்புச் செல்களால், குறிப்பாக பி செல்களால் (B cells) உற்பத்தி செய்யப்படும் Y வடிவப் புரதங்கள். நமது நோயெதிர்ப்பு மண்டலத்தில் உள்ள முக்கியமான வீரர்கள். இப்புரதங்கள் பாக்டீரியா அல்லது வேறு ஒரு நுண்ணுயிரியின் ஆண்டிஜென் எனப்படும் புரதங்களுடன் வினைபுரியும்போது நமது உடலில் பல்வேறு தொடர் விளைவுகளைத் தூண்டி அந்த நுண்ணுயிரியினை அழிக்கின்றன.

இந்த Y வடிவப் புரதத்தின் மேற்பகுதியில் உள்ள இரு முனைகளும் ஆண்டிஜென் உடன் வினைபுரியும். இந்த ஆண்டிஜென் என்பது ஒரு பாக்டீரியா அல்லது வைரஸ் போன்ற நுண்கிருமியின் ஒரு பகுதி. கீழ்ப்பகுதி முனை நோயெதிர்ப்பு மண்டலத்தின் பல்வேறு கூறுகளுடன் வினைபுரிந்து நுண்ணுயிரியினை அழிக்க ஆவன செய்யும். எல்லா ஆண்டிபாடிகளும் ஒரே மாதிரியாக வேலை செய்வதில்லை. சில ஆண்டிபாடிகள் நேரடியாக ஆண்டிஜென்னுடன் செயல்பட்டு நோயுண்டாக்கும் கிருமிகளின் வீரியத்தினை மட்டுப்படுத்தும் (neutralizing the targets). வேறுசில ஆண்டிஜென்னில் சில அடையாளங்களை (Tag) மட்டும் ஏற்படுத்தும். இந்த அடையாளங்களைப் புரிந்துகொண்டு

நோயெதிர்ப்பு மண்டலத்தில் உள்ள வேறுசில செல்கள் இந்த ஆண்டிஜென்னைக் கொண்டிருக்கும் நுண்கிருமிகளை அழிக்கும்.

ஆண்டிபாடிகள் உடலில் எவ்வாறு உருவாகின்றன?

நமது நோயெதிர்ப்பு மண்டலத்தில் பல்வேறு விதமான வெள்ளையணுக்கள் (While Blood Cells) உள்ளன. அவற்றுள் ஒன்றுதான் மேற்கூறிய பி செல்கள். பல கோடிக்கணக்கான பி செல்கள் நமது இரத்தத்தில் உள்ளன. இவற்றின் மேல் ஐஜிஎம் (IgM) எனும் ஒருவகையான ஆண்டிபாடி மூலக்கூறுகள் காணப்படும். ஒவ்வொரு பி செல்லின் மேற்பரப்பிலும் ஒவ்வொரு வகையான ஆண்டிஜென்னுடன் வினை புரியக்கூடிய வகையிலான ஆண்டிபாடிகள் இருக்கும். அதாவது நமது இரத்தத்தில் பல்லாயிரம் கோடிக்கணக்கான ஆண்டிபாடிகள் இருக்கும். இவை அனைத்தும் எல்லையில் ரோந்து செல்லும் இராணுவ வீரர்களைப் போலக் கற்பனை செய்து கொள்ளுங்கள். என்ன ஒரு வித்தியாசம், இந்த பி செல்கள் ஒவ்வொன்றும் ஒரே ஒரு வகையான கயவர்களை (ஆண்டிஜென்களை) மட்டும் அடையாளம் கண்டுகொள்ளும் தன்மை கொண்டவை.

எடுத்துக்காட்டாக ஒருவரது உடலில் ஒரு குறிப்பிட்ட நோயுண்டாக்கும் கிருமி நுழைவதாகக் கொள்வோம். அந்த நோய்க்கிருமியின் புரதங்களில் உள்ள ஏதாவதொரு ஆண்டிஜென் இந்தக் கோடிக்கணக்கான பி செல்களில் ஏதாவது ஒன்றின் மேற்பரப்பிலுள்ள ரிசெப்டார் (Receptor) அல்லது ஆண்டிபாடியுடன் வினைபுரியத் தக்கவகையில் இருப்பின், அந்தக் குறிப்பிட்ட பி செல் முடுக்கி விடப்படும் (Activated). பிறகு அந்தக் குறிப்பிட்ட பி செல் பல்லாயிரக்கணக்கான பி செல்களாக பிளவுறும். இவை அனைத்துமே அந்த ஒரு குறிப்பிட்ட ஆண்டிஜென்னுடன் மட்டுமே வினைபுரியக் கூடியதாக இருக்கும். பிளவுற்ற ஒவ்வொரு பி செல்லும் பிளாஸ்மா செல்கள் (Plasma cells) எனப்படும் அந்த ஆண்டிஜென்னுடன் வினைபுரியக்கூடிய ஆண்டிபாடிகளை உற்பத்தி செய்யும் தொழிற்சாலையாக மாறிவிடும். ஒவ்வொரு பிளாஸ்மா செல்லிலிருந்தும் ஒரு வினாடிக்குச் சுமார் 2000 ஆண்டிபாடிகள் உற்பத்தியாகும். சற்றுக் கற்பனை செய்து பாருங்கள். ஒரு கிருமி மனித உடலுக்குள் நுழைந்தவுடன்

என்ன மாதிரியான அசுர வேகத்தில் நோயெதிர்ப்பு மண்டலம் செயல்பட்டு அந்தக் கிருமிகளை அழிக்கின்றன என்று. உண்மையில் நமது உடல் செயல்படும் விதம் ஓர் அதிசயம்தான்.

செயற்கையாக ஆண்டிபாடிகளை உருவாக்குவது எப்படி?

இந்த ஆண்டிபாடிகளை நம்மால் செயற்கையாக உருவாக்க முடியுமா? அப்படி ஒரு வாய்ப்பு இருக்கும் பட்சத்தில் செயற்கையாக உருவாக்கப்பட்ட ஆண்டிபாடிகளை நோய்க்கிருமிகளை அழிக்கும் மருந்தாகப் பயன்படுத்த முடியும் அல்லவா.? கண்டிப்பாக. ஆண்டிபாடிகள் இயற்கையாக உருவாகும் விதத்தினை அடிப்படையாகக் கொண்டு நமது தேவைக்கேற்றாற்போல அவற்றினைச் செயற்கையாகவும் உருவாக்க முடியும். அதற்கு முதலில் நமக்கு எந்த நோய்க்கு எதிரான ஆண்டிபாடி தேவையோ அந்த நோயினை உருவாக்கும் நுண்கிருமிகளை ஒரு விலங்கிற்குள் (சில நேரங்களில் மனிதர்களிடத்தில்) செலுத்த வேண்டும். அது வீரியம் குறைக்கப்பட்ட நுண்கிருமியாகவும் இருக்கலாம். பிறகு அந்த விலங்கின் இரத்தத்தில் உள்ள பி செல்களை தனியாகப் பிரித்தெடுத்து அந்த பி செல்களில் எந்த பி செல் நோய்க்கிருமிக்கு எதிராக மிகச் சிறப்பாகச் செயல்படுகின்றதோ அதனைத் தனிமைப்படுத்த வேண்டும்.

அந்த தனிமைப்படுத்தப்பட்ட செல்களை புற்றுநோய்ச் செல்களுடன் இணைத்து ஆய்வகத்தில் வளர்க்க வேண்டும். இவ்வாறு புற்றுச் செல்களுடன் இணைக்கப்பட்ட பி செல்கள் ஹைப்ரிடோமா (Hybridoma) அல்லது மோனோக்லோனல் செல்கள் எனப்படும். இந்தச் செல்கள் ஆண்டிபாடிகளை உற்பத்தி செய்யும் தொழிற்சாலை போல ஆய்வகத்தில் செயல்பட்டு நமக்குத் தேவையான ஆண்டிபாடிகளை உற்பத்தி செய்து கொண்டே இருக்கும். இவ்வாறு பெறப்படும் ஆண்டிபாடிகள் மோனோக்லோனல் ஆண்டிபாடிகள் எனப்படும். ஒரு நோய்க்கிருமியில் சில பத்து முதல் நூற்றுக்கணக்கான ஆண்டிஜென்கள் கூட இருக்கும். ஆனால் மேற்கூறிய முறையில் பெறப்படும் ஆண்டிபாடிகள் ஒரே ஒரு ஆனால் முக்கியமான ஆண்டிஜென்னுடன் மட்டும் வினைபுரிவதால் இவை மோனோக்லோனல் ஆண்டிபாடிகள் எனப்படுகின்றன.

அதுசரி, ஏன் புற்றுச் செல்கள்? பெரும்பாலும் நமது உடலில் உள்ள அனைத்துச் செல்களுக்கும் ஓர் ஆயுட்காலம் உண்டு. ஒரு குறிப்பிட்ட காலத்திற்குப் பிறகு அவை பிளவுறும் தன்மையை இழந்து ஒரு கட்டத்தில் இறந்துவிடும். ஆனால் புற்றுச்செல்கள் அவ்வாறு இல்லை. அவை எல்லையில்லாமல் பிரிந்து கொண்டே இருக்கும். ஆண்டிபாடிகளை உற்பத்தி செய்யும் செல்களுடன் புற்றுச் செல்களை இணைத்துவிட்டால் அந்த புதிய கலப்புச் செல்கள் எல்லையில்லாமல் பிரிந்து ஆண்டிபாடிகளை அதிக அளவில் அறுவடை செய்ய முடியும்.

நுண்கிருமிகளுக்கு எதிரான ஆண்டிபாடி மருந்துகள்

மோனோக்லோனல் ஆண்டிபாடிகள் நவீன மருத்துவத்தில் மிக முக்கியப்பங்கு வகிக்கின்றன. குறிப்பாக அழற்சி சம்பந்தமான நோய்கள் (Inflammatory diseases) மற்றும் பல்வேறு புற்றுநோய்களுக்கான சிகிச்சையில் இவற்றின் பங்கு இன்றியமையாதது. நுண்கிருமிகளுக்கு எதிராக இவற்றின் பயன்பாடு மேற்கூறிய நோய்களுக்கு எதிரான பயன்பாடுபோல் இதுவரை அதிகமாக இல்லையெனினும் தற்போது அவை கொஞ்சம் கொஞ்சமாக அதிகரித்து வருகின்றன. 2022-ஆம் ஆண்டு இறுதி வாக்கில் சுமார் 11 மோனோக்லோனல் ஆண்டிபாடிகள் கண்டுபிடிக்கப்பட்டு முறையாக மருத்துவப் பரிசோதனைகள் முடிக்கப்பட்டு தற்போது பயன்பாட்டிலிருந்து வருகின்றன. இவை ஆன்த்ராக்ஸ் (Anthrax), எபோலா (Ebola), சார்ஸ்-கோவி2 (SARS-CoV-2 or கோவிட்-19), ஆர்எஸ்வி (RSV), ஹெச்ஐவி (HIV) போன்ற நுண்கிருமிகளால் ஏற்படும் பல்வேறு நோய்களுக்கு மருந்தாகப் பயன்படுத்தப்படுகின்றன. இதுதவிர தற்போது நூற்றுக்கணக்கான பல்வேறு நோய்க்கிருமிகளுக்கு எதிரான மோனோக்லோனல் ஆண்டிபாடி மருந்துகள் ஆய்வு நிலையில் உள்ளன. கூடிய விரைவில் இவற்றில் பல மருந்துகள் மருத்துவச் சோதனை நிலைகளை வெற்றிகரமாகத் தாண்டிப் பயன்பாட்டிற்கு வரும் என எதிர்பார்க்கலாம்.

க்ரிஸ்பர் தெரபி

மருத்துவ உலகிற்கு உயிரியல் தொழில்நுட்பம் வழங்கியுள்ள மற்றொரு நன்கொடை க்ரிஸ்பர். இந்த க்ரிஸ்பர் பற்றி மேலோட்டமாக ஏற்கனவே ஒரு அத்தியாயத்தில் நாம் பேசியுள்ளோம். இப்போது சற்று விரிவாகப் பார்த்துவிடலாம்.

நமது உடலில் நோயெதிர்ப்புச் சக்தி உள்ளது போல உலகில் உள்ள அனைத்து உயிரிகளுக்கும் ஏதாவது ஒரு வடிவில் நோயெதிர்ப்புச் சக்தி இருக்கும். அவ்வகையில் பாக்டீரியாக்களிடம் காணப்படும் ஒருவகையான நோயெதிர்ப்பு சக்தியே க்ரிஸ்பர் ஆகும். இதனை மூலக்கூறு கத்தரிக்கோல் (Molecular scissor) எனக் கூறலாம். பாக்டீரியா ஒரு நுண்ணுயிரி. இந்த நுண்ணுயிரிக்கும் வைரஸ், பூஞ்சை போன்ற மற்ற நுண்ணுயிரிகளால் ஆபத்து ஏற்படுவது உண்டு. அவ்வகையான நுண்ணுயிரிகளிடமிருந்து, குறிப்பாக மேலே நாம் பார்த்த ஃபேஜ் வைரஸிடமிருந்து தங்களைத் தற்காத்துக் கொள்ளப் பாக்டீரியாக்கள் இந்த க்ரிஸ்பர் கத்தரியினைப் பயன்படுத்துகின்றன.

பாக்டீரியாவில் க்ரிஸ்பர் செயல்படும் விதம்

ஒரு வைரஸ் முதன்முறையாக ஒரு பாக்டீரியாவினைத் தாக்கும்போது அந்த வைரஸின் மரபணுவின் ஒரு பகுதியினைப் பாக்டீரியா பிரதி (Copy) எடுத்து வைத்துக் கொள்ளும். பிறிதொரு சமயத்தில் அந்த வைரஸ் மீண்டும் அதே பாக்டீரியாவினைத் தாக்க முயலும்பொழுது ஏற்கனவே பிரதி எடுத்து வைத்துள்ள வைரஸின் மரபணுவிலிருந்து ஒரு நிரப்பு டிஎன்ஏ (Complementary sequence or Complementary DNA) எடுத்து அதனுடன் மரபணுக்களைக் கத்தரிக்கும் ஒரு நொதியினையும் இணைத்துவிடும். உயிரியல் விதியின்படி ஒரு டிஎன்ஏ அதன் நிரப்பு டிஎன்ஏ-உடன் எளிதாக வினைபுரியும். வினைபுரிவது என்றால் ஒன்றுடன் ஒன்று இணைவது. அவ்வளவே. அதாவது இந்த நிரப்பு டிஎன்ஏ வழிகாட்டியைப் போன்றது. இந்த வழிகாட்டியின் வேலை தன்னுடன் இணைந்துள்ள நொதியினை வைரஸின் டிஎன்ஏ-உடன் இணைத்துவிடுவதே. அவ்வாறு இணைக்கப்பட்ட உடன் அந்த நொதியானது வைரஸின் மரபணுவினைக் கத்தரித்துவிடும். கத்தரிக்கப்பட்ட மரபணுவினால் சரியாக வேலை செய்ய இயலாது. மரபணு இல்லாமல் வைரஸினால் பெருக முடியாதே. எனவே அத்தோடு வைரஸின் கதையும் முடிந்துவிடும். இதுதான் க்ரிஸ்பர் வேலை செய்யும் விதம்.

முள்ளை முள்ளால் எடுப்பது போலப் பாக்டீரியாவின் இந்த நோயெதிர்ப்புத் தன்மையினைப் பாக்டீரியாவிற்கு எதிராகவே நமது மனித குலம் பயன்படுத்தத் தொடங்கியுள்ளது. ஒப்பீட்டளவில் மற்ற வகையில் மருந்துகள் கண்டுபிடிப்பதைவிட க்ரிஸ்பர் தெரபி மூலம் ஒரு நுண்ணுயிரிக்கு எதிராக மருந்துகள் கண்டுபிடிப்பது மிக எளிது. எந்த நுண்ணுயிரிக்கு எதிராக மருந்துகள் வேண்டுமோ அதன் மரபணுவின் ஒரு முக்கியப் பகுதியின் டிஎன்ஏ அல்லது ஆர்என்ஏ-விற்கு எதிரான நிரப்பு ஆர்என்ஏ-வினை (Complementary sequence) வழிகாட்டியாக க்ரிஸ்பர் புரதத்துடன் இணைத்துவிட வேண்டும். அவ்வளவுதான்.

நுண்கிருமி அறிவியலில் க்ரிஸ்பரின் உபயோகங்கள்

மலேரியாவிற்கு எதிரான கொசுக்களை உற்பத்தி செய்வது, வீரியமிகு விதைகள் உற்பத்தி, புற்றுநோய்க்கு எதிரான மருந்துகள் கண்டுபிடிப்பது என இந்த க்ரிஸ்பரின் பலன்கள் ஏராளம். அவ்வரிசையில் நுண்ணுயிரிகளுக்கு எதிரான மருந்து தடுப்பு (Treatment), நுண்ணுயிரிகள் நோயாளியின் உடலில் உள்ளனவா என அறிய உதவும் பரிசோதனைகள் (Diagnosis) மற்றும் நுண்ணுயிரிகள் எவ்வாறு மனித உடலுக்குள் புகுந்து நோயினை ஏற்படுத்துகின்றன என ஆய்வு செய்வது வரை பல விஷயங்களுக்கு இந்த க்ரிஸ்பர் பயன்படத் துவங்கியுள்ளது.

க்ரிஸ்பரின் வகைகள்

மனிதர்களின் மரபணுத் தொகுப்பானது இரு இழைகளைக் கொண்ட டிஎன்ஏ-க்களால் (Double stranded DNA) ஆனது. பெரும்பான்மையான பாக்டீரியாக்களின் மரபணுத் தொகுப்பும் இவ்வாறே இருக்கும். ஆனால் பெரும்பான்மையான நோய் உண்டாக்கும் வைரஸ்களின் டிஎன்ஏக்கள் ஒரு இழை ஆர்என்ஏ-வினால் (Single stranded RNA) ஆனது. எல்லா வகையான மரபணுத் தொகுப்புகளையும் ஒரேவகையான க்ரிஸ்பர் கொண்டு தாக்க முடியாது. நல்வாய்ப்பாக இயற்கையில் பல்வேறு வகையான க்ரிஸ்பர் நொதிகள் காணப்படுகின்றன. உதாரணமாக கேஸ் *9* (Cas 9), கேஸ் *12* (Cas 12) மற்றும் கேஸ் *13* (Cas 13) ஆகியவற்றினைக் கூறலாம். ஒவ்வொன்றும் ஒவ்வொரு வகையான டிஎன்ஏக்களை அழிக்க வல்லன.

Cas 9 இரு இழை டிஎன்ஏக்களை அழிக்க வல்லது. Cas 13 ஒரு இழை ஆர்என்ஏ-க்களை அழிக்க வல்லது.

க்ரிஸ்பர் தெரபியின் முக்கியத்துவங்கள்

க்ரிஸ்பர் தெரபியின் மிக முக்கிய நன்மை அதன் குறிப்புத் தன்மை (Specificity). அதாவது ஆண்டிபயாடிக்குகளைப் போலல்லாமல் க்ரிஸ்பர் நாம் அழிக்க நினைக்கும் நோயுண்டாக்கும் பாக்டீரியாக்களை மட்டுமே அழிக்கும். நாம் ஏற்கனவே பல தடவை பேசியுள்ளதுபோல நமது உடலில் பல்வேறு நன்மை செய்யும் பாக்டீரியாக்களும் உள்ளன. ஆண்டிபயாடிக்குகளை எடுத்துக் கொள்ளும்பொழுது அவை நன்மை செய்யும் பாக்டீரியாக்களையும் அழித்து விடுகின்றன. இது நீண்டகால நோக்கில் பல தீமைகளை ஏற்படுத்தலாம் எனக் கருதப்படுகின்றது. எனவே நமக்குத் தேவையான (அதாவது தேவையில்லாத) பாக்டீரியாக்களை மட்டும் அழிக்கவல்ல ஃபேஜ் தெரபி, க்ரிஸ்பர் தெரபி போன்ற தொழில்நுட்பங்களே நமக்கு இப்பொழுது தேவை.

ஃபேஜ் தெரபி மற்றும் க்ரிஸ்பர் தெரபி இரண்டுமே குறிப்புத் தன்மையில் ஆண்டிபயாடிக்குகளை விட மேம்பட்டவை எனினும் கிரிஸ்பர் தெரபியில் ஃபேஜ் தெரபியில் இல்லாத ஒரு கூடுதலான நன்மை உண்டு. ஆம், ஃபேஜ் தெரபியினைப் போல அல்லாமல் க்ரிஸ்பர் தெரபியினை வைரஸ், பூஞ்சை போன்ற மற்ற நுண்ணுயிரிகளுக்கு எதிராகவும் பயன்படுத்த முடியும். என்னதான் மருத்துவத் துறையில் நாம் மிகப்பெரும் வளர்ச்சிகளைக் கண்டிருந்தாலும் வைரஸ்களுக்கு எதிரான மருந்துகள் கண்டுபிடிப்பதில் நாம் மிகவும் பின்தங்கியே உள்ளோம். நூற்றுக்கணக்கான வைரஸ்கள் மனிதர்களுக்கு நோயினை ஏற்படுத்தக்கூடிய தன்மையுடன் இருக்கும் சூழ்நிலையில், கடந்த 50 ஆண்டுகளில் நாம் 10-க்கும் குறைவான வைரஸ்களுக்கு மட்டுமே மருந்துகள் கண்டுபிடித்துள்ளோம்.

இதற்குப் பல காரணங்கள் உள்ளன. அவற்றுள் முதன்மையானது வைரஸ்களின் நிலையில்லாத் தன்மை. பாக்டீரியா அல்லது பூஞ்சைகளைப் போலல்லாமல் வைரஸ்கள் தனது புரதங்களின் அமைப்புகளை அடிக்கடி மாற்றிக்கொண்டே இருக்கும். இதனால் ஒரு வகையான புரதங்களுக்கு எதிராகக்

கண்டுபிடிக்கப்பட்ட மருந்துகள், அந்த வைரஸ்கள் அப்புரதங்களின் தன்மையினை மாற்றிக்கொண்ட பிறகு வேலை செய்யாமல் போய்விடும். இரண்டாவது இந்த வைரஸ்களின் வாழும் மற்றும் பல்கிப் பெருகும் தன்மை. வைரஸ்கள் செல்களுக்குள், இன்னும் பல சமயங்களில் தனது எதிரியின் மரபணுத் தொகுப்பிற்குள்ளேயே மறைந்திருந்து வாழும் தன்மை கொண்டவை. இந்தக் காரணங்களினால் வைரஸ்களை நம்முடைய பழைய ஃபார்முலாப்படி தயாரிக்கப்பட்ட சிறிய மூலக்கூறு (Small molecular drugs) வகை மருந்துகளைக் கொண்டு அனேக சமயங்களில் கட்டுப்படுத்த முடிவதில்லை.

மேற்கூறிய இரு பிரச்சினைகளையும் க்ரிஸ்பர் தெரபி மூலம் எளிதாகக் கையாள முடியும். பாக்டீரியா மற்றும் வைரஸ் மூலம் ஏற்படும் ஏராளமான நோய்கள் இருப்பினும், இன்றைய தேதியில் க்ரிஸ்பர் தெரபியினை எவ்வாறு நுண்ணுயிர்க் கொல்லி எதிர்ப்புத் தன்மை கொண்டுள்ள பாக்டீரியாக்களுக்கு (Pathogenic drug-resistant bacteria) எதிராகவும், தொடர் வைரஸ் தொற்றிற்கு எதிராகவும் (Persistant viral infections) பயன்படுத்த முடியும் என்றே பெரும்பான்மையான ஆய்வு நிறுவனங்கள் ஆய்வு செய்து வருகின்றன. குறிப்பாகப் பல் மருந்து எதிர்ப்பு பாக்டீரியாக்கள் (Multi-drug resistant bacteria), ஹெச்ஐவி (HIV) மற்றும் ஹெபாடிடிஸ் பி (Hepatitis B) வைரஸ் போன்றவற்றிற்கு எதிரான மருந்துகள் கூடிய விரைவில் கடைசிக் கட்ட மருத்துவச் சோதனை நிலையினை அடையும் எனத் தெரிகின்றது. நுண்கிருமிகளால் ஏற்படும் இந்த மூன்று நோய்களும் உலக அளவில் மிகப் பெரும் சமூக மற்றும் பொருளாதாரப் பாதிப்புகளை ஏற்படுத்தி வரும் நிலையில் இம்மருந்துகள் சமுதாயத்திற்கு மிகப் பெரும் நன்மையினைக் கொண்டுவந்து சேர்க்கும்.

நோபல் பரிசு

உயிரித் தொழில்நுட்பத்தின் வளர்ச்சியில் க்ரிஸ்பர் ஒரு மிக முக்கிய மைல்கல். 2010-ஆம் ஆண்டுகளில் முற்பகுதியில்தான் க்ரிஸ்பர் கண்டுபிடிக்கப்பட்டது. இக்கண்டுபிடிப்பின் முக்கியத்துவம் கருதி இதனைக் கண்டுபிடித்த விஞ் ஞானிகள் ஜெனிஃபர் டொட்னா (Jennifer A. Doudna) மற்று

இமானுவேல் சார்பெண்டியர் (Emmanuelle Charpentier) இருவருக்கும் 2020-ஆண்டின் வேதியியல் துறைக்கான நோபல் பரிசு வழங்கப்பட்டது. புதிய வகை நுண்ணுயிர்க் கொல்லி கண்டுபிடிக்கும் முயற்சியில் இந்த க்ரிஸ்பர் தெரபி மிகச் சமீபத்திய முயற்சி. இது வெற்றியில் முடியுமா அல்லது தோல்வியில் முடியுமா என்பதைப் பொறுத்திருந்துதான் கூற முடியும். ஆனால் வெற்றிபெறும் பட்சத்தில் மனித சமுதாயத்திற்கு, குறிப்பாக நுண்ணுயிர்க் கொல்லி எதிர்ப்புத் தன்மையினால் நாம் அவதியுறும் இத்தருணத்தில், இது மிகப்பெரும் நன்மைதரும் விஷயமாக அமையும்.

மருந்துகள் கண்டுபிடிக்கப்படும் கதை

கோவிட் பெருந்தொற்றின் ஆரம்பக் காலக்கட்டங்களில் பெரும்பாலானோரின் எதிர்பார்ப்பு எப்பொழுது கோவிட் வைரஸிற்கு எதிரான தடுப்பு மருந்து அல்லது மருந்து கிடைக்கும் என்பதாகவே இருந்தது. எதிர்பார்த்ததுபோலவே கூடிய விரைவில் தடுப்பு மருந்துகளும் கண்டுபிடிக்கப்பட்டு அவை சந்தைக்கும் வந்துவிட்டன. கூடவே சந்தேகமும்- எப்படி இவ்வளவு சீக்கிரமாக இந்த மருந்துகளைக் கண்டுபிடிக்க முடிந்தது என்று. இதில் மருந்துத் தயாரிப்பு நிறுவனங்களின் சூழ்ச்சி உள்ளது என ஒரு தரப்பினர் கூச்சல் போட ஆரம்பித்துவிட்டனர். இன்னும் சிலர் இது மருந்தே இல்லை. வெறும் உப்பு நீர் என்றும் கூறினர். உண்மையில் மருந்து கண்டுபிடிப்பது என்ன அவ்வளவு கடினமான காரியமா? ஒரு விஞ்ஞானி அல்லது தொழில் முனைவரின் மூளையில் உதிக்கும் ஓர் எண்ணம் (Idea) எவ்வாறு நம் கையில் மருந்தாக வந்து சேர்கிறது? அதில் ஈடுபட்டுள்ள தரப்பினர் யார் யார்? இவற்றினைப் பற்றி நாம் இங்கு விரிவாகப் பார்க்கலாம்.

மருந்துக் கண்டுபிடிப்பு என்பது வேதியியலாளர்கள் (Chemists), மூலக்கூறு உயிரியலாளர்கள் (Molecular Biologists), மருத்துவர்கள் (Physicians), உயிர் வேதியியல் வல்லுநர்கள் (Biochemists), டிஎம்பிகே (DMPK or Drug Metabolism and Pharmacokinetics)

எனப்படும் மருந்து வளர்சிதை மாற்றம் மற்றும் மருந்தியக்கவியல் துறை வல்லுநர்கள், கணினிப் பொறியாளர்கள், காப்புரிமை வழக்கறிஞர்கள் (Patent attorneys), முதலீட்டாளர்கள் (Investors), அரசாங்கம், ஒழுங்குமுறை அமைப்புகள் (Regulatory agencies), தொழில் முனைவர்கள் மற்றும் ஏனைய பல்துறை வல்லுநர்களின் ஒத்துழைப்புத் தேவைப்படும் ஒரு கடும் சவால் நிறைந்த, மிகச் சிக்கலான வேலை.

உலகமெங்கிலும் உள்ள மருந்து நிறுவனங்கள் ஓர் ஆண்டிற்குச் சுமார் ரூ.8,00,000 கோடியை மருந்து ஆராய்ச்சி மற்றும் அபிவிருத்திப் பணிகளுக்காகச் செலவிடுகின்றன. மேற்கத்திய நாடுகளில் ஒரு மருந்து நிறுவனம் சராசரியாகத் தன்னுடைய வருமானத்தில் நான்கில் ஒரு பங்கினை அதன் ஆராய்ச்சி மற்றும் அபிவிருத்திக்காகச் செலவிடுகின்றது. தொழில்நுட்பம் சார்ந்து இயங்கும் அறிவுசார் தொழில் துறையில் (Knowledge based industries) இத்தகைய பங்கு விகிதம் மருந்துத் துறையில்தான் அதிகம்.

மருந்து நிறுவனங்கள்

முதலில் அகரத்திலிருந்து தொடங்குவோம். மருந்து நிறுவனம் (Pharmaceutical Company) என்றால் என்ன? இதற்கு ஒரே வரியில் பதில் சொல்வது சிரமம். ஏனெனில் மருந்து நிறுவனம் பல்வேறு தளங்களில் இயங்கக்கூடும். அவை இயங்கும் தளங்களைப் பொறுத்து அவற்றினை நான்கு வகைகளாகப் பிரிக்கலாம். முதலாவது வகை, மருந்துத் தயாரிப்பில் மட்டுமே ஈடுபடக்கூடிய நிறுவனங்கள். அதாவது இவ்வகை நிறுவனங்கள் ஏற்கனவே கண்டுபிடிக்கப்பட்ட மருந்துகளை மட்டும் தயாரித்து வெளியிடும். பெரும்பான்மையான மருந்து நிறுவனங்கள் இவ்வகையினைச் சார்ந்தவை. இவை ஆராய்ச்சி (Research), அபிவிருத்தி (Development) மற்றும் புத்தாக்கத்தில் (Innovation) ஈடுபடாது. எனவே புதிய மருந்துகள் எதனையும் இவை கண்டுபிடித்து வெளியிடாது.

இரண்டாவது வகை, ஏற்கனவே சந்தையில் இருக்கும் மருந்துகளை வேறு புதிய நோய்களுக்குப் பயன்படுத்த முடியுமா (Repurposing) என்பதினை ஆராயும் நிறுவனங்கள். இவ்வகை நிறுவனங்களுக்கு ஓர் அனுகூலம் உண்டு. ஏற்கனவே

சந்தையில் இருக்கும் மருந்துகள் பல்வேறு பாதுகாப்புச் சோதனைகளைத் தாண்டியே சந்தைக்கு வந்திருக்கும். அதுமட்டுமின்றிப் பெரும்பான்மையான நேரங்களில் அம்மருந்துகள் பல ஆண்டுகளாக, பல இலட்சக்கணக்கான மக்களால் பயன்படுத்தப்பட்டு வந்திருக்கும். எனவே அந்த மருந்துகளின் பாதுகாப்பு பற்றி பெரிதாகக் கவலைப்படத் தேவையில்லை. புதிய நோய்க்கு எதிராக ஒரு பாதுகாப்பான அளவிற்குள் (Dose) திறம்பட வேலை செய்கிறது என்பதனை நிரூபித்தால் போதுமானது.

மூன்றாவது வகை நிறுவனங்கள் இராட்சதர்கள் (Giants). இவை மருந்து ஆராய்ச்சி, அபிவிருத்தி, புத்தாக்கம், தயாரிப்பு (Manufacturing), மருத்துவச் சோதனை (Clinical Trials), சந்தைப்படுத்துதல் (Marketing), கண்காணிப்பு (Post marketing surveillance) உள்ளிட்ட மருந்துத் தயாரிப்பின் அனைத்துத் தளங்களிலும் செயல்படும். ஜிஎஸ்கே (GSK), ஃபைசர் (Pfizer), ஆஸ்ட்ரா ஜெனிகா (Astra Zeneca) போன்ற நிறுவனங்கள் இவற்றிற்கு உதாரணம். இவை மிக்க பண பலமும், ஆள் (வல்லுநர்கள்) பலமும், பல்வேறு மட்டங்களில் நல்ல தொடர்பும், செல்வாக்கும் (Networking and lobbying) கொண்ட நிறுவனங்கள்.

இவற்றைத் தவிர நான்காவது வகை நிறுவனங்கள் கடந்தசில பத்தாண்டுகளாகப் பிரபலமடைந்து வருகின்றன. அவை உயிர்தொழில்நுட்ப நிறுவனங்கள். ஆங்கிலத்தில் பயோடெக்ஸ் (Biotechs) என்று கூறுவர். இவ்வகை நிறுவனங்களின் உயிர் மூச்சு ஆராய்ச்சி மட்டுமே. இவற்றின் பணபலம் மேலே கூறியவற்றினை விடப் பல மடங்கு குறைவாக இருப்பதனால், புதிய வகை மருந்துகளின் கண்டுபிடிப்பில் குறிப்பிடத் தகுந்த வெற்றி கிட்டியவுடன் இவை மேலே குறிப்பிட்டுள்ள இராட்சத நிறுவனங்களுடன் கூட்டு (Collaboration) ஏற்படுத்திக் கொள்ளும் அல்லது தாங்கள் கண்டுபிடித்த மருந்துகளை அவற்றுக்கு விற்று விடும் (Licensing or sale).

ஆழம் தெரியாமல் காலைவிடாதே

மருந்து ஆராய்ச்சி என்பது தோல்விகள் அதிகம் நிகழும் ஒரு துறை. ஒரு திட்டத்தினைத் தொடங்கும்போதே அது

பெரும்பாலும் தோல்வியில்தான் முடியும் என்று தெரிந்தே நிறுவனங்கள் அந்தத் திட்டத்தினைத் தொடங்கும். மற்றத் துறைகளுக்கும் மருந்துத் துறைக்குமான முக்கிய வேறுபாடு இதுவே. இதற்காக மற்றத் துறைகளில் தோல்வி கிடையாது என்று பொருள் அல்ல. மருந்துத் துறையில் தோல்வியின் சதவீதம் மிக அதிகம் என்று இதனை எடுத்துக் கொள்ள வேண்டும். ஒரு மருந்து கண்டுபிடிக்கப்படுவதற்கு விஞ்ஞானிகளின் அறிவினைத் தாண்டி மிக முக்கியமாகத் தேவைப்படுபவை மிக அதிகப் பணமும் மிதமிஞ்சிய பொறுமையும். முதலீட்டளவில் இது ஒரு சவால் மிக்க மற்றும் அதிக அபாயங்கள் நிறைந்த துறை. எனவே எந்தவொரு மருந்து நிறுவனமும் ஒரு புதிய மருந்தினைக் கண்டுபிடிக்கும் முயற்சியில் இறங்கும்பொழுது பல்வேறு விஷயங்களை அலசி ஆராய்ந்துவிட்டு சாதகமான பதில் கிடைத்தால் மட்டுமே களத்தில் இறங்கும். என்ன என்ன விஷயங்களை ஆராயும்?

முதலாவது, தான் கண்டுபிடிக்க இருக்கும் மருந்து தனது வாழ்நாளில் எவ்வளவு வருமானத்தினைப் பெற்றுத் தரும் என்பதுதான் முதல் ஆய்வாக இருக்கும். ஏற்கனவே இதுபோன்ற மருந்துகள் சந்தையில் இருக்கின்றனவா? இந்த மருந்தினை வெற்றிகரமாகக் கண்டுபிடிக்க முடியுமா? மருந்து கண்டுபிடிக்க ஆகும் செலவினை ஈடுகட்டும் அளவிற்கு அதன் விற்பனை இருக்குமா? இந்த மருந்து கண்டுபிடிக்கப்பட்டபின் எத்தனை ஆண்டுக் காலத்திற்குக் காப்புரிமை (Patent rights) மீதம் இருக்கும்? என்பது போன்ற பல கூறுகள் ஒரு மருந்தின் வருமானத்தினைத் தீர்மானிக்கின்றன.

இரண்டாவது இந்த மருந்தினைக் கண்டுபிடிக்க ஆகும் செலவு. பொதுவாக ஒரு மருந்து கண்டுபிடித்துச் சந்தைக்கு வரச் சுமார் 15 முதல் 20 ஆண்டுகள் பிடிக்கும். இதற்கு ஏறத்தாழ 1 பில்லியன் (ரூ. 8000 கோடி) முதல் 2 பில்லியன் (ரூ. 16,000 கோடி) அமெரிக்க டாலர்கள் வரை செலவு பிடிக்கும். (எனவே இதில் வேலை செய்பவர்களுக்கு நெருக்குதல்கள் அதிக அளவில் இருக்கும். இதயம் பலகீனமானவர்களுக்கானதல்ல).

மூன்றாவது, ஒரு குறிப்பிட்ட மருந்தினைப் பற்றிய அரசாங்கங்களின் அணுகுமுறைகள் மற்றும் கொள்கைகள்

(Government policies). உதாரணம், சமீபத்திய கோவிட் நோய்ப் பரவலின் போது உலகின் பல்வேறு நாடுகளின் அரசாங்கங்கள் மருந்து நிறுவனங்களுக்குப் பல்வேறு சலுகைகள் மற்றும் நிதி உதவி அளித்து கோவிட் நோய்க் கிருமிக்கு எதிரான தடுப்பு மருந்துகளைக் கண்டுபிடிக்க ஊக்கப்படுத்தின. மற்றொரு உதாரணம் அமெரிக்க அரசாங்கத்தின் புற்றுநோய் பெரும் பாய்ச்சல் (Cancer Moonshot) திட்டம். 2016-ஆம் ஆண்டில் துவங்கப்பட்ட இத்திட்டம் மருந்து நிறுவனங்கள், ஆராய்ச்சி மையங்கள் (Research Institutes) மற்றும் பல்கலைக்கழகங்கள் புற்றுநோய் சம்பந்தமான ஆய்வுகள் செய்வதற்கு நிதி உதவி (Financial assistance), சாதகமான கொள்கைகள், பொதுப் பயன்பாட்டிற்கான ஆய்வுக் கட்டமைப்புகள் (Common research infrastructures) அளிப்பதன் மூலம் ஊக்குவிக்கின்றது. இந்த ஊக்குவிப்புகள் மூலம் புற்றுநோய்க்கு எதிரான மருந்துகள் கூடிய விரைவில் மக்களைச் சென்றடையும் என அந்த அரசாங்கம் நம்புகின்றது. அடுத்த 25 ஆண்டுகளுக்குள் புற்றுநோய் மூலம் இறப்பவர்களின் எண்ணிக்கையைப் பாதியாகக் குறைப்பதனைப் புதிய இலக்காகக் கொண்டு இத்திட்டம் செயல்படுத்தப்பட்டு வருகிறது. இதுபோன்ற சாதகமான அரசக் கொள்கைகள் (Government policies) ஒரு குறிப்பிட்ட திசையில் பல்வேறு நிறுவனங்களைப் பயணிக்க வைக்கும்.

மருந்துக் கண்டுபிடிப்பின் வெவ்வேறு கட்டங்கள்

ஒரு புதிய மருந்தைக் கண்டுபிடிப்பது என்பது பல்வேறு கட்டங்களாக நிகழும். முதல் கட்டம் "ஆய்வுக் கட்டம் (Discovery phase)". இந்தக் கட்டத்தில் இலக்கினை அடையாளம் (Target identification) காண்பது, அந்த இலக்கினைத் தாக்கக் கூடிய மூலக்கூறுகளைக் கண்டுபிடிப்பது (Hit identification), அவ்வாறு கண்டுபிடிக்கப்பட்ட மூலக்கூறுகளை ஒரு மருந்தின் தன்மைக்கேற்ப (Lead optimization) மாற்றி அமைப்பது என மூன்று உள் கட்டங்கள் உள்ளன. இந்த ஆய்வுக் கட்டத்திற்கு அடுத்து வருவது 'முன் மருத்துவ ஆராய்ச்சி நிலை (Preclinical phase)'. இதற்கு அடுத்து மருத்துவச் சோதனை நிலை (Clinical trials phase). இந்த மருத்துவச் சோதனையும் மூன்று உள் கட்டங்களாக நடைபெறும். இதனை அடுத்தே மருந்துகள்

சந்தைக்குள் நுழையும். மேற்கூறிய ஒவ்வொரு கட்டங்களிலும் பல்வேறு தரச்சோதனைகளைச் சந்தித்து வெற்றி பெற்ற பிறகே ஒரு மூலக்கூறு அடுத்தகட்டத்திற்குச் செல்லும்.

பெரும்பான்மையான நேரங்களில் ஒரு மருந்து கண்டுபிடிப் பிற்கான அடித்தளம் அதாவது கீழ்நிலை ஆய்வுக் கட்டம் (Discovery phase) பல்கலைக்கழகங்களிலோ, ஆய்வு நிறுவனங்களிலோ அல்லது சிறிய உயிர்தொழில்நுட்ப நிறுவனங்களிலோ இடப்படுகிறது. இன்றைய காலகட்டத்தில் பெருமருந்து நிறுவனங்களில் இந்நிகழ்வுகள் அதிகம் நடப்பதில்லை. இந்தக் கீழ்நிலை ஆய்வுக் கட்டங்களில் அதிக மதிப்பெண்கள் பெற்று மனித உடலுக்குள் செலுத்தத் தகுதிபெறும் மூலக்கூறுகளை மட்டும் தேர்ந்தெடுத்துச் செய்யப்படும் மேல்நிலை ஆய்வுகளிலேயே பெருநிறுவனங்கள் ஈடுபடுகின்றன.

கீழ்நிலை ஆய்வு கட்டம்

கீழ்நிலை ஆய்வு கட்டத்தின் முதல் நிலை இலக்குத் தீர்மானிப்பது (Target Identification). இந்த இலக்குகள் ஒரு புரதமாக, டிஎன்ஏ அல்லது ஆர்என்ஏ என ஒரு நோய்க் காரணியின் எத்தகைய மூலக்கூறாக வேண்டுமானாலும் இருக்கலாம். இலக்குத் தீர்மானிப்பது என்றால் இன்ன காரணத்தினால் இந்த நோய் ஏற்படுகின்றது என்பதைக் கண்டறிவது. அதாவது ஒரு நோய் எதனால் ஏற்படுகிறது என்பதை மூலக்கூறு அளவில் (At molecule level) கண்டுபிடிக்க வேண்டும். உதாரணத்திற்கு கோவிட் நோய் சார்ஸ் வைரஸினால் ஏற்படுகிறது என்ற கண்டுபிடித்தால் மட்டும் போதாது. அந்த வைரஸில் உள்ள எந்த ஒரு புரதம் அல்லது மூலக்கூறு முக்கியப் புள்ளியாகச் செயல்படுகின்றது என்பதைக் கண்டறிய வேண்டும். அப்புரதம் அல்லது மூலக்கூறு அந்த வைரஸின் வாழ்விற்கு மிக முக்கியமானதாக இருக்க வேண்டும். அப்புரதம் அல்லது மூலக்கூற்றினை முடக்குவதன் மூலம் மொத்த வைரசின் பெருக்கமே (Replication) முடக்கப்பட்டுவிட வேண்டும். அந்த அளவிற்குத் துல்லியமான இலக்கினைக் கண்டறிவதே இலக்குத் தீர்மானிப்பதன் முக்கிய நோக்கம். இது ஒரு மிகச் சவால் மிக்க பணி. சில நேரங்களில் ஒன்று அல்லது இரண்டு

அல்லது பல்வேறு இலக்குகளைக் கட்டுப்படுத்தினால்தான் அந்தக் குறிப்பிட்ட நோயினைக் கட்டுப்படுத்த முடியும் என்ற நிலை இருக்கும். அச்சமயங்களில் எல்லா இலக்குகளையும் தாக்கக்கூடிய மருந்து கண்டுபிடிப்பது என்பது மிகுந்த சவால் நிறைந்ததாக இருக்கும். எடுத்துக்காட்டாகப் புற்றுநோயைக் கூறலாம்.

தேர்ந்தெடுக்கப்படும் இலக்குகள் மருந்துகள் எளிதில் சென்று அடையக்கூடிய இடத்தில் இருக்க வேண்டும். அடுத்ததாக, அந்த இலக்கினைத் தாக்குவதன் மூலம் சாதாரணமாக செல்களில் அல்லது நமது உடலில் நடைபெறும் எந்தச் செயலும் பாதிக்கப்படக்கூடாது. அவ்வாறு பாதிக்கப்பட்டாலும் வேறு விதங்களில் அப்பணி ஈடு செய்யப்படக் கூடியதாக இருக்க வேண்டும். இல்லையெனில் அம்மருந்து நச்சு போன்று செயலாற்றி உடலுக்கு வேறு உபாதைகளைக் கொடுக்க ஆரம்பித்துவிடும்.

இலக்கினைக் கண்டுபிடித்தாயிற்று. அடுத்து என்ன? அந்த இலக்கினைச் சரிபார்ப்பது (Target validation). அதாவது நாம் தேர்ந்தெடுத்திருக்கும் அந்த இலக்கினை மாற்றியமைப்பதன் மூலம் நோயின் தீவிரம் மாறுகிறதா என்பதை உறுதிப்படுத்திக் கொள்ள வேண்டும். இந்நிகழ்வு ஒவ்வொரு முறையும் சீராக நடக்க வேண்டும். அதாவது ஒரு மூலக்கூற்றினைக் கொண்டு சிகிச்சை அளிக்கும்பொழுது ஒரு நேரத்தில் நோயின் தீவிரம் குறைவதும் பிறிதொரு நேரத்தில் நோயின் தீவிரத்தில் எந்த மாற்றமும் ஏற்படாமல் இருப்பதுமான நிகழ்வுகள் ஏதும் நடைபெறக்கூடாது. அவ்வாறு நடைபெறுமாயின் அது ஒரு சரியான இலக்கு ஆகாது. நோயினைக் கட்டுப்படுத்தும் மூலக்கூற்றின் அளவினை (Dose) மாற்றி அமைப்பதன் மூலம் நோயின் தீவிரத்தன்மையும் மாற்றி அமைக்கப்படக் கூடியதாக இருக்க வேண்டும். இவையெல்லாம் இருந்தால்தான் அது ஒரு சரியான இலக்காகக் கருதப்படும்.

வெற்றி மூலக்கூற்றினைக் கண்டுபிடித்தல் (Hit Identification)

இலக்கினைத் தேர்ந்தெடுத்தபின் அந்த இலக்கினைத் தாக்கும் மூலக்கூற்றினைக் கண்டறிய வேண்டும். இதற்குப் பல்வேறு வழிமுறைகள் உள்ளன. பல ஆய்வு நிறுவனங்களிடம் பல

இலட்சக்கணக்கான வேதியியல் மூலக்கூறுகள் அடங்கிய மருந்து வங்கிகள் (Drug banks) இருக்கும். அவற்றில் ஏதாவது ஒன்று தேர்ந்தெடுக்கப்பட்ட இலக்குடன் வினை புரியுமா என்று 'ஹை த்ரூபுட் ஸ்க்ரீனிங்' (High throughput screening) என்ற முறையில் ஆராய்வர். சில நேரங்களில் கணினி உதவி கொண்டு மேற்கூறிய இலக்குடன் வினைபுரியக் கூடிய மூலக்கூறுகளை வடிவமைக்கலாம். வேறு சில நேரங்களில் இலக்கு டிஎன்ஏ அல்லது ஆர்என்ஏ ஆக இருப்பின் அவற்றுடன் வினைபுரியக்கூடிய நிரப்பு டிஎன்ஏ அல்லது ஆர்என்ஏ-வினை (Complementary DNA or RNA) வடிவமைக்க வேண்டி இருக்கும்.

சரி. இப்பொழுது நோய் உண்டாக்கும் காரணி தெரியும். அதில் என்ன இலக்கினைத் தாக்க வேண்டும் என்பதும் தெரியும். பிறகு அதனுடன் வினை புரியக்கூடிய மூலக்கூற்றினையும் கண்டுபிடித்தாயிற்று. அவ்வளவுதான். இதனை நோயாளிக்கு அளிக்கலாமா? அதுதான் இல்லை. நாம் இன்னும் கால் கிணற்றைக்கூடத் தாண்டவில்லை. பெரும்பான்மையான நேரங்களில் நம்மிடம் இருக்கும் மூலக்கூற்றிற்கு மருந்தின் பண்புகள் ஏதும் இருக்காது. ஒரு மூலக்கூறு இலக்குடன் வினை புரிவதால் மட்டுமே அதற்கு மருந்தாக இருக்கும் தகுதி வந்துவிடாது. அது ஒரு 'ஹிட்' (Hit) மட்டுமே. வினை புரிவதோடு மட்டுமல்லாமல் தேவையான மாற்றத்தினை நோயாளியின் உடலில் ஏற்படுத்த வேண்டும். அதாவது நோயின் தீவிரத்தினைக் குறைப்பதற்கான அறிகுறிகள் ஏதேனும் தென்பட வேண்டும். இத்தகைய அறிகுறிகள் ஏதேனும் தென்படுமாயின் அந்த மூலக்கூற்றிற்கு மருந்தியல் குணங்கள் (Pharmacological properties) இருப்பதாகக் கருதப்படும். மருந்தியல் குணங்களைக் கொண்டிருக்கும் மூலக்கூறுகளை லீட் (Lead) என்று கூறுவர்.

'மருந்து போன்ற' பண்புகள் (Druglike properties)

ஒரு 'மூலக்கூறு', 'ஹிட்' ஆக மாறி 'லீட்' என்ற நிலையினைத்தான் தற்போது அடைந்திருக்கும். இன்னும் மருந்து (Drug) என்னும் நிலையினை அது அடையவில்லை. மருந்து என்னும் நிலையினை அடைவதற்கு அந்த மூலக்கூறு சில அடிப்படைப் பண்புகளைக் கொண்டிருக்க வேண்டும். இதனையே 'மருந்து போன்ற' பண்புகள் என்று கூறுகின்றனர். குறிப்பாக அந்த மூலக்கூறு நீரில்

கரையக் கூடியதாக (Solubility) இருக்க வேண்டும். நாம் தாக்க நினைக்கும் இலக்கினை மட்டுமே தாக்கக்கூடியதாக (Specificity) இருக்க வேண்டும். பல்வேறு இலக்குகளை ஒரே நேரத்தில் தாக்கினால் (Promiscuity) நோயைக் குணப்படுத்துவதற்குப் பதிலாக வேறு நோயை உருவாக்க நேரிடலாம். ஆனால் சில சமயங்களில் இது நன்மை செய்யக் கூடியதாகவும் அமையலாம். அது இலக்கினைப் பொறுத்தது. சிறிய அளவிலேயே (Dose) தேவையான மாற்றத்தினை நோயாளியின் உடலில் ஏற்படுத்தக்கூடியதாக இருக்க வேண்டும். முக்கியமாக அதிக அளவில் எளிதில் உற்பத்தி செய்யப்படக் கூடியதாக (Manufacturability) இருக்க வேண்டும். மேலும் அதனை உற்பத்தி செய்யும்பொழுது தேவையற்ற உப நச்சுப் பொருட்கள் (Toxic byproducts) உற்பத்தியாகாமல் இருக்க வேண்டும். அப்படியே உருவானாலும் அதனை அகற்றுவதற்கான வாய்ப்புகள் இருக்க வேண்டும். இவை மட்டுமன்றி இம்மூலக்கூறுகள் நிலைத் தன்மை உடையதாக (Stability) இருக்க வேண்டும். இது போன்ற ஏராளமான 'வேண்டும்'-கள் உள்ளன. இந்த அனைத்து தகுதிகளும் இருந்தால்தான் ஒரு மூலக்கூறு மருந்தாக முடியும். இவை அனைத்தும் இல்லாவிட்டாலும் கூட இத்தகுதிகளை எளிதில் ஒரு மூலக்கூறுக்கு நாம் செயற்கையாக ஏற்படுத்திவிட முடியுமெனில் அந்த மூலக்கூறும் அடுத்த கட்ட ஆய்விற்குத் தகுதி பெற்றுவிடும்.

பொதுவாக இந்த அனைத்துப் பண்புகளையும் தேவையான அளவில் கொண்டிருக்கும் ஒரு மூலக்கூற்றினைக் கண்டறிவது கடினம். அவ்வாறு இயற்கையாகவே அமையப்பெற்ற மூலக்கூறு ஒரு சில தான் இருக்கும். பெரும்பான்மையான நேரங்களில் தேர்ந்தெடுக்கப்பட்ட மூலக்கூறுகள் மருந்து போன்ற பண்புகளை உடையதாக மாற்றப்படும். இந்த ஆய்வு நிலை 'உகப்பாக்குதல்' (Optimization or Lead Optimization) எனப்படும்.

முன் மருத்துவ ஆராய்ச்சி (Preclinical research)

'உகப்பாக்குதல்' ஆய்வு நிலையினைத் தாண்டிய மூலக்கூறு தற்போது 'முன் மருத்துவ ஆராய்ச்சி' (Preclinical research) நிலையினை அடையும். இந்த நிலை ஒரு வேதியியல் மூலக்கூற்றினை ஆய்வகத்திற்கும் மனிதர்களுக்கும் இணைக்கும்

நிலை எனக் கூறலாம். இந்நிலையில் அந்த மூலக்கூறானது விலங்குகளிடத்தில் கொடுக்கப்பட்டுப் பரிசோதிக்கப்படும். இந்த ஆய்வு நிலையின் முக்கியமான நோக்கங்களாக இரண்டினைக் கூறலாம். முதலாவது, மனிதர்களிடம் இந்த மூலக்கூற்றினை முதன் முதலாகக் கொடுத்துச் சோதிக்கும் (First-in-Human studies) பொழுது எந்த அளவு (Dose) கொடுக்கவேண்டும் என்பதினை இந்த ஆய்வு நிலை கண்டறிந்து கூறும். இரண்டாவது, இந்த மூலக்கூற்றின் பாதுகாப்பு (Safety profile) பல்வேறு சோதனைகள் மூலம் மிக ஆழமாகச் சோதிக்கப்படும். இந்த ஆய்வு நிலையில் சாதகமான முடிவுகள் கிடைக்கும் பட்சத்தில் இந்த மூலக்கூறானது மனிதர்களிடத்தில் கொடுத்துச் சோதித்துப் பார்க்க முடிவெடுக்கப்படும். இந்நிலையில்தான் சாதாரண ஒரு வேதியியல் (அல்லது உயிரியல்) மூலக்கூறு மருந்து என அழைக்கத் துவங்கப்படுகின்றது.

மருத்துவச் சோதனைகள் (Clinical Trials)

ஒரு வேதியியல் அல்லது உயிரியல் மூலக்கூறு மனித உடலில் எத்தகைய மாற்றங்களை ஏற்படுத்துகின்றது என்பதை அறிய மனிதர்களிடத்தில் நடத்தப்படும் ஆய்வுகளே மருத்துவச் சோதனைகள் எனப்படும். இந்த மருத்துவச் சோதனைகள் நான்கு கட்டங்களாக நடக்கும். அவை கட்டம் 1 (Phase 1), கட்டம் 2 (Phase 2), கட்டம் 3 (Phase 3) மற்றும் கட்டம் 4 (Phase 4). முதல் கட்டத்தில் வெகு சில மனிதர்களிடத்தில் (சுமார் 20-50 நபர்கள்) கொடுக்கப்பட்டு அந்த மருந்தின் பாதுகாப்பு அலசி ஆராயப்படும். இதயம், சிறுநீரகம், மூளை, இரத்தத்தில் ஏற்படும் மாறுதல்கள் என ஒவ்வொரு உறுப்பும் தீவிரமாகக் கண்காணிக்கப்படும். இதில் சாதகமான முடிவுகள் வந்தால் மட்டுமே இரண்டாம் கட்டத்திற்கு இந்த மருந்து எடுத்துச் செல்லப்படும். பெரும்பாலும் இந்தக் கட்ட மருத்துவச் சோதனையில் ஆரோக்கியமான நபர்களே (Healthy Volunteers) பங்கேற்பர். இரண்டாவது கட்டம் பாதுகாப்பினைப் பற்றி ஆராய்வதுடன் நோயினைக் குணப்படுத்துவதற்கான மருந்தின் செயல்திறனும் (Effectiveness) ஆராயப்படும். இதில் சுமார் 100-300 பேர் வரை பங்கேற்பர். இந்நிலையில் பங்கேற்பவர்கள் எந்த நோய்க்கு எதிராக இம்மருந்து கண்டுபிடிக்கப்படுகின்றதோ அந்த நோயினால் பாதிக்கப்பட்டவர்களாக இருப்பர். இதில்

சாதகமான விடைகள் கிடைக்கும் பட்சத்தில் இம்மருந்து மூன்றாம் கட்டத்தினை அடையும். மூன்றாம் கட்டம் மிக முக்கியமானது. இக்கட்டத்தில் கிடைக்கும் முடிவுகளின் அடிப்படையிலேயே அம்மருந்தினை மருத்துவர்கள் நோயாளிகளுக்குப் பரிந்துரைக்க (Prescribe) அனுமதிக்கலாமா இல்லையா என ஒழுங்குமுறை ஆணையங்கள் (Regulatory agencies) முடிவெடுக்கும். இந்நிலையில் அம்மருந்தின் பாதுகாப்பு மற்றும் செயல்திறன் மிக அதிக எண்ணிக்கையிலான நபர்களிடம் (சுமார் 1000 முதல் 3000 வரை) கொடுத்துப் பரிசோதித்துப் பார்க்கப்படும்.

நான்காவது கட்டம் என்பது மருந்து சந்தையில் அனுமதிக்கப்பட்டபின் மிக நீண்ட கால நோக்கில் மற்றும் மிக அதிக எண்ணிக்கையிலான நபர்களிடத்திலிருந்தும் தரவுகள் பெறப்பட்டுத் தொடர்ந்து கண்காணிக்கப்பட்டு வருவதைக் குறிக்கும். இக்கட்டத்தில் ஏதேனும் குறிப்பிடத் தகுந்த பிரச்சினைகள் தெரிய வருமாயின் அம்மருந்து சந்தையிலிருந்து மீட்டுக்கொள்ளப்படலாம்.

மருந்துகள், சந்தையிலிருந்து வெளியேற்றப்படும் காரணங்கள்

மேலே விளக்கியுள்ள அனைத்துக் கட்டங்களையும் தாண்டிய ஒரு மூலக்கூறே மருந்தாக மாற்றம் பெறும். இதில் எந்த இடத்தில் வேண்டுமானாலும் இந்த மூலக்கூறு தோல்வி அடையலாம். இன்னும் சொல்லப்போனால் மருந்தாக மாற்றம் பெற்று நோயாளிக்கு அளிக்க அனுமதிக்கப்பட்ட பிறகும்கூட அம்மருந்து தோல்வியினை அடையலாம். எவ்வாறு? ஒன்று, அம்மருந்திற்கான தேவை சந்தையில் மறைந்து போகலாம். உதாரணத்திற்கு கோவிட் தடுப்பூசியினையே எடுத்துக் கொள்ளலாம். கோவிட் நோயினை உண்டாக்கும் வைரஸ் வீரியம் இழந்த பிறகு இப்பொழுது கோவிட் தடுப்பூசியின் தேவை கடுமையாகக் குறைந்து விட்டது. எனவே கோவிட்டிற்காகக் கண்டுபிடிக்கப்பட்ட பல்வேறு தடுப்பூசிகள் தேவையான அளவிற்கு வருமானத்தை, அதாவது உற்பத்தி மற்றும் விநியோகச் செலவை ஈடுகட்டும் அளவிற்கு வருமானத்தினைப் பெற்றுத் தராத நிலைக்கு இன்னும் சில வருடங்களில் செல்ல நேரிடலாம்.

மாறாக ஒரு நுண்ணுயிரி உருமாற்றம் பெற்ற பிறகு அந்த நுண்ணுயிரிக்கு எதிராகக் கண்டுபிடிக்கப்பட்ட மருந்து வேலை செய்யாவிட்டால் அந்த மருந்தும் சந்தையிலிருந்து வெளியேற்றப்பட்டுவிடும். மேற்கூறிய இரண்டும் இல்லை. மருந்து நன்றாக வேலை செய்கிறது, அந்த நோயும் சமுதாயத்தில் உள்ளது. இந்த நிலையில் ஒரு மருந்திற்குத் தோல்வி வருமா? வாய்ப்புகள் உண்டு. எவ்வாறு? பெரும்பாலும் ஒரு மருந்திற்கு விலை நிர்ணயம் செய்யும் பொழுது அதன் உற்பத்திச் செலவை மட்டும் கணக்கில் கொண்டு விலை நிர்ணயம் செய்யப்படுவதில்லை. அதன் ஆராய்ச்சி மற்றும் மேம்பாட்டுச் செலவுகளையும் சேர்த்துதான் விலை நிர்ணயம் செய்யப்படுகின்றது. அது மட்டுமன்றி நவீன வகை மருந்துகளான ஸ்டெம் செல்கள், கார்-டி செல்கள், ஆண்டிபாடிகள் போன்றவற்றை உற்பத்தி செய்வதும் சிக்கலானது. அதனால் பல சமயங்களில் இவ்வகை மருந்துகளின் விலை பல இலட்சங்களை, ஏன் கோடிகளைக் கூடத் தொடும் சூழ்நிலை அமைந்து விடுகிறது.

இது பல சந்தைகளில் இவ்வகை மருந்துகளை நோயாளிகள் வாங்கிப் பயன்படுத்த முடியாத நிலை ஏற்படுகிறது. பயனாளிகள் இம்மருந்தைத் தேவையான அளவிற்கு வாங்காதபட்சத்தில் இம்மருந்துகளைத் தயாரிக்கும் மருந்து நிறுவனங்களுக்கு நட்டம்தான் ஏற்படும். இந்நிலையில் இம்மருந்துகளும் சந்தையிலிருந்து மீட்டுக் கொள்ளப்படும். இதுதவிர வேறு ஒரு சம்பவமும் நிகழலாம். போட்டி மருந்து நிறுவனம் ஒன்று இந்த மருந்தைவிட மிகச் சிறப்பானதொரு மருந்தினைக் கண்டுபிடித்துச் சந்தையில் வெளியிட்டிருக்கலாம்.

ஆய்வுநிலையில் ஒரு மருந்திற்கு ஏற்படும் தோல்விகள்

மேற்கூறியவை அனைத்தும் சந்தைக்கு வந்தபின் ஒரு மருந்திற்கு ஏற்பட வாய்ப்பிருக்கும் தோல்விகளே. பெரும்பான்மையான தோல்விகள் மருந்துகள் சந்தைக்கு வருவதற்கு முன்னரே நடப்பவை. உதாரணத்திற்குக் கீழ்நிலை ஆய்வுக் கட்டத்தில் (Discovery phase) எடுத்துக் கொள்ளப்படும் மூலக்கூறுகளில் வெறும் சொற்ப மூலக்கூறுகளே முன் மருத்துவ ஆராய்ச்சிக் கட்டத்தினை (Preclinical phase) அடையும். முன் மருத்துவ

ஆராய்ச்சியில் பங்குபெறும் மூலக்கூறுகள் சுமார் பத்து சதவீதம் மட்டுமே மருத்துவச் சோதனை நிலையினை (Clinical Trials phase) அடைகின்றன. மருத்துவச் சோதனையில் ஆராயப்படும் மருந்துகளில் சுமார் பத்து சதவீதம் மட்டுமே நோயாளிகளுக்கு அளிக்கும் அனுமதியினைப் பெறுகின்றன.

ஆய்வுநிலையில் உள்ள மருந்துகள் பல காரணங்களினால் தோல்விகள் அடையலாம். அவற்றுள் முக்கியமானவை இரண்டு - ஒன்று அறிவியல் காரணங்கள் (Scientific reasons) இரண்டாவது பொருளாதாரக் காரணங்கள் (Economic reasons). அறிவியல் காரணங்களில் பல வகைகள் உண்டு. அதில் குறிப்பிட்டுச் சொல்லத் தக்கவை (அ) செயல் திறன் சம்பந்தப்பட்டது (Efficiency) (ஆ) பாதுகாப்பு சம்பந்தப்பட்டது (Safety). ஆய்வுச் சாலைகளில் நல்ல செயல்திறனுடனும் பாதுகாப்புக் கூறுகளுடனும் செயல்படக்கூடிய ஒரு மருந்து மனிதர்களிடத்தில் அளிக்கப்பட்டு சோதிக்கப்படும் பொழுது வேறு விதமான முடிவுகளைத் தரக்கூடும். ஏனெனில் ஆய்வுச் சாலைகளில் பெரும்பாலும் பயன்படுத்தப்படும் ஆய்வு விலங்குகள் மனிதர்களின் உயிரியல் திறன்களை (Physiological, Anatomical and Molecular features) அப்படியே பிரதிபலிப்பதில்லை. இதற்கு மாற்றாக ஸ்டெம் செல்களைக் கொண்டு தயாரிக்கப்படும் மனித உறுப்புகளை எதிர்காலங்களில் பயன்படுத்தி மருந்துகளின் செயல்திறன்களையும் பாதுகாப்பினையும் உறுதிச் செய்ய முடியுமெனினும் அதற்கான காலம் இன்னும் கனியவில்லை. இது சம்பந்தமான ஆராய்ச்சிகள் இன்னும் முழுமை அடையவில்லை. அதுவரை சோதனைச் சாலை விலங்குகளையே நாம் நம்பியிருக்கவேண்டும்.

ஏன் ஆரம்பக் காலங்களில் மனிதர்களிடத்தில் நன்றாக வேலை செய்யக்கூடிய மருந்துகள் பிறகு பிரச்சனைகளைத் தர ஆரம்பிக்கின்றன? மேற்கூறிய விஷயங்கள் ஒருபுறமிருக்க, பல நேரங்களில் ஆரம்பக் காலக்கட்டங்களில் மனிதர்களிடத்தில் கொடுத்து சோதிக்கப்படும் மருந்துகள் நல்ல முடிவுகளைக் கொடுத்தாலும் இம்மருந்துகள் சந்தையில் அதிக எண்ணிக்கையிலான மனிதர்கள் பயன்படுத்தும்பொழுது சில சாதகமல்லாத முடிவுகளை வெளிக்கொணரும். அத்தகைய சமயங்களிலும் இம்மருந்துகளைச் சந்தையிலிருந்து

மீட்டுக்கொள்ள நேரிடும். அப்படியெனில் ஆய்வுகள் ஒழுங்காகச் செய்யப்படாமல் அவசர அவசரமாக அரசியல் மற்றும் மருந்து நிறுவனங்களின் பொருளாதாரக் காரணங்களுக்காக மருந்துகளுக்கு அனுமதி அளிக்கப்பட்டு விடுகின்றனவா? அல்ல. உண்மையில் அவை பிரச்சினைகளை புதிதாகத் தர ஆரம்பிப்பதில்லை. பிரச்சினைகள் நமக்குத் தெரிய ஆரம்பிக்கின்றன என்றுதான் கூற வேண்டும். ஆம், இவை இரண்டிற்கும் நிறைய வேறுபாடுகள் உண்டு.

ஆரம்பக் கால ஆய்வுகள் அனைத்தும் ஒரு குறிப்பிட்ட எண்ணிக்கையிலான மனிதர்களிடத்தில், அதுவும் ஒரு குறிப்பிட்ட கால அளவிற்கு மட்டுமே செய்ய இயலும். பிறகு சந்தைக்கு அம்மருந்து வெளிவந்தப்பிறகு மிக அதிக இலட்சக்கணக்கான எண்ணிக்கையிலான மக்களால் மிக நீண்ட காலத்திற்கு உபயோகப்படுத்தும் சூழ்நிலை உண்டாகும். மிகஅதிக எண்ணிக்கையிலான மக்கள் மிக நீண்ட காலத்திற்கு பயன்படுத்தும்பொழுது வெவ்வேறு விளைவுகளை நாம் கவனிக்கும் வாய்ப்பு ஏற்படுகிறது. அவ்வளவே. ஏன்? சந்தையில் பலதரப்பட்ட மனிதர்களும் இருப்பர். ஆண், பெண், சிறுவர்கள், வயது முதிர்ந்தவர்கள், கறுப்பர்கள், வெள்ளையர்கள், அதிக வெப்பம் நிறைந்தப் பகுதிகளில் வாழ்பவர்கள், அதிகக் குளிர்ப் பிரதேசங்களில் வாழ்பவர்கள், வெவ்வேறு விதமான உணவு வகைகளை உண்பவர்கள், ஏற்கனவே பல நோய்களால் பாதிக்கப்பட்டு மருந்துகளை எடுத்துக்கொண்டு இருப்பவர்கள் என வெவ்வேறு விதமான மனிதர்கள் மருந்துகளை எடுத்துக்கொள்ளும்பொழுது விளைவுகளும் வெவ்வேறு விதமாகவே இருக்கும்.

உதாரணத்திற்கு சில வகையான உணவுகள் மருந்துகளுடன் வினைபுரிந்து அம்மருந்தினை நச்சுத்தன்மையுடன் கூடிய வேறு ஒரு வேதியியல் மூலக்கூறாக மாற்றலாம். அல்லது நோயாளி வேறுபல மருந்துகளை எடுத்துக் கொண்டு இருப்பவராய் இருக்கும் பட்சத்தில் (உதாரணத்திற்கு சர்க்கரை நோய், இரத்த அழுத்தத்தினைக் கட்டுப்படுத்துவதற்கான மருந்துகள் மற்றும் வேறு சில இதய நோய்க்கான மருந்துகள்) அவர் ஏற்கனவே எடுத்துக் கொண்டிருக்கும் மருந்துகள் எத்தகைய பாதிப்புகளை

அவர் புதிதாக எடுத்துக் கொள்ளும் மருந்துகளுக்கு ஏற்படுத்தும் என்பதனை முன்கூட்டியே துல்லியமாக அறிவது கடினம்.

புதிய மருந்தினை எடுத்துக் கொள்ளும் நோயாளிக்கு அவர் உடல் உறுப்புகள் ஆரோக்கியமாக ஆனால் அதே நேரத்தில் சராசரிக்கும் அதிகமாக அல்லது குறைவாக வேலை செய்யலாம். இச்சமயங்களில் அவர் எடுத்துக்கொள்ளும் புதிய மருந்து எதிர்பார்த்த முறையில் அவரது உடலினால் வளர்சிதை மாற்றம் செய்யப்படாமல், தேவைக்கு அதிகமாக அல்லது குறைவாக வளர்ச்சிதை மாற்றம் செய்யப்பட்டு அதன் மூலம் பாதிப்புகள் ஏற்படக்கூடும். இத்தகைய காரணங்களினால் மருந்துகள் அனுமதி அளிக்கப்பட்டு சந்தையில் கிடைத்துக்கொண்டு இருக்கும்பொழுதுகூட சில சமயங்களில் அவை மீட்டுக்கொள்ளப்பட நேரிடுகின்றன அல்லது 'எச்சரிக்கை' வில்லைகள் ஒட்டப்பட்டு ஒரு குறிப்பிட்ட தரப்பினர் மட்டும் எடுத்துக்கொள்ள வேண்டும் அல்லது ஒரு குறிப்பிட்டத் தரப்பினர் எடுத்துக்கொள்ளக்கூடாது என்று அறிவிக்கப்படுகிறது.

மருந்துகள் தோல்வியினைத் தழுவுவதற்கு மற்றுமொரு பொருளாதாரம் சார்ந்த முக்கியக் காரணம் காப்புரிமை. என்னதான் ஆய்வுகள் செய்து புதிய மருந்துகளை விஞ்ஞானிகள் கண்டுபிடித்தாலும் காப்புரிமைக்கான சில விதிமுறைகளை சில சமயங்களில் அவை மீறும் நிலை ஏற்பட்டு விடுகின்றன. காப்புரிமை இல்லையெனில் அம்மருந்துகளை யார் வேண்டுமானாலும் உற்பத்தி செய்து விற்கும் நிலை ஏற்படும். இவ்வளவு கோடிக்கணக்கான பணத்தினை இறைத்து இவ்வளவு காலம் தவமிருந்து ஒரு மருந்தினைத் தயாரித்த பிறகு அதே மருந்தினை மற்றொருவர் இத்தகைய தியாகங்களைச் செய்யாமல் உற்பத்தி செய்து விற்க ஆரம்பித்துவிட்டால் என்ன நடக்கும்? உண்மையில் அம்மருந்தினைக் கண்டுபிடித்த நிறுவனத்திற்குப் பெருநட்டம் ஏற்படும். எனவேதான் காப்புரிமை என்பது மருந்துத் துறையில் மிக முக்கியமான விசயமாகக் கருதப்படுகின்றது. காப்புரிமையைப் பெற முடியாத பட்சத்தில் அம்மருந்து சம்பந்தமான ஆராய்ச்சி மற்றும் அபிவிருத்திப் பணிகள் நிறுத்தி வைக்கப்பட்டு விடும்.

மருந்து ஒப்புதல் செயல்முறை (Drug approval processes)

ஒரு மருந்து நிறுவனம் ஒரு புதிய மருந்தினைக் கண்டுபிடித்தபின் அதனைச் சந்தையில் விற்பதற்கு மருந்து ஒழுங்குமுறை அமைப்புகளிடமிருந்து (Drug regulatory agencies) அனுமதிபெற வேண்டும். மருந்து ஆராய்ச்சி மற்றும் அபிவிருத்தியினைப் போன்றே இதுவும் ஒரு மிகச் சிக்கலான மற்றும் காலவிரயம் எடுக்கும் ஒரு வேலை. ஒவ்வொரு நாட்டிற்கும் அந்நாட்டிற்கெனப் பிரத்தியேகமான மருந்து ஒழுங்குமுறை அமைப்புகள் உண்டு. இந்தியாவைப் பொறுத்தவரை ஒன்றிய மருந்துகள் தரக் கட்டுப்பாட்டு அமைப்பு (Central Drugs Standard Control Organisation) இதற்கு பொறுப்பான அமைப்பு. இதனைப் போன்று அமெரிக்காவில் உணவு மற்றும் மருந்து நிர்வாக அமைப்பும் (Food and Drug Administration) ஐரோப்பாவில் ஐரோப்பிய மருந்துகள் நிறுவனமும் (European Medicines Agency) அந்நாட்டு மருந்து அனுமதி சம்பந்தமான விவகாரங்களைக் கையாளுகின்றன.

பொதுவாகப் புதிய மருந்து அனுமதி இரு நிலைகளில் நடைபெறும். முதல் அனுமதி முன் மருத்துவ ஆராய்ச்சி முடிந்து மனிதர்களிடத்தில் மருத்துவச் சோதனை ஆரம்பிக்கும் முன் பெறப்படுவது. இரண்டாவது அல்லது கடைசி அனுமதி மூன்றாம் கட்ட மருத்துவச் சோதனை (Phase III clinical trials) முடிந்தபின் சந்தையில் மருந்துகளை விற்பதற்கு முன்பாக பெறப்படும் அனுமதி. இந்தக் கடைசி அனுமதிக்காக விண்ணப்பிக்கும்பொழுது மருந்து நிறுவனம் அப்புதிய மருந்து சம்பந்தமாக தான் அறிந்த, ஆய்வுகள் மூலம் கண்டறிந்த அனைத்துத் தரவுகளையும் சமர்ப்பிக்கும். இந்த விண்ணப்பத்தினைப் பரிசீலனை செய்து ஒழுங்குமுறை ஆணையம் அக்குறிப்பிட்ட மருந்தினை சந்தையில் அனுமதிக்கலாமா, அனுமதிப்பதாயின் அனைத்துத் தரப்பினரும் பயன்படுத்த அனுமதிக்கலாமா அல்லது ஒரு குறிப்பிட்ட தரப்பினர் மட்டும் பயன்படுத்த அனுமதிக்கலாமா எனத் தீர்மானிக்கும்.

இன்னும் சில நேரங்களில் வேறுசில தரவுகள் தேவையிருப்பின் மேற்கொண்டு ஆய்வுகள் நடத்தி அத்தரவுகளைச் சமர்ப்பிக்க

உத்தரவிடும். பல்வேறு தரவுகளை இந்த ஆணையங்கள் பரிசீலித்தாலும் அவற்றின் முடிவு இரண்டு முக்கிய விஷயங்களை அடிப்படையாகக் கொண்டுதான் இருக்கும். முதலாவது, இம்மருந்து உண்மையிலேயே நோயினைக் குணப்படுத்துகிறதா அல்லது நோயின் தீவிரத்தினைக் குறிப்பிடத்தகுந்த அளவிற்காவது குறைக்கிறதா என்பது. இரண்டாவது அம்மருந்தின் பாதுகாப்பு. சில நேரங்களில் பாதுகாப்பு விஷயங்களில் சில சமரசங்கள் செய்து கொள்ள வேண்டி இருக்கும் (Risks Vs Benefits). உயிருக்குப் போராடிக் கொண்டிருக்கும் ஒருவருக்கு அளிக்கப்படும் மருந்தினால் தலைவலி பக்கவிளைவாக ஏற்படுகிறது என்று கவலைப்பட்டுக் கொண்டிருப்பதில் நியாயம் இல்லை அல்லவா? இவ்வாறாக மருந்து ஒழுங்குமுறை ஆணையங்களின் அனுமதி பெற்ற மருந்துகள் ஒருவழியாக நோயாளியின் துயரத்தினைத் தீர்க்கச் சந்தைக்குள் அடி எடுத்து வைக்கும்.

பயோடெக் தொழில்முனைவு – ஓர் அறிமுகம்

நான் ஓர் உயிரியல் சார்ந்த துறையில் நிபுணத்துவம் பெற்றவன் அல்லது ஓர் எம்.பி.ஏ. பட்டதாரி அல்லது எனக்குத் தொழில்முனைவில் ஆர்வம். நான் நினைத்தால் ஒரு மருந்து நிறுவனத்தினை ஆரம்பித்துவிடலாமா? ஏன் முடியாது.? கண்டிப்பாக முடியும். ஒரு பெட்டிக்கடை ஆரம்பிப்பது போல் இது ஒன்றும் அவ்வளவு எளிதான காரியம் இல்லை என்றாலும், மிகப் பெரிய விஞ்ஞானிகள் அல்லது பண பலம் படைத்தவர்கள் மட்டுமே துவங்க முடியும் என்பது போன்ற கடினமான விஷயமும் கிடையாது.

இங்கு நாம் விவாதிக்கும் விஷயங்கள் மருந்து நிறுவனம் ஆரம்பிக்க மட்டுமல்ல, பயோடெக் எனப்படும் எந்தவொரு உயிரியல் தொழில்நுட்பம் சம்பந்தமான நிறுவனங்கள் ஆரம்பிக்கவும் இதுதான் செயல்முறை. எழுத்து எளிமைக்காக பயோடெக் என்ற பதத்தினை மட்டுமே இனி இங்கு உபயோகிக்கலாம். ஒரு பயோடெக் நிறுவனம் ஆரம்பிக்க என்ன வேண்டும்? பயோடெக் மட்டும் அல்ல எந்த ஒரு நிறுவனமாக இருந்தாலும் அதற்கு மிக முக்கியத் தேவை

அந்த நிறுவனம் சந்தையில் விற்க ஒரு பொருள். பயோடெக் அல்லது மருந்து நிறுவனத்தைப் பொறுத்தவரை அந்தப் பொருள் ஒரு புதிய, வேறு யாரும் உரிமை கோர முடியாத பொருளாக இருக்க வேண்டும். எங்கிருந்து அந்தப் பொருள்கள் கிடைக்கும்? எங்கிருந்து வேண்டுமானாலும் கிடைக்கலாம். பெரும்பான்மையான பயோடெக் நிறுவனங்கள் ஏதேனும் ஒரு பல்கலைக்கழகத்தில் பல வருடங்களாக நன்றாக ஆராய்ந்து சரியான தரவுகளுடன் உள்ள பொருளையே மேற்கொண்டு மேம்படுத்தி (Further developments) சந்தைப்படுத்தக்கூடிய பொருளாக (Marketable products) மாற்றி விற்பனை செய்ய முனைகின்றன. இதற்கு விதிவிலக்காகச் சில நிறுவனங்கள் அடிமட்டத்திலிருந்து புதிதாக ஒரு பொருளை வடிவமைத்து (Design from scratch), ஆராய்ச்சி செய்து மேம்படுத்திப் பிறகு சந்தைப்படுத்த முயற்சியும் செய்யும். ஆனால் இந்த வகை நிறுவனங்கள் மிகக் குறைவு.

சந்தைப்படுத்தும் பொருளை எவ்வாறு தேர்வு செய்வது?

உதாரணத்திற்கு ஃப்ளூ வைரசிற்கு எதிராக ஒரு புதிய வகை மருந்தினைச் சந்தையில் அறிமுகப்படுத்தி விற்பனை செய்ய ஒரு தொழில் முனைவர் முனைவதாக எடுத்துக்கொள்வோம். முதலில் அவர் ஃப்ளூ வைரஸிற்கு எதிராக வேலை செய்யும் மூலக்கூறுகளை எந்தப் பல்கலைக்கழகங்கள் அல்லது (ஆராய்ச்சி) நிறுவனங்கள் கண்டுபிடித்து காப்புரிமை பெற்றுள்ளன என்று அறிந்து கொள்ளவேண்டும். ஆராய்ச்சிக் கட்டுரைகள் (Research articles), இணையதளம் மற்றும் காப்புரிமை தரவுத்தளங்களில் (Patent databases) இத்தகைய விவரங்களைக் கண்டறியலாம். பிறகு அவற்றுள் எந்த மூலக்கூறு நம்பிக்கை அளிக்கக்கூடிய நல்ல தரவுகளை (Reliable data) கொண்டுள்ளது என்று ஆராய வேண்டும். அந்த மூலக்கூறு சம்பந்தமாக என்னென்ன ஆராய்ச்சிக் கட்டுரைகள் வெளிவந்துள்ளன அவற்றின் நம்பகத்தன்மை (Credibility) என்ன என்பதை உறுதி செய்த பிறகு அந்த மூலக்கூற்றின் உரிமையாளரைத் தொழில் முனைவர் சந்தித்து தனது நிறுவனத்தில் அந்த மூலக்கூற்றினை மேம்படுத்தி விற்பனை செய்ய முறையான அனுமதி வாங்க வேண்டும்.

பொருளுக்கான உரிமை பெறுதல் (Licensing)

பல்கலைக்கழக விஞ்ஞானிகள் கண்டுபிடித்த பொருளுக்குப் பல்கலைக்கழகங்கள் தாம் காப்புரிமை பெற்றிருக்கும். பல்கலைக்கழகங்களில் தொழில்நுட்பப் பரிமாற்று அலுவலகம் (Technology Transfer Office) என்ற ஒரு அமைப்பு இருக்கும். இந்த அலுவலகம் தான் பல்கலைக்கழகங்களில் காப்புரிமைப் பெறப்பட்ட பொருள்களை அப்படியே அல்லது மேம்படுத்தி விற்பனை செய்யத் தனியார் நிறுவனங்களுக்கு அனுமதி கொடுக்கும். பயோடெக் துறையைப் பொறுத்தவரை, பல்கலைக்கழகங்களில் பல வருடங்களாக ஆய்வு செய்யப்பட்ட பொருளாக இருந்தாலும், பல நேரங்களில் அவை அப்படியே நேரடியாகச் சந்தைப்படுத்தத் தகுதியுடைய பொருளாக இருக்காது. பல்வேறு மாற்றங்கள் மற்றும் மேம்பாடுகள் தேவைப்படும். எவ்வளவு மாற்றங்களும் மேம்பாடுகளும் தேவைப்படுமோ அந்த அளவிற்கு அதிகமான காலமும் பொருளும் தேவைப்படும். நிறுவனத்திற்கு மூலதனம் திரட்டும் தொழில் முனைவர் இதனைக் கவனத்தில் கொள்ள வேண்டும்.

இந்த மூலக்கூற்றினை உபயோகப்படுத்திக்கொள்வதற்கு பல்கலைக்கழகங்களுக்கு ஏதாவது பணம் கொடுக்க வேண்டியிருக்குமா? ஆம். இதில் பல நடைமுறைகள் உள்ளன. அவை பல்கலைக்கழகத்திற்கு பல்கலைக்கழகம் மாறுபடும். சில நேரங்களில் சில விதிமுறைகளுடன் முன்பணம் செலுத்த வேண்டிய தேவையின்றிச் சில ஆண்டு காலங்களுக்குத் தங்களது மூலக்கூறுகளை உபயோகப்படுத்திக்கொள்ளத் தனியார் நிறுவனங்களுக்கு அனுமதி அளிக்க வாய்ப்புண்டு. ஆனால் வேறு வகைகளில், அதாவது உரிமத்தொகை (Royalty), விற்பனைச் சதவீதத்தில் பங்கு என அவர்களின் மூலக்கூற்றினை உபயோகப்படுத்திக் கொள்ளப் பணம் ஒரு குறிப்பிட்ட காலத்திற்குப் பிறகு செலுத்த வேண்டி இருக்கும். முன்பணம் செலுத்தத் தேவையில்லாத பட்சத்தில் புதிதாகத் தொழில் தொடங்கத் தேவையான மூலதனச் செலவு குறைந்து தொழில் முனைவர்க்கு உதவிகரமாக இருக்கும். பொதுவாக பல்கலைக்கழகங்கள் தனியார் நிறுவனங்களுக்குத் தங்கள் மூலக்கூறுகளுக்கான உரிமையைச் சில வருடங்களுக்கு மட்டும்தான் வழங்கும். அத்தனியார் நிறுவனங்கள் அதற்குள்

அம்மூலக்கூற்றினை மேம்படுத்தி ஒரு குறிப்பிட்ட வணிக நிலையினை எட்டவில்லை எனில் உரிமங்கள் திரும்பப் பெற்றுக் கொள்ளப்படும். இந்நெருக்கடியினைத் தவிர்க்கச் சில தனியார் நிறுவனங்கள் அம்மூலக்கூற்றிற்கான உரிமங்களைப் பெறாமல், விலை கொடுத்து வாங்கி தனதாக்கிக்கொள்ளவும் வாய்ப்புண்டு.

உரிமங்களைப் பெறுவதற்கு முன் கவனிக்க வேண்டியவை

சந்தை வாய்ப்பினைத் தாண்டி, உரிமங்களை வாங்குவதற்கு முன் தொழில் முனைவர் கவனிக்கவேண்டிய முக்கியமான விஷயங்கள் அந்த மூலக்கூறு சந்தையில் விற்கும் நிலையினை அடைவதற்கு இன்னும் எவ்வளவு தூரம் செல்ல வேண்டி உள்ளது என்பதும் அதற்கான அறிவியல் வழிமுறைகளும். இது தெரிந்துவிட்டால் இத்தொழிலுக்குத் தேவையான மூலதனத்தை ஓரளவிற்குக் கணித்துவிட முடியும். பிறகு இந்த மூலதனத்தை நம்மால் திரட்ட முடியுமா என நாம் தீர ஆராய வேண்டும். உதாரணத்திற்கு பல்கலைக்கழகத்தில் அம்மூலக்கூறு கீழ்நிலை ஆய்வுக் கட்டத்தினை மட்டும் அடைந்துள்ளது என வைத்துக்கொள்வோம். அதன் பிறகு முன் மருத்துவ ஆராய்ச்சி நிலை, மருத்துவச் சோதனைக்கான அனுமதி நிலை, மருத்துவச் சோதனை (கட்டம் 1 முதல் 3 வரை), பிறகு விற்பனைக்கான அனுமதியினைத் தேசிய மருந்து ஒழுங்குமுறை ஆணையங்களிடமிருந்து பெறுவது, தயாரிப்பு, தரக்கட்டுப்பாடு, விற்பனை, சந்தைப்படுத்துதல் எனப் பல நிலைகளைத் தாண்டினால் தான் அம்மூலக்கூறு ஒரு முழு மருந்து என்ற தகுதியினைப் பெற்று சந்தையில் விற்கும் நிலையை அடைந்து நிறுவனத்திற்கு முழு வணிக வெற்றியைப் பெற்றுக் கொடுக்கும். ஆனால் இந்த அனைத்து நிலைகளையும் தாண்டுவதற்கு மிக அதிகமான பொருளாதார மற்றும் நிபுணத்துவ வசதிகள் தேவைப்படும். தாம் ஆரம்பிக்க இருக்கும் நிறுவனத்தினால் இந்த வசதிகளைத் திரட்ட முடியுமா என்று முன் கூட்டியே தொழில் முனைவர் தீர்மானித்துக்கொள்ள வேண்டும்.

பயோடெக் நிறுவனங்கள் இந்த அனைத்து நிலைகளையும் தாண்டும் வரை ஒரு மூலக்கூற்றினை மேம்படுத்திக்

கொண்டே இருக்க வேண்டும் என்ற கட்டாயம் இல்லை. பெரும்பான்மையான பயோடெக் நிறுவனங்கள் குறைந்தபட்சம் கட்டம் 2 மருத்துவச் சோதனை நிலைவரையாவது தங்கள் மூலக்கூறுகளை எடுத்துச் செல்ல முனையும். அப்பொழுதுதான் தான் அந்த மருந்துகளை மற்ற பெரிய நிறுவனங்களுக்கு விற்க முடியும். இந்தக் கட்டம் 2-இனை அடைவதற்கும் மேற்கூறிய பொருளாதார மற்றும் நிபுணத்துவ வசதிகள் மிக அதிகம் தேவைப்படும். சுருக்கமாக, சந்தையில் விற்பனை செய்வதற்குத் தயாராக எவ்வளவு அருகாமையில் ஒரு மூலக்கூற்றினைக் கொண்டு செல்கிறோமோ அந்த அளவிற்கு அதன் வணிக மதிப்பு அதிகரிக்கும். கீழ்நிலை ஆய்வுக்கட்டதிலிருக்கும் ஒரு மூலக்கூற்றை வாங்கி முன் மருந்து ஆய்வுக் கட்ட முடிவில் (மற்ற நிறுவனங்களுக்கு) விற்பனை செய்வதில் எந்தப் பெரிய வணிக இலாபமும் இருக்காது.

இடம், பொருள், குழு

பயோடெக் துறையில் தொழில்முனைவராக வேண்டும் என்று முடிவு செய்தாயிற்று. அதற்கான பொருளையும், அதற்குத் தேவையான உரிமையினையும் பெற்றாயிற்று. வேறு என்ன தேவை. நிறைய 'தேவைகள்' உண்டு. அவற்றுள் முக்கியமானவை குழு, சந்தை பகுப்பாய்வு (Market analysis) மற்றும் தொழில் துவங்க ஏதுவான ஒரு நகரம்.

எந்த ஒரு நிறுவனமும் வெற்றி பெறுவதற்கு முக்கியத் தேவையாக இருப்பது குழு (Team). அதாவது குழுவில் உள்ள மனிதர்கள். மற்ற அனைத்தும் இரண்டாம் பட்சமே. குழு ஒழுங்காக அமைந்து விட்டால் மற்றது எல்லாம் தானாக அமைந்துவிடும். ஒரு நல்ல குழு தேவையான மூலதனத்தினை எப்படியாவது திரட்டிவிடும். சாதாரணமானதொரு யோசனையை எப்படியாவது விற்றுப் பணமாக்கிவிடும். அதுவே ஒரு கெட்ட குழு எப்பேர்ப்பட்ட யோசனையாக இருந்தாலும், எவ்வளவு நிதி இருப்பினும் சொதப்பி வைத்துவிடும். எனவே ஒரு பயோடெக் நிறுவனம் தொடங்கி நடத்த விரும்பும் எவரும் ஒரு நல்ல குழுவினை அமைத்துக்கொள்வதற்கு மிகுந்த முக்கியத்துவம் கொடுக்க வேண்டும். தொழில் முனைவினைப் பொறுத்தவரையில் ஒரு புதிய நிறுவனம் தொடங்கி நடத்த முதலில் இரு

நிறுவனர்கள் (Founders) தேவைப்படுவர். அவ்விருவரில் ஒருவர் அறிவியல் மற்றும் தொழில்நுட்பம் சார்ந்த விஷயங்களில் கெட்டிக்காரராக இருப்பதும் மற்றொருவர் நிதி மற்றும் மனித மேலாண்மை சார்ந்த விஷயங்களில் கை தேர்ந்தவராக இருப்பதும் நலம். உங்களுக்கு பயோடெக் நிறுவனம் துவங்கும் எண்ணம் இருப்பின் நீங்கள் மேற்கூறிய இரு துறைகளில் எந்தத் துறையில் திறமை படைத்தவரோ அந்தத் துறையினை மட்டும் கவனித்துக்கொண்டு மற்றத் துறைக்கு ஒரு சிறந்த, நம்பிக்கையான, அத்துறையில் நிபுணத்துவம் பெற்ற ஒருவரைத் துணை நிறுவனராகச் (Co-founder) சேர்த்துக்கொள்வது நலம்.

அடுத்து, சந்தைப் பகுப்பாய்வு. பல்வேறு மருந்துகள் விற்பனை செய்ய வாய்ப்பிருந்தாலும் நாம் விரும்பும் ஒன்றைத் தேர்வு செய்வதற்குமுன் அதனைப் பற்றிய பொருளாதார வாய்ப்புகளைப் பற்றி நன்கு அலசி ஆராய வேண்டும். மேலே கூறியுள்ள ஃப்ளூ வைரஸிற்கான மருந்து தயாரிப்பு சம்பந்தமான நிறுவனத்தையே உதாரணமாக எடுத்துக் கொள்வோம். உலகத்தில் எத்தனையோ மருந்துகளுக்கு வாய்ப்பு இருக்கும் பொழுது ஏன் ஃப்ளூ வைரஸ் என்று யோசிக்க வேண்டும்? அந்த வைரஸிற்கு எதிரான மருந்திற்கு எத்தகைய சந்தை வாய்ப்பு உள்ளது. அந்த மருந்திற்கான மூலக்கூற்றினை பல்கலைக்கழகத்திலிருந்து பெற்றபின் மருந்தாக மாற்றுவதற்கு எவ்வளவு பணம் செலவாகும் போன்ற கணக்குகள் முக்கியம். அதைவிட முக்கியமாக, அந்த குறிப்பிட்ட மூலக்கூற்றினை மருந்தாக மாற்றுவதற்கான செய்முறைகளின் வெற்றிச் சதவீதம் என்ன? அதனைப் போல, ஏற்கனவே சந்தையில் ஃப்ளூ வைரஸிற்கான மருந்துகள் இருப்பின், அம்மருந்துகளை விடத் தாம் தயாரிக்க இருக்கும் மருந்துகள் எவ்வகைகளில் மேம்பட்டவை என்பது போன்ற கணக்குகளும் மிக முக்கியம்.

இது தவிர, இத்தொழிலில் அனுபவம் பெற்றவர்களுடன் தொடர்பு கொண்டு அவர்களின் அனுபவங்களிலிருந்து கற்றுக் கொள்வதும், இது சம்பந்தமாக நிறையப் படிப்பதும் மிகப் பயனளிக்கும். ஏனெனில் சில விஷயங்கள் எளிதில் கண்ணிற்குத் தெரியாது. மற்றவர்களுடன் உரையாடுவதன் மூலமாகவும் படிப்பதன் மூலமாகவும் மட்டுமே அறிந்து கொள்ள முடியும். உதாரணத்திற்குச் சிலவகையான

மருந்துப் பொருட்களை மேம்படுத்துவதற்கான நிறுவனங்கள் தொடங்குவதற்கு நிதி திரட்டுவது ஒப்பீட்டளவில் எளிது. அதற்கு ஒரு சிறந்த எடுத்துக்காட்டு, ஆண்டிபயாடிக் மற்றும் வைரஸ்களுக்கு எதிரான மருந்துப் பொருட்களை மேம்படுத்தும் நிறுவனங்களுக்குத் தேவையான பணம் திரட்டுவது/ சிலவகை மரபணு சிகிச்சைகள் மற்றும் கார்-டி (CAR-T) எனப்படும் புற்றுநோய்க்கான மருந்துப் பொருட்களை மேம்படுத்தும் நிறுவனங்களுக்கான நிதி திரட்டுவதைவிட மிகக் கடினம். இதற்கு அறிவியல் மற்றும் வணிக ரீதியிலான பல காரணங்கள் உள்ளன.

அதைப்போல நாம் எந்த ஊரில் அல்லது எந்த நாட்டில் அந்த நிறுவனத்தினைத் துவங்க இருக்கின்றோம் என்பதும் மிக முக்கியம். பாஸ்டன், லண்டன், சிங்கப்பூர், பெங்களூர் போன்ற நகரங்களில் ஒரு பயோடெக் நிறுவனத்தினை ஆரம்பிப்பதற்கும் சென்னை, கொச்சின் போன்ற நகரங்களில் ஒரு நிறுவனத்தினை தொடங்குவதற்கும் நிறைய வித்தியாசங்கள் உண்டு. முதலில் குறிப்பிட்டுள்ள நகரங்களில் ஈகோ சிஸ்டம் (Ecosystem) எனப்படும் ஒரு நிறுவனம் துவங்குதற்குச் சாதகமான அனைத்துச் சூழல்களும் இருக்கும். அதைப்போலச் சில நாடுகள், மாநிலங்களில் மற்ற நாடுகள் மாநிலங்களைவிடச் சாதகமான சூழல்கள் உதவும். உதாரணமாக, சில நாடுகளின் அரசாங்கங்கள் பயோடெக் நிறுவனங்களுக்கு மானியங்கள் உள்ளிட்ட சலுகைகளை வழங்குகின்றன. உலக அளவில் அமெரிக்க, இங்கிலாந்து மற்றும் சிங்கப்பூர் ஆகியவற்றின் அரசாங்கங்கள் புதிதாகத் துவங்கப்படும் பயோடெக் நிறுவனங்களுக்குக் கணிசமான பொருளாதார, சட்ட மற்றும் நடைமுறை உதவிகளைச் செய்து வருகின்றன. அது மட்டுமன்றிச் சில நகரங்களில் பயோடெக் நிறுவனங்களை ஆரம்பிப்பதில் பல்வேறு நன்மைகள் உண்டு. குறிப்பாக நிறுவனத்தில் வேலை செய்வதற்குத் தேவையான பல்துறை நிபுணர்கள் எளிதில் கிடைப்பார்களா என்று ஆராய வேண்டும். அங்கு அது சம்பந்தமாக ஆய்வு செய்யும் ஆய்வு நிறுவனங்களும், பல்கலைகழகங்களும், பல்வேறு பயோடெக் நிறுவனங்களும் அமைந்திருந்தால் மனித வளத்திற்குப் பஞ்சமிருக்காது. அது மட்டுமன்றி நவீனக் கருவிகள் (state of the art) உள்ளடக்கிய

காப்பகங்கள் (Incubators) மற்றும் அறிவியல் பூங்காக்கள் (Science parks) இருந்தால் அதிக முதலீடு இல்லாமல் ஒரு புதிய நிறுவனத்தைத் தொடங்க இயலும். இவை அனைத்தையும்விட முக்கியமாக ஏஞ்சல் முதலீட்டாளர்கள் (Angel Investors) மற்றும் வென்சர் கேபிடலிஸ்ட்ஸ் (Venture Capitalists) எனப்படும் முதலீட்டாளர்களும் சில குறிப்பிட்ட நகரங்களில் அதிக அளவில் இருப்பர்.

நிறுவனம் துவங்கும் இடத்திற்கு இத்தகைய முக்கியத்துவம் கொடுத்துப் பேசி இருப்பது விநோதமாகத் தோன்றலாம். ஆனால் இது ஒரு நிறுவனத்தின் வாழ்வினைத் தீர்மானிக்கும் இடத்தில் பல நேரங்களில் அமைந்துவிடுவதுதான் நடைமுறை எதார்த்தம்.

அவ்வளவுதான். புது நிறுவனம் துவங்கத் தேவையான அனைத்தும் இப்பொழுது தயார். நிறுவனத்தினைத் முறையாகத் துவங்கி, தேவையான பணியாளர்களை அமர்த்தி ஆய்வுப் பணிகளைத் துவங்க வேண்டியது தான் பாக்கி. காப்புரிமை, ஒப்பந்த ஆராய்ச்சி நிறுவனங்கள் (Contract Research Organisations), இணை ஆராய்ச்சியாளர்கள் (Collaborators) என நாம் பேசாமல் விட்டுள்ள பல்வேறு விசயங்கள் உண்டு. அதனைப் போல மேலே கூறியுள்ள பல்வேறு விஷயங்களுக்கு விதிவிலக்குகளும், மாற்று வழிமுறைகளும் நிறைய உண்டு. இவை அனைத்தினையும் விரிவாக எழுதுவதற்குத் தனியே ஒரு புத்தகம் போட வேண்டும். அவ்வளவு விஷயங்கள் உள்ளன. ஆனால் மேலே குறிப்பிட்ட அனைத்தும் தொழில் முனைவின் அடிப்படைப் பாடங்கள். தொழில் முனைவில் ஆர்வம் கொண்டுள்ள எவருக்கும் இப்பாடங்கள் ஒரு தேவையான தொடக்கப்புள்ளியாக அமைந்திருக்கும் என நம்புகிறேன்.

எதிர்காலம்

உயிரியல் தொழில்நுட்பம் கடந்து வந்துள்ள பாதை மிக நீண்டது. அது செல்ல வேண்டிய தூரமும் இன்னும் நிறைய உள்ளது. கடந்து வந்த பாதையைவிட மிகச் சுவாரசியமாக இருக்கப் போகின்றது இனி கடக்க இருக்கும் பாதை. இந்த இறுதி அத்தியாயத்தில், உயிரியல் தொழில்நுட்பத்தின் மூலம் நாம் எதிர்காலத்தில் என்ன பலன்களை எதிர்பார்க்கலாம் என்பதைப் பற்றிச் சுருக்கமாகப் பார்க்கலாம்.

உயிரியல் தொழில்நுட்பம் 2.0

உயிரியல் தொழில்நுட்பத்தில் பல்வேறு அதிசயங்கள் நிகழ்த்தப்பட்டிருந்தாலும் அவற்றின் அடிப்படையாகக் கீழ்க்காணும் நான்கு நிகழ்வுகளைக் கூறலாம். முதலாவது, மரபணுவின் கட்டமைப்பினைக் கண்டறிந்தது. இரண்டாவது, மிகக் குறைந்த செலவில் அந்த மரபணுக்களில் உள்ள பேஸ் எனப்படும் வேதியியல் கூறுகளின் வரிசையினை வரிசைப்படுத்தும் தொழில்நுட்பத்தினைக் கண்டறிந்தது. மூன்றாவது, அம்மரபணுக்களைச் செயற்கையாக உற்பத்தி செய்ய முடிந்தது. நான்காவதாக, மரபணுக்களில் உள்ள குறைகளை க்ரிஸ்பர் போன்ற தொழில்நுட்பங்களின் உதவியுடன் மாற்றி அமைக்க முடிவது. இந்த நான்கு நிகழ்வுகளின் மூலமாக

உயிரியல் தொழில்நுட்பம் மருத்துவத் துறை மட்டுமன்றி விவசாயம், தோட்டக்கலை, நாட்டின் பாதுகாப்பு, புவி வெப்பமயமாதலுக்கு எதிரான போர், உணவுப் பாதுகாப்பு, எரிசக்தி எனப் பல துறைகளிலும் மிகப் பிரமாண்டமான மாற்றங்களை ஏற்படுத்தி உள்ளது. இனியும் ஏற்படுத்தப் போகிறது- முன்பைவிட பிரமாண்டமாக.

உயிரியல் தொழில்நுட்பத்தோடு இயற்பியல், கணினிப் பொறியியல் போன்ற துறைகளில் ஏற்பட்டு வரும் அதிவேக மாற்றங்கள் உயிரியல் தொழில்நுட்பம் வளரும் வேகத்தினை விரைவுபடுத்தி வருகின்றன. எனவே அடுத்த 20 ஆண்டுகள் உயிரியல் துறையில் நிகழ இருக்கும் மாற்றங்கள் சமூகத்தின் அனைத்து மட்டங்களிலும் பிரதிபலிக்கும். தற்போது ஒரு மருந்தினைக் கண்டுபிடித்து நோயாளியின் கையில் கிடைப்பதற்கு ஆகும் காலம் 10 முதல் 15 ஆண்டுகளாக இருப்பது கணிசமாகக் குறைந்து 3-5 ஆண்டுகளில் மருந்து கிடைப்பது போன்ற சூழல் உருவாகும். ஒரே மருந்தினைக் கொண்டு பலதரப்பட்ட மக்களுக்கும் வைத்தியம் பார்த்த நிலையானது குறைந்து ஒவ்வொரு மனிதருக்கும் ஏற்றாற்போல மருந்துகளை மாற்றியமைத்துச் சிகிச்சை அளிக்கும் நிலை உருவாகும்.

அடுத்த 20 ஆண்டுகள்

கடந்த 30 ஆண்டுகளில் உயிரியல் தொழில்நுட்பம் மருத்துவ மேம்பாட்டிற்காக அளித்த நன்கொடைகள் ஏராளம் என்றாலும் அவை பெரும்பான்மையான மக்களின் பயன்பாட்டிற்கு வரவில்லை என்பதுதான் நடைமுறை உண்மை. ஏனெனில் மனித உடல் அவ்வளவு சிக்கலானது. மனித உடலில் ஏற்படும் எந்த ஒரு வளர்சிதை மாற்றங்களையும் மாற்றி அமைப்பது என்பது நடைமுறையில் அவ்வளவு எளிதான காரியம் அல்ல. அதற்கு மனித உடற்கூறு இயக்கங்களை மூலக்கூறு அளவில் நாம் நிறைய அறிந்து கொள்ள வேண்டும். உயிரியல் தொழில்நுட்பம் என்பது ஒரு கருவி மட்டுமே. மனித உடல் செயலமைப்பு பற்றிய நல்ல அடிப்படை புரிதல் இருந்தால்தான் உயிரியல் தொழில்நுட்பம் என்ற கருவியினைக் கொண்டு உடல் செயல்பாடுகளை மாற்றி அமைக்க முடியும்.

நல்வாய்ப்பாக உயிரியல் தொழில்நுட்பத்துடன் சேர்ந்து பல்வேறு அடிப்படை அறிவியல் உண்மைகளும் கடந்த சில பத்தாண்டுகளில் நிறையவே கண்டறியப்பட்டுள்ளன. இதன் பலன்கள் அடுத்த 20 ஆண்டுகளில் ஒவ்வொன்றாகத் தெரிய ஆரம்பிக்கும்.

ஐந்து பெரிய மாற்றங்கள்

மருத்துவத் துறையினைப் பொறுத்தவரை உயிரியல் தொழில்நுட்பம் மூலம் ஐந்து மிகப்பெரிய மாற்றங்களை நாம் எதிர்பார்க்கலாம். இவையனைத்தும் இந்தப் புத்தகத்தின் முந்தைய அத்தியாயங்களில் விவாதித்தவைதான்.

முதல் மாற்றம் பல்வேறு விதமான மரபணுக் கோளாறுகளை க்ரிஸ்பர் போன்ற புதிய நுட்பங்களைக் கொண்டு சரிசெய்வது. இரண்டாவது மாற்றம், செயலிழந்த உறுப்புகளுக்கு மாற்றாக உடல் உறுப்புகளை உற்பத்தி செய்வது. மூன்றாவது மாற்றம் தற்போது குணப்படுத்த இயலாத பல்வேறு புற்றுக் கட்டிகளைக் குணப்படுத்தும் மருந்துகள் பரவலாகக் கிடைப்பது. நான்காவது மாற்றம், வயது மூப்பினைத் தள்ளிப் போடுவது மற்றும் அதன் மூலமாக வயது மூப்புக் காரணமாக ஏற்படும் உடல் உபாதைகளையும் குறைப்பது. ஐந்தாவது மைக்ரோபயோம் எனப்படும் மனித நுண்ணுயிரிகள் தொகுப்பினை மாற்றி அமைப்பதன் மூலம் பல்வேறு நோய்களைத் தீர்ப்பதுடன் தேவையான உடல் மாற்றங்களையும் பெறுவது.

திறன்மிகு சாதனங்கள்

இவை தவிர அதிவேகமாக வளர்ந்து வரும் கணினித்துறையுடன் இணைந்த பல்வேறு திறன்மிகு சாதனங்கள் வடிவமைப்பதிலும் உயிரியல் தொழில்நுட்பத்தின் பங்கு அடுத்த பத்தாண்டுகளில் மிகுதியாக இருக்கும். உதாரணத்திற்கு, நோயாளிக்குத் தெரிந்தோ அல்லது தெரியாமலோ ஒரு நோய் ஏற்பட்ட பிறகு அதனைக் கண்டறிந்து அதற்கேற்பச் சிகிச்சை அளித்துவரும் நிலை மாறி, நோய் ஏற்படுவதை நிகழ்கால அளவிலேயே (Realtime monitoring) கண்டறியும் நிலை ஏற்படும். அதெப்படி நிகழ்கால அளவில் கண்டறிவது? உதாரணத்திற்கு நமது கைத்தொலைபேசி மற்றும் விவேகக் கைக்கடிகாரத்தினை

எடுத்துக் கொள்வோம். ஸ்மார்ட் டிவைசஸ் (Smart devices) எனப்படும் இந்தத் திறன்மிகு சாதனங்கள் தற்போது நம் பெரும்பாலானோரின் வாழ்வின் ஓர் அங்கமாக மாறிவிட்டது. நம்முடைய நடைக் கணக்கினை மட்டும் கணக்கெடுத்துவந்த இச்சாதனங்கள் தற்போது நமது சுவாசம், இதயத் துடிப்பு, மன அழுத்தம் எனப் பல விஷயங்களையும் கணக்கிலெடுக்கத் துவங்கிவிட்டன. இவற்றின் நீட்சியாக இரத்த அழுத்தம், இரத்தத்தில் சர்க்கரை அளவு போன்ற பல முக்கிய ஆரோக்கியக் குறியீடுகளையும் திறன்மிகு தொலைபேசிகள் மூலம் நிகழ்கால அளவில் கண்காணிக்கும் நிலையினைக் கூடிய விரைவில் அடைந்துவிடுவோம்.

இதற்கு அடுத்த நிலையாகத் திறன்மிகு கழிவறைகள் (Smart toilets) கட்டமைப்பது. இக்கழிவறைகளில் பொருத்தப்படும் நுண்ணுணர்வு கருவிகள் உபயோகிப்பவரின் சிறுநீர் மற்றும் மலங்களில் ஏற்படும் மாற்றங்களை நேரடியாகக் கண்டறிந்து உடனடியாகக் கைப்பேசியில் தெரியப்படுத்திக் கொண்டே இருக்கும் வகையில் வடிவமைக்கப்படும். இதன் மூலம் ஒரு நோய் முற்றிய பிறகு அதனைத் தெரிந்து கொள்வதற்குப் பதிலாக அந்நோய் ஏற்பட்டுக் கொண்டிருக்கும் நிலையிலேயே அதனைக் கண்டறிந்து முன்கூட்டியே செயலாற்றி நோயினைத் தடுக்கும் சூழ்நிலை உருவாகும். இதனைப் போல ஸ்மார்ட் ப்ளேட்ஸ் (Smart plates and tumblers; திறன்மிகு உணவுத் தட்டுகள் மற்றும் குவளைகள்) மூலம் நாம் உண்ணும் உணவில் உள்ள சத்துகள் சரியான அளவில் உள்ளனவா அல்லது அவை வெறும் சத்தற்ற அல்லது தீங்கு ஏற்படுத்தும் பண்டங்களா என்று கண்டறியும் கருவிகள் கட்டமைப்பது. உணவின் தரத்தினையும் கழிவின் தரத்தினையும் உடனுக்குடன் கண்டறிந்து அதற்கேற்றாற்போல வாழ்வு முறையினை முன்கூட்டியே மாற்றி அமைத்துக் கொள்வதன் மூலம் பெரும்பான்மையான ஆட்கொல்லி வாழ்வியல் நோய்கள் ஏற்படாமல் நம்மைத் தற்காத்துக் கொள்ளும் சூழ்நிலை உருவாகும். இவற்றிற்கான பூர்வாங்கப் பணிகள் உலகில் உள்ள பல முன்னணி மற்றும் தனியார் ஆய்வு நிறுவனங்களில் நடைபெற்று வருகின்றன.

அரசாங்கத்தின் பங்கும் சமுதாய ஏற்றத்தாழ்வும்

அதிவேகமாக வளர்ந்து வரும் உயிரியல் தொழில்நுட்பம் கட்டற்று ஓடும் காட்டாற்றிற்கு ஒப்பாகக் கூறலாம். அதனை முறைப்படுத்திப் பயன்படுத்தினால் மின்சாரத் தயாரிப்பு, விவசாயம், குடிநீர் எனப் பல தேவைகளுக்கு அந்த ஆற்று நீரை உபயோகப்படுத்திக்கொள்ளலாம். முறைப்படுத்தத் தவறினால் பெரும்பான்மையான நீர் கடலில் விழுந்து வீணாவது மட்டுமன்றிப் பல நேரங்களில் அழிவினையும் ஏற்படுத்திவிடும். அதனைப்போலத் தான் உயிரியல் தொழில்நுட்பமும். எந்த மாதிரியான ஆய்வுகள் செய்யலாம் செய்யக் கூடாது, மேலும் என்ன மாதிரியான உயிரியல் தொழில்நுட்பப் பொருட்களுக்கு என்ன மாதிரியான அனுமதிகள் பெறவேண்டும் என ஒவ்வொரு நாட்டு அரசும் பல்வேறு விதிமுறைகளை வகுத்துச் செயல்பட்டு வருகின்றன. ஆனால் உயிரியல் தொழில்நுட்பம் வளர்ந்து வரும் வேகத்திற்கு ஈடுகொடுக்கும் வகையில் அரசின் பல்வேறு கொள்கைகளும் அவை நடைமுறைப்படுத்தப்படும் விதமும் இருப்பதில்லை.

இதனால் சில நாடுகள் இத்தகைய ஆய்வில் மிகவும் பின் தங்கி இருப்பது மட்டுமன்றி விரும்பத்தகாத ஆய்வுகளில் சில விஞ்ஞானிகளும் தொழில் நிறுவனங்களும் ஏதுவாக சூழ்நிலை அமைந்து விடுகிறது. அதே நேரத்தில் அரசாங்கம் சிறப்பாக அதன் பங்களிப்பினை அளிக்கும் பட்சத்தில் பல புதிய சரித்திரங்களைப் படைக்க முடியும். இதற்கு கோவிட் தொற்றின்போது பல்வேறு நாடுகளின் அரசாங்கங்கள் மேற்கொண்ட நடவடிக்கையையே உதாரணமாகக் கொள்ளலாம். அரசாங்கங்களின் அபரிமிதமான உதவி இன்றி அவ்வளவு விரைவாக கோவிட் தொற்றிற்கு எதிராக நோயெதிர்ப்பு மருந்துகளைக் கண்டுபிடித்திருக்க முடியாது.

உயிரியல் தொழில்நுட்பக் கண்டுபிடிப்புகளைச் செயலாக்கம் செய்வதற்கு நிறைய நிதித் தேவையும் அதைவிட நிறையப் பொறுமையும் அவசியம். அதாவது இதுவொரு மிக நீண்டகால முதலீடு. எனவேதான் பெரும்பான்மையான உயிரியல் தொழில்நுட்பக் கண்டுபிடிப்புகள் பொருளாதாரத்தில் முன்னேறிய நாட்டில் வசிக்கும் அல்லது பொருளாதார வசதி

படைத்தவர்களுக்கு மட்டுமே கிடைக்கக்கூடிய துர்ப்பாக்கியச் சூழல் நிலவி வருகிறது. உதாரணமாகப் புற்றுநோய்க்குப் பயன்படும் கார்-டி வகை மருந்துகளோ அல்லது முதுகெலும்பு தசைச் சிதைவு நோய்க்கான மரபணு சிகிச்சையோ நம் நாட்டில் சாதாரணப் பணக்காரர்களுக்குக் கூட எட்டாக் கனியாகத் தான் உள்ளது. இது ஒரு சமூகச் சிதைவு.

தொழில்நுட்பத்தின் பலன்கள் சமூகத்தின் அனைத்துத் தரப்பினருக்கும் கிடைக்கும் பொழுதுதான் ஒருங்கிணைந்த ஆரோக்கியமான சமூக வளர்ச்சி இருக்கும். ஏழை பணக்காரரிடையேயான இடைவெளியை அதிகரிக்கும் எந்தவோர் அறிவியல் கண்டுபிடிப்பும் ஆரம்பத்தில் நன்மை செய்வதைப் போலத் தோன்றினாலும் நீண்ட கால அளவில் கேடினையே விளைவிக்கும். இத்தகைய சூழ்நிலைகளைக் களையவும் அதிகாரத்தில் உள்ளவர்கள் கொள்கைகளையும் திட்டங்களையும் வகுக்க வேண்டும்.

அரசாங்கம், தொழில் முனைவர்கள் மற்றும் விஞ்ஞானிகள் என இம்மூன்று அமைப்பினரும் ஒருங்கிணைந்து செயல்பட்டால் நம் நாட்டுக் கடைக்கோடியில் வாழும் மனிதர்களும் உயிரியல் தொழில்நுட்பத்தினால் உண்டாகும் பலன்களை முழுமையாகப் பெற்று அனைவரும் வளமாக வாழ இயலும்.

www.ingramcontent.com/pod-product-compliance
Ingram Content Group UK Ltd.
Pitfield, Milton Keynes, MK11 3LW, UK
UKHW042133021026
15589UKWH00003B/797

9 789395 511889